மேகங்கள் நகர்கின்றன

முத்துலட்சுமி ராகவன்

Made with ♥ on the Notion Press Platform
www.notionpress.com

பொருளடக்கம்

பொருளடக்கம்

1

மேகங்கள் நகர்கின்றன..
சிலர் அவற்றை வட்ட வடிவமென்றார்..
வேறு சிலரோ கோலங்களின் பின்னலென்றார்..
மங்கையரோ கைக்குட்டை போலென்றார்..
குழந்தைகளோ வெண்மைநிறப் புரவியென்றார்..
மேகங்கள் கலைந்தன.. வடிவமின்றி.. நிறமுமின்றி.. உருவமின்றி..

மழை பெய்யும் ஓசை கேட்டுக் கொண்டிருந்தது.. இடைவிடாத பெருமழை.. அடைக்கப்பட்ட ஜன்னலின் கதவுகளைத் தாண்டி அவளது செவிப்பறைகளைத் தட்டியெழுப்பியது அந்த ஓசை..!

விழித்துக் கொண்ட சுகந்தி புரண்டு படுத்துக் கடிகாரத்தைப் பார்த்தாள்.. அருகிலிருந்த டீப்பாயில் வாகாக அமர்ந்து அவள் உறங்குவதைக் கொட்டக் கொட்ட விழித்துப் பார்த்தபடி இருந்தது.. ஆறடிக்க ஆறு மணித்துளிகள் இருந்ததில் அவசரமாக எழுந்து அலாரத்தை அணைத்து வைத்தாள்.

எப்போதும் இப்படித்தான்.. எத்தனை மணிக்கு அலாரம் வைத்தாலும் அதற்கு சில வினாடிகள் இருக்கும் போதே அவளுக்கு விழிப்பு வந்துவிடும்..

நெகிழ்ந்திருந்த நைட்டியை சரி செய்து கொண்டவள் அவிழ்ந்திருந்த கூந்தலைக் கோதிக் கொண்டையிட்டபடி கட்டிலைப் பார்த்தாள்.. இமைகளை லேகாசத் திறந்து பார்த்த சக்தி வேல்..

"விடிஞ்சுருச்சா..?" என்றார்..

"எனக்கு விடிஞ்சுருச்சு.." என்றாள் அவள்..

"ஜோக்..?" கண்களை இறுக மூடிக் கொண்டு விட்ட தூக்கத்தைத் தொடர்ந்தார் சக்திவேல்.

இனிக் காலைக் காபி கைக்கு வந்தால்தான் கண் விழிப்பார் என்ற நினைவில் தோள்களைக் குலுக்கிக் கொண்டாள் சுகந்தி.. அறைக்கதவைத் திறந்து வெளியில் வந்தாள்.. சில்லென்ற மழைக் குளிர் தரையில் பரவியிருந்ததில் பாதங்கள் சில்லிட்டன.. மாடிப் படிகளைப் பார்த்தாள்.. நிசப்தமாக இருந்தது.

'இன்னைக்கு வீணாவும், விக்ரமும் வீட்டுக் குள்ளதான் ஜாகிங் பண்ணியா-கனும்..'

வெளியில் பெய்யும் மழையைப் பார்த்தவள்.. குடையை விரித்துப் பிடித்தபடி படிகளில் இறங்கிப் போர்டிகோவைத் தாண்டி வாசல் கேட்டை நோக்கி நடந்தாள்.. காலுக்கு கீழே விரல்களை அரித்தபடி ஓடிய மழைநீரில் உள்ளங்கால்கள் குறு-குறுத்தன.. சில்லென்ற குளிர் காற்றில் மேனி சிலிர்த்தவளுக்கு சென்னையில் இருப்பதைப் போலவே தோன்றவில்லை.. ஊட்டி, கொடைக்கானல் போன்ற மலை வாசஸ்தலத்தில் இருப்பதைப் போலவே இருந்தது..

வாசல் கேட்டில் கட்டி விடப்பட்டிருந்த பையில் இருந்த பால் பாக்கெட்டுக்-களை எடுத்துக் கொண்டு வீட்டுக்குத் திரும்பினாள் குடையின் விளிம்புகளில் இருந்து கொட்டிய மழை நீரின் தாரைகள் திரைபோல அவளைச் சுற்றியிருந்ததை ரசித்தாள்.. சில்லென்று தெறித்து விழுந்த மழைத் தூறல்களின் ஈரத்தொடுகையை விருப்பத்துடன் அனுபவித்தபடி வீட்டுப் படியேறினாள்.. போர்டிகோவை விட்டு வீட்டுக்குள் போனாள்.. அவளது வரவுக்காக காத்திருந்த சமையலறைக்குள் நுழைந்தாள்.

ஸ்டவ்வை பற்ற வைத்து பால் பாத்திரத்தில் பால் பாக்கெட்டைக் கத்தரித்து பாலை ஊற்றி அடுப்பில் வைத்து விட்டு ஜன்னலைப் பார்த்தாள்.. குளிர் மிகுந்த மழைக்காற்றில் ஒரு சிட்டுக்குருவி சிறகுகள் நனைத்திருக்க ஒண்டியிருந்தது..

"உன் கூடு என்னவாச்சு..?" விசாரித்தாள்..

அது பயமின்றி அவளைப் பார்த்தது.. பழக்கப் பட்ட சிட்டுக் குருவிதான்.. தினமும் இரை தேடி சமையலறையின் ஜன்னலோரம் வந்து அமரும்.. சமைத்த-வுடன் சுகந்தி எடுத்து வைக்கும் சூடான சாதத்தை குருவி மட்டும் உண்ணாது.. காகங்களும் அணில்களும் சேர்ந்துதான் காலி பண்ணும்..

"பசிக்குதா.."

அவளின் கேள்விக்கு அந்தக் குருவியின் கண்களில் ஆமாம் என்ற பதில் தெரிந்ததைப் போல இருந்ததில் சுகந்தியின் மனம் இளகியது..

"சாதம் வைக்க நேரமாகும்.. இப்போதைக்கு இதைச் சாப்பிடு.."

முதல்நாள் மீந்திருந்த சாதத்தில் தண்ணீர் ஊற்றி வைக்கப் பட்டிருந்தது.. பழைய சாதத்தில் சில பருக்கைகளை எடுத்துக் குருவியின் முன்னால் போட்டாள்.. அச்சமின்றி அதைக் காலி செய்த குருவியின் விழிகளில் தெரிவது என்ன..? நன்-றியுணர்வா..? குருவி மழைக்கு மறைவாக ஜன்னல் கதவுகளின் பின்னால் ஒண்-டிக் கொண்டது.. அதற்குப் போர்த்தி விடலாமா என்று அபத்தமாக யோசித்தாள் சுகந்தி.. அடுப்பில் பால் பொங்கியது.. இறக்கிக் காபியை ஆற்றிக் கொண்டிருந்த போது வாசலில் காலிங்பெல் ஒலித்தது..

'சரோஜா வந்துட்டா..'

காபியை மூடி வைத்து விட்டு வாசல் கதவைத் திறக்கப் போனாள்.. திறந்த அடுத்த நொடியில் இவளை மோதித் தள்ளி உள்ளே வந்து கதவை மூடிய சரோஜா..

"என்னமா மழ ஊத்துது.. மனுசக் கழுத பொழப்பப் பாக்க வீட்ட விட்டு வெளி-யில வர முடியுதா..?" என்று அங்கலாய்த்தாள்..

"அதான் வந்துட்டேல்ல..? அப்புறமென்ன..? வா.. சூடா காபியக் குடிச்சுட்டு, மாடிக்கு காபியக் கொண்டு போ.."

சுகந்தி ஒரு கப்பில் காபியை ஊற்றி சரோஜாவின் கையில் குடித்தாள்.. அவச-ரமாக அவள் அதை வாங்கிக் கொண்டதில் சுகந்தியின் மனதில் இரக்கம் வந்தது.

"ரோடெல்லாம் தண்ணிம்மா.. கெண்டைக் காலயும் தாண்டிருச்சு.. நாளைக்கும் மழ விடலன்னா இடுப்பத் தாண்டிரும்.." என்றாள் சரோஜா..

"இருக்கிற ஏரிகள எல்லாம் பிளாட் போட்டு வித்துட்டு இப்பப் புலம்பி என்ன பண்ண..? விக்கிறவங்களும் யோசிக்கலை.. வாங்கினவங்களும் யோசிக்கலை.. மழை சமயத்தில மட்டும் குய்யோ முறையோன்னு கத்தி வைக்கிறோம்.."

பேசியபடியே வீணாவுக்கும், விக்ரமிற்குமான காபிக் கோப்பைகளில் காபியை ஊற்றி நிரப்பி டிரேயில் வைத்துக் கொடுத்தாள் சுகந்தி.. காபியை குடித்து முடித்தி-ருந்த சரோஜா காபிக் கப்பை கழுவிக் கவிழ்த்து வைத்து விட்டு டிரேயை வாங்கிக் கொண்டாள்.. சுகந்தி பூரிக்கான மாவை பிசைய ஆரம்பித்ததில்..

"பாதி வேலய நீங்க பாத்து வைச்சிட்டா நான் என்னதுக்கு..?" என்று சடைத்-தபடி மாடிக்குப் போனாள்.

சுகந்தி அடுப்பில் உருளைக்கிழங்குகளை வேக வைத்து விட்டுக் கைகளைக் கழுவினாள்.. சக்தி வேலுக்கான காபியை எடுத்துக் கொண்டு போனாள்.. அவர் தலையணையை முகத்தின் மீது போட்டு மூடியபடி குறட்டை விட்டு உறங்கிக் கொண்டிருந்தார்..

"கொர்.. கொர்.." கரடு முரடாக வந்த சப்தத்தில்.

'இந்த வீட்டில் கரடி இருக்குதுன்னு யாராச்சும் வந்துரப் போறாங்க..' என்று மனதுக்குள் சிரித்தபடி அவர் முகத்தை மறைத்திருந்த தலையணையைப் பிடுங்கிப் போட்டாள் சுகந்தி..

"இன்னும் மணி ஏழாகலை சுகு.." தலையணையைத் தேடினார் சக்திவேல்.

"காபியைக் குடிச்சுட்டுத் தூக்கத்தைக் கண்டினியூ பண்ணுங்க.." காபியை நீட்-டினாள் சுகந்தி..

தூக்கச் சடைவுடன் எழுந்து சாய்வாக உட்கார்ந்து காபியை வாங்கிக் கொண்ட சக்திவேலுக்கு ஐம்பத்தி ஐந்து வயதாகிறது.. அரசாங்க உத்தியோகம்.. இன்னும் ஐந்து வருடங்கள் சர்வீஸ் பாக்கியிருந்தது.. ரிட்டயராவதற்குள் மகனுக்கும், மகளுக்கும் திருமணத்தை முடித்து விட வேண்டும் என்ற தகப்பனின் பொறுப்பு-

ணர்வோடு இருப்பவர்.

கட்டிலில் சுருண்டு கிடந்த போர்வையை மடித்து வைத்துக் கொண்டிருந்த சுகந்தி ஐம்பது வயதில் இருந்தாள்.. பொறுப்பான டீச்சரம்மா.. பத்து வருடங்கள் சர்வீஸ் பாக்கி என்று கணவனிடம் கட்டை விரலை உயர்த்துபவள்.. வாழ்வின் அழகியலை உணர்ந்து அதை ரசித்தபடி வாழ்வை அணுகுபவள்... அவள் பெற்ற பிள்ளைகளுக்கு அந்த ரசிப்பைக் குறைவறச் சொல்லிக் கொடுத்திருப்பவள்..

"உன் இளமையின் ரகசியம் என்னடி..?" கண்சிமிட்டியபடி காலிக் காபிக் கோப்பையை நீட்டினார் சக்திவேல்.

"இந்தத் தாசில்தாருக்குப் பெண்டாட்டியா ஆகியிருக் கேனில்ல.. அதுதான்.." பதிலுக்கு கண் சிமிட்டிய சுகந்தி பூவின் மென்மையுடன் ஒளிர்ந்தாள்..

"அங்கே மட்டும் என்னவாம்.. டீச்சரம்மா முகத்தில முழிச்சாத்தான் பொழுதே அருமையா விடியுது.."

மனைவியை இழுத்து நெற்றியில் முத்தம் பதித்த சக்திவேல் மனைவியையும் பிள்ளைகளையும் நேசிப்பவர்.. குடும்பத்தை ஆராதிப்பவர்.

கணவனின் மார்பில் கை வைத்துத் தள்ளிய சுகந்தியின் முகத்தில் காதல் ததும்பியது.. காலிக் காபிக் கப்பை எடுத்துக் கொண்டவள் கதவைத் திறந்து வெளியேறிய நொடியில் கணவனைப் பார்த்துப் பறக்கும் முத்தம் ஒன்றைப் பரிச-ளித்து விட்டுக் கதவைச் சாத்தி விட்டுப் போனாள்.

மெல்லிய புன்னகையுடன் போர்வையை இழுத்துப் போர்த்திக் கொண்டு மழைக்கால விடிகாலையின் குளிர் நிரம்பிய இதமான சூழலின் தூக்கத்தை அனு-பிக்க ஆரம்பித்துவிட்ட சக்திவேலுக்கு மனைவியின் அருமை தெரியும்.. அவர் மிகச் சிறந்த காதலர்..!

இப்பேற்பட்ட அருமையான தம்பதிகளுக்குப் பிள்ளைகளாகப் பிறந்தவர்கள் பாக்கியசாலிகள் என்பாள் வீணா.. அதை ஆமோதிப்பான் விக்ரம். அண்ணனும், தங்கையும் பெற்றோரின் வார்ப்பாக வாழ்க்கையை ரசித்து, நேசித்து, வாழக் கற்றுக் கொண்டிருப்பவர்கள்.. வாழ்க்கையின் ஒவ்வொரு மணித்துளியையும் உணர்ந்து சுவைப்பவர்கள்..

சமையலறையில் தாளிதத்தின் மணம் வந்தது.. சரோஜா வேலையை ஆரம்-பித்து விட்டாள் என்ற நிம்மதியுடன் வாசல் பக்கம் போனாள் சுகந்தி.. சமையலறை ஜன்னலின் வழியாக எட்டிப் பார்க்கும் அரளிச் செடியின் இலைகளில் மழைத்தி-வலைகள் கொட்டிக் கொண்டிருந்தன. மழைக்குளிரில் வெடவெடக்கும் இறக்கை-களுடன் காகங்களும்.. நடுங்கியபடி அணில்களும் சுகந்தி வைக்கப் போகும் சுடு சாதத்திற்காக காத்துக் கொண்டிருந்தன.

'சீக்கிரமா சமைக்கச் சொல்லனும்..'

எண்ணமிட்டபடி மாடிப்படிகளில் ஏறினாள் சுகந்தி.. விக்ரமும் வீணாவும் எழுந்து விட்டார்களா என்று பார்க்க வேண்டும்.. சரோஜா வந்து விட்டதால் வீட்டு வேலைகளிலிருந்து விடுதலை கிடைத்திருக்கிறது.. கிடைத்திருக்கும் அந்த மணித்துளிகளை வீணடிக்காமல் பிள்ளைகளுடன் பேச வேண்டும்.

வீணாவின் அறைக்கதவைத் திறந்தாள்.. கட்டிலைப் பார்த்தாள்.. மலர்க்குவியல்களைப் போல உறங்கிக் கொண்டிருந்தாள் சுகந்தியின் மகள்..!

2

வாழ்க்கையென்பது தேடுதல் நிறைந்தது..
சில நேரங்களில் தேடாமல் கிடைக்கும் பரிசுகள்..!
தேடியும் தொலைந்து போகும் உறவுகள்..!
எந்த நேரத்தில் எது நடக்குமென்று தெரிந்து விட்டால்
வாழ்க்கையின் சுவராஸ்யமே அற்றுப் போய் விடுமல்லவா..?

தோட்டத்துப் பூ, மழைத்திவலையில் நனைந்திருந்ததைப் போல இருந்தது வீணாவின் முகம்..!

குளிர் நிரம்பிய அறையில் கனவில் வந்த கள்ளச் சிரிப்போடு நிச்சிந்தையாகத் தூங்கிக் கொண்டிருந்த வீணாவின் வயது இருபத்தி மூன்று.. எம்.பி.ஏ படித்தவள்.. படித்துக் கொண்டிருக்கும் போதே கேம்பஸ் இண்டர்வியூவில் செலக்ட் ஆனவள்.. வேலையில் திறமைசாலி.. ஒரு மல்ட்டி இன்டர் நேசனல் கம்பெனியில் பெர்சனல் மேனேஜராக இருக்கிறாள்.

மகளின் முடி கோதிவிட்டுப் பிரியத்துடன் அவள் விரல் பற்றி முத்தம் கொடுத்-தாள் சுகந்தி.. விழித்துக் கொண்ட வீணா..

"குட் மார்னிங்ம்மா.." என்று புரண்டு படுத்துத் தாயின் மடியில் முகம் புதைத்து அவள் இடுப்பைக் கட்டிக் கொண்டாள்.

"செல்லம் கொஞ்ச ஆரம்பிச்சுட்டியா..? உன்னைப் பார்த்தா ஒரு கம்பெனிக்கு பெர்சனல் மேனேஜர் மாதிரியா தெரியுது..?" செல்லமாக கடிந்து கொண்டாள் சுகந்தி.

"வேற எப்படித் தெரியுது டீச்சரம்மா..?"

முகம் மலர்த்திச் சிரித்தவளைப் பார்த்த போது 'தேவதை' யென்று தோன்றியது சுகந்திக்கு.. அதை வெளியில் சொன்னால் வீணா சிரிப்பாள் என்பதினால்.

"போடி.." என்றாள்..

"எங்கே போகச் சொல்கிறீங்க.." எழுந்து உட்கார்ந்து மடியில் தலையணையை இழுத்து வைத்துக் கொண்டாள் வீணா..

"கல்யாணம் பண்ணிக்கிட்டு உன் ஹஸ்பெண்டோட வீட்டுக்குப் போ.." என்றாள் சுகந்தி.

"ஆரம்பிச்சுட்டிங்களா..? டாடியும் இதைத்தான் சொல்றார்.. நான் ரிட்டயராகப் போறேன்.. அதுக்குள்ள உனக்கும் விக்ரமுக்கும் கல்யாணத்தை செய்து வைத்துடனும்ன்னு சொன்னதையே திரும்பத் திரும்பச் சொல்றார்.."

"ஒரு தகப்பனா பிள்ளைகளைப் பத்திக் கவலைப் படறார்.. அது தப்பா..?"

"அந்தக் கவலை எதுக்காக கல்யாணத்தைச் சுத்தியே வட்டம் போடனும்..? அதையும் தாண்டி லைஃபில் நிறைய விசயங்கள் இருக்கும்மா.."

"ஷ்யூர்.. ஷ்யூர்.. பட்.. கல்யாணமும் லைஃபில் இருக்கு வீணா.. அதை நீயும் விக்ரமும் மறந்துரக் கூடாது."

"நாங்க மறந்தாலும் நினைவு படுத்தத்தான் நீங்களும் டாடியும் இருக்கீங்களே.. லைட்டா கேப் கிடைச்சாப் போதுமே.. சந்துக்குள்ளே சிந்து பாடி முடிச்சிர மாட்டிங்களா என்ன..?"

தலையை ஒருபக்கமாக சாய்த்துச் சிரித்தாள் வீணா.. அதில் தெரிந்த வசீகரத்தில் ஈர்க்கப்பட்டாள் சுகந்தி.. குறும்பும், குழந்தைத்தனமும் ஒரு அதி புத்திசாலியிடம் பொதிந்திருக்க முடியும் என்பதற்கான மிகச் சிறந்த உதாரணம் வீணா..!

"வெளியே மழை கொட்டோ கொட்டுன்னு கொட்டுது.."

"நைட்டில இருந்தே கொட்டுதே.. பட்.. ஸ்விம் பண்ணியாவது ஆபிஸ் போயாகனும்.. இன்னைக்கு புது ஜி.எம் ஜாயின் பண்றார்.."

"பழைய ஜி.எம் தானா ரிட்டயர் ஆகிட்டாரில்ல.."

"யெஸ் மாம்.. எங்க எம்.டியோட அப்பா காலத்தில இருந்தே ஜி.எம்மா இருந்தவராம்.. கம்பெனியை இந்த அளவுக்கு கொண்டு வந்ததில அவருக்கு முக்கிய பங்கு இருக்காம்.. ஏஜ் ஒரு மேட்டரே இல்லை.. இன்னும் ஒரு பத்து வருசத்துக்கு நீங்கதான் ஜி.எம்ன்னு எம்.டி சொல்லிப் பார்த்தும் அவர் கேட்டுக்கலை.. கம்பெனியோட ரூல்ஸ் அண்ட் ரெகுலேசனை தனி ஒரு மனிதனுக்காக மாத்தக் கூடாதுன்னு சொல்லி ரிட்டயர் ஆகிட்டார்.."

"கிரேட்..! இந்தக் காலத்தில இப்படியும் மனுசங்க இருக்காங்களே.."

"ம்ம்ம்.. பட்.. தேடனும்.."

யோசனையுடன் சொன்னாள் வீணா.. எல்லோரும் அந்த ஜி.எம்மைப்போல இருந்து விடுவார்களா என்ன..? ஓய்வு பெற்றுப் போக வேண்டும் என்பதைத் தானாய் நினைவுபடுத்திய மனிதர் அவர்.. அவரிடத்தில் வேறு எவராவது இருந்திருந்தால் அதைப்பற்றிய பேச்சையே எடுத்திருக்க மாட்டார்கள்.. மற்றவர்கள் எடுத்தாலும் அவர்கள் அந்தக் கம்பெனிக்கு ஆற்றிய பங்கு மகத்தானது.. அதனால் ஆயுள் முழுவதும் அந்தக் கம்பெனியின் உப்பை உண்ணும் உரிமை பெற்றவர்கள் அவர்கள் என்று வாதம் செய்து வெளியேற மறுத்திருப்பார்கள்..

"புது ஜி.எம் நியு அப்பாயிண்ட்மெண்டா..?"

"நோ மாம்.. லண்டன்ல இருந்து ரிட்டர்ன் ஆகிறார்.."

வீணா சொன்னதைக் கேட்ட சுகந்திக்கு சிரிப்பு வந்தது.. அவளது சிறு வயதில் பார்த்த கருப்பு வெள்ளைத் திரைப்படம் ஒன்றின் கதாநாயகி லண்டனில் படித்து விட்டுத் திரும்பியிருப்பாள்.. எதற்கெடுத்தாலும்..

'நான் லண்டனில் படிச்சவ..' என்று சொல்லிக் கொண்டேயிருப்பாள்..

'அந்தக் கதை போலயில்ல இந்தக் கதையும் இருக்கு..'

"என்னம்மா..? உங்களுக்கு நீங்களா சிரிச்சுக்கறிங்க..?"

"ஒன்னுமில்ல வீணா.. இந்த புது ஜி.எம். லண்டன்ல என்ன பண்ணிக்கிட்டு இருந்தாராம்..? படிச்சுக்கிட்டு இருந்தாரா..?"

"ஊஹீம்.. வேலை பார்த்துக்கிட்டு இருந்தாராம்.."

"எந்தக் கம்பெனியில..?"

"எங்க கம்பெனியிலதான்.."

"என்னடி சொல்ற..?"

"இவர் எங்க கம்பெனியோட எம்ளாயிதான்.. லண்டன் பிரான்சோட மேனே-ஜர்.. ஜி.எம்மா புரமோசனாகி இந்தியாவுக்கு ரிட்டர்ன் ஆகிறார்.."

இயல்பாக பேசியபடி லேப்டாப்பை உயிர்ப்பித்தாள் வீணா.. ஒளிர்ந்த திரையில் தெரிந்த உருவம் கதாநாயகனுக்குரிய அங்க அமைப்புகளுடன் இருந்தது.. உற்றுப் பார்த்த சுகந்தி..

"யாருடி இவன்..?" என்றாள்..

"யாருக்குத் தெரியும்..?" கை விரித்தாள் வீணா..

"உனக்கே தெரியாதா..?"

"யாருக்குமே தெரியாது.."

"யாருக்குமே தெரியாதவனா..?"

விசித்திரமான மகளின் பதிலில் வினோதமாக மகளைப் பார்த்தபடி கேள்வி கேட்ட சுகந்தி கம்யூட்டரைப் பார்த்தாள்.. அந்த முகத்தில் தெரிந்த கடினத்தில் புருவங்களைச் சுளித்தவள்..

"செம வில்லன் போல இருக்கான்.." என்றாள்.

"இருக்கலாம்.." தோள்களைக் குலுக்கினாள் வீணா.

"இவன் படத்த என்ன அலுவலுக்கு உன் லேப்டாப் ஸ்கிரின் பிக்சரா வைச்சி-ருக்க..?" அதட்டினாள் சுகந்தி..

"இப்படியொருத்தன் இருக்கானானேன்னு தெரியாதும்மா.. நேத்து உன் மனசுக்-குப் பிடிச்சவனா யாரையாவது நினைச்சு வைச்சிருக்கியான்னு கேட்டிங்களா.. என் மனசுக்குப் பிடிச்சவன் எப்படியிருக்கனும்னு யோசிச்சேன்.. இப்படி மூக்கு இருக்-கனும், இப்படிக் கண்கள் இருக்கனும்னு நோட் பண்ணிக்கிட்டே வந்தேனா.. லேப்-

டாப் இப்படியொரு உருவத்த டிராயிங்கில கொண்டு வந்து நிறுத்துச்சு..! பாத்தேன்.. செம ஹேண்ட்சம்மா இருந்தான்.. நாம படைச்ச உருவமாச்சேன்னு ஸ்கிரின் பிக்சர்ல போட்டு வைச்சேன்.."

மகளின் விளக்கத்தில் சிரித்து விட்டாள் சுகந்தி.. லேப்டாப்பை மீண்டும் பார்த்தவள்.

"ஓகே.. இன்றைக்கு ஒருநாள் இந்த பிக்சர் இருக்கட்டும்.. நாளைக்கு டெலிட் கொடுத்துரு.." என்றாள்..

"ஏம்மா..?"

"எதுக்கு வீண் வம்பு..? எவனாச்சும் ஒருத்தன் இதே போல இருந்து தொலைச்சுட்டா என்ன செய்கிறது..?"

"எவனாச்சும் ஒருத்தன் இதே போல இருப்பானா..? நோ சான்ஸ்..! இது நான் வரைஞ்ச டிராயிங்ம்மா.."

இப்படிச் சொன்ன வீணாவிற்குத் தெரியாது, வாய்ப்பே இல்லாத எதுவும் இந்த உலகத்தில் இல்லை என்பது.. நமக்குத்தான் அது தெரியாமல் இருக்கும்.. மற்றபடி இந்த உலகில் எதுவும் நடக்கும்..

"டிhயிங்கா இருந்தாலும் பெர்சனல் ஸ்டோரேஜில போட்டு வைச்சுக்கிறது பெட்டர் வீணா.. அசப்பில பாத்தா நிஜ மனுசன் போலவே இருந்து தொலைக்கிறான்.. டிராயிங்ன்னு மத்தவங்களுக்குத் தெரியாது..? எல்லோருக்கும் நாம விளக்கம் சொல்லிக்கிட்டிருக்க முடியுமா..? அது தேவையா..?"

எடுத்துச் சொன்னாள் சுகந்தி.. தலையை ஆட்டினாள் வீணா..

"நான் கிளம்பனும்.. நேரமாச்சு.. நீயும் சீக்கிரமா ரெடியாகி பிரேக் பாஸ்ட்டுக்கு வந்துரு.." என்று பறந்தாள் சுகந்தி.

மகளின் கன்னத்தில் செல்லமாக தட்டிவிட்டு விக்ரமின் அறைக்குப் போனாள்.. பேப்பரில் ஆழ்ந்திருந்த விக்ரம் தலையை நிமிர்த்தாமலே..

"குட்மார்னிங்ம்மா.." என்றான்..

காலடியோசையிலேயே தாயைக் கண்டு பிடித்து விட்ட மகனின் வார்த்தையில் நெகிழ்ந்த சுகந்தி..

"இன்னைக்கு ஜாகிங் கட் விக்ரம்.. மழை பெய்யுது.." என்றாள்..

"பால்கனியில் ஜாகிங் பண்ணியாச்சு.."

"குட்பாய்.. உன் தங்கைதான் தூங்கு மூஞ்சி.."

"இருக்கட்டும்மா.. அவ ஜாகிங் பண்ணி என்ன செய்யப் போறா..? பெர்சனல் மேனேஜருக்கு ஜாகிங் தேவையில்லை.. ஐ.பி.எஸ் ஆபிசருக்குத்தான் அது தேவை.."

பேப்பரை மடித்தபடி சொல்லிய விக்ரம் ஆறடி உயரத்திற்கும் கூடுதலான உயரத்துடன் ஐ.பி.எஸ் ஆபிசராக இருந்தான்.. உயர் போலிஸ் அதிகாரி என்ற

அடையாளத்தை வீட்டிற்கு வெளியே விட்டுவிட்டு விக்ரம் என்ற அடையாளத்துடன் மட்டும் குடும்பத்துடன் உறவாடுபவனாக இருந்தவனுக்குப் பெண் கொடுக்க உறவினர் குடும்பங்களில் போட்டி போட்டார்கள்.. அவனோ தங்கையின் திருமணம்தான் முதலில் நடக்க வேண்டும் என்ற பிடிவாதத்துடன் திருமணத்தைத் தட்டிக் கழித்தான்.

"இவனுக்காவாவது வீணா மேரேஜீக்கு ஓகே சொன்னாத் தேவலை.." என்பார் சக்திவேல்.

"நோ டாட்..! எனக்காகன்னு வீணா மனதுக்குப் பிடிக்காத யாரையாவது மேரேஜ் பண்ணிக்கிட்டா என்னாகிறது..? அவ முன்னாலே இப்படி பேசிராதீங்க.." எச்சரிப்பான் விக்ரம்..

தங்கை மீதான அவனது பாசத்தில் லயித்துப் போகும் சக்திவேல் நிறைவுடன் சுகந்தியைப் பார்ப்பார்.. அதே நிறைவை தன் பார்வையில் அவள் பிரதிபலிப்பாள்..

ஆனந்தம் விளையாடும் வீடு என்பது எது..? அன்பும், பாசமும் நிறைந்த மனிதர்கள் வாழ்வது.. அந்த வீடு ஆனந்த மயமானதாக இருந்தது.. ஒருவருக்காக ஒருவர் யோசித்து ஒருவருக்காக மற்றொருவர் விட்டுக் கொடுத்து பாசப் பிணைப்புடன் வாழ்ந்து வந்த வீடு அது..

அப்படிப்பட்ட வீட்டில் பிறந்தவள் வீணா.. உலகம் அன்பால் நிறைந்தது என்று சொல்பவள்.. அதிகாலைச் சூரியனையும், அந்தி வேளை தென்றல் காற்றையும் ரசிப்பவள்.. வாழ்வின் அழகியலை வாழ்ந்து பார்ப்பவள்..

3

4

மழை வேண்டும் பாலைவனத்தைத் தாண்டிப்
பயணிக்கும் கார்கால கரும் மேகங்கள்
எந்த சிரபுஞ்சியின் வறட்சியைக்
குளிர்விக்கப் போய் கொண்டிருக்கின்றன..?

வாசலில் நின்றிருந்தான் பாஸ்கரன்.. அவனது விழிகள் எதிர்வீட்டு பால்-கனியை வட்டமிட்டுக் கொண்டிருந்தன.. எங்கேயோ பார்ப்பதைப் போல எதிர்-வீட்டுப் பால்கனியைப் பார்த்து வைத்தான் அவன்.. எவரையோ எதிர்பாக்கும் பார்வை.. அதை மறைத்து யாருக்காகவோ காத்திருப்பதைப் போன்ற பாசாங்கு..

'உஸ்ஸ்..! அப்பாடா..! ஒரு பிகரைக் கணக்குப் பண்ணனும்னா என்னத்தை-யெல்லாம் பண்ணி வைக்க வேண்டியிருக்கு..'

வலித்த கால்களை மாற்றி நின்று கொண்டு பெருமூச்சு விட்டான்.. புதிதாக குடி வந்திருந்த எதிர் வீட்டுப் பைங்கிளி பால்கனியின் பக்கம் வரவே மாட்டேன் என்று விரதமிருப்பாள் போல.. அவளது நிழலின் சுவட்டைக் கூடக் காணோம்..

'என்னடா வாழ்க்கை இது..!' சலித்துக் கொண்டான் பாஸ்கரன்..

இப்படியா ஃபிகர்களின்றி வறட்சியாக அவனது வாழ்க்கை நகரும்..? கட்ட ஃபிகர்கூட வேண்டாம்.. ஒரு அட்ட ஃபிகருக்குமா வழியில்லாமல் போய் விட்-டது..?

அனல் பெருமூச்சில் அவன் தகித்துக் கொண்டிருந்த போது அதை நீக்க வரும் குளிர் தென்றலாய் எதிர் வீட்டின் பால்கனியில் ஒரு பெண் வந்து நின்றாள்..

'வந்துட்டா..' பாஸ்கரனின் விழிகளில் பல்ப் எரிந்தது..

அதுவரை தேமேயென்று நின்றிருந்தவன்.. ஒரு காலை மடித்துக் காம்பவுண்டு சுவரில் ஊன்றி.. மறுகாலை தரையில் ஊன்றி படு ஸ்டைலாக சாய்ந்து நின்றான்.

"ஸ்டைல் மன்னன்னு மனசுக்குள்ள நினைப்பு.."

அவனைக் கடந்து போன காந்தா சொன்னாள்.. 'போடி' எனும் பாவனையுடன் முகத்தைத் திருப்பிக் கொண்டான் பாஸ்கரன்.. பின்னே என்ன..? ஏதோ பார்க்க நன்றாக இருக்கிறாள் என்று அவன் 'ஜொள்' விட்டால் பதில் சொல்லாமல் ஆறு

மாதங்களாய் அவனை அலைக்கழித்து விட்டு கட்டக் கடைசியில் 'அண்ணா..' என்றழைத்து அவன் மனதைப் புண்ணாக்கிய மாதர்குல மாணிக்கம் அல்லவா அவள்..!

'அடியே காந்தா..! உனக்கு அட்டக் கருப்பா ஒருத்தன் சிக்குவாண்டி..' மனதிற்குள் ஆசிர்வதித்து விட்டு எதிர் வீட்டுப் பைங்கிளியைப் பார்த்தான்..

அவள் அன்ன நடையுடன் புத்தகத்தைப் பிரித்துப் படித்தபடி பால்கனியை அளந்து கொண்டிருந்தாள்.

'நேராப் பிடிச்சிருக்காளா.. இல்ல, தலைகீழாப் பிடித்திருக்காளா..?'

அவள் பிடித்திருக்கும் புத்தகத்தின் கோணத்தைப் பற்றி சந்தேகம் கொண்டான் பாஸ்கரன்.. கிட்டப் போயா பார்க்க முடியும்..? அதனால் அவள் எப்படிப் புத்தகத்தைப் பிடித்திருந்தால் அவனுக்கென்ன என்று அவளைப் பார்க்கும் பணியை செவ்வனே தொடர்ந்தான்..

அவள் தெருவை வேடிக்கை பார்ப்பதைப் போல இவனைப் பார்க்க.. தெருமுனையைப் பார்ப்பதைப் போல இவன் அவளைப் பார்க்க என்று நாடகம் நடந்து கொண்டிருந்தபோது அதைக் கலைக்கும் புண்ணியத்தைக் கட்டிக் கொண்டு ரவிவர்மனின் கார் வந்து நின்றது..

"ரவி..! என்னடா இந்தப் பக்கம்..?" அழமாட்டாத குறையாக வினவினான் பாஸ்கரன்..

"ஆபிஸீக்கு வரலை..?"

"வரனும்டா.."

பாஸ்கரனுக்குச் சள்ளையாக இருந்தது.. பார்வைப் பரிமாற்றம் நீடித்தால் அன்று அலுவலகத்திற்கு டேக்கா கொடுத்துவிடும் அற்புதப் பொறுப்புணர்ச்சியுடன் அவன் இருந்தான்.. அது புரியாமல் பூஜை வேளையில் கரடியாக ரவிவர்மன் வந்து தொலைத்தால் அவன் பாவம் என்ன செய்வான்..?

'இருந்திருந்து ஒரு ஃபிகர் என்னைச் சைட்டடிக்கும் நேரம் பார்த்தா இவன் வந்து தொலைக்க வேண்டும்..?'

பால்கனிப் பைங்கிளியின் பார்வை சாலையில் நின்று கொண்டிருந்த பாஸ்கரனை விட்டுவிட்டு காருக்குள் உட்கார்ந்திருந்த ரவிவர்மனின் பக்கமாக தாவியது..

'ஏய்ய்..! என்கிட்டயும் கார் இருக்கு..'

பதைப்புடன் தன் வீட்டு போர்டிகோவில் நின்று கொண்டிருந்த காரைப் பார்த்தான் பாஸ்கரன்.. அதன்மீது சாய்ந்து நின்று போஸ் கொடுத்து விடலாமா என்ற வேகம் அவனுக்குள் எழுந்தது..

"வரனும்னு சொல்லிக்கிட்டு இங்கே நின்னுக் கிட்டிருக்க..? காரில் ஏறு.." ரவிவர்மன் கார் கதவைத் திறந்து விட்டான்..

"ஏண்டா..? என் காரில் வர மாட்டேனா..?" உரக்கச் சொன்னான் பாஸ்கரன்..

பால்கனிப் பைங்கிளியின் பார்வை மறுபடியும் பாஸ்கரனின் மீது படிந்தது.. எதிர் வீட்டைப் பார்த்த ரவிவர்மன் உதட்டைப் பிதுக்கியபடி..

"இதுக்காவா இந்த பில்ட்-அப்..?" என்று கேட்டான்.

"மெல்லடா.. அவ காதில விழுந்திரப் போகுது.." பதறினான் பாஸ்கரன்.

"இதெல்லாம் ஒரு பிழைப்பு..! அடச்சீ.. காரில் ஏறு.."

"நீ முன்னாலே போ.. நான் பின்னாலே என் காரில வர்றேன்.."

"எதிர் வீட்டிலதான இருக்கா..? உன் காரைப் பார்த்துட்டுத்தான் உன்னையே பார்க்க ஆரம்பிச்சிருப்பா.. ஓவரா சீன் போடாம காருக்குள்ள ஏறு.."

"என்னடா இது உன்கூடப் பெரும் ரோதனையாப் போச்சு.. உன்னை யாருடா லண்டன்ல இருந்து சென்னைக்கு வரச் சொன்னது..?"

"விதி..!"

"ம்ஹீம்.. விதி வலியதுதான்.. உன்கிட்ட மாட்டிக் கிட்டேனே.."

வேறு வழியில்லாமல் பால்கனிப் பைங்கிளியை ஏக்கத்துடன் பார்த்தபடி காரில் ஏறிய பாஸ்கரன்..

"சீக்கிரமா காரைக் கிளப்புடா.." என்றான்..

"ஏன்டா..? அவ உன்னை விட்டுட்டு என்னை பார்த்திருவாங்கிற பயமா..? டோன்ட் வொர்ரி.. அவ பார்த்தாலும் நான் அவளைத் திரும்பிக் கூடப் பார்க்க மாட்டேன்.."

அபயமளித்தபடி காரைக் கிளப்பிய ரவிவர்மனுக்கு பெண்வாடை ஆகாது.. பள்ளிப் பருவத்திலிருந்தே அவன் வீசிய பகைமைப் பார்வையில் அரண்டு போன பெண்குலம் அவனை விட்டு எட்டடி தள்ளியே நின்றிருக்கிறது..

"அந்த ஒன்றுக்காகத்தானே உன்கூடப் பிரண்டா குப்பை கொட்டிக்கிட்டு இருக்கேன்.." என்றான் பாஸ்கரன்.

அவனது சோகக்கதை அப்படிப்பட்ட வரலாற்று முக்கியத்துவம் வாய்ந்தது.. பள்ளிப் பருவத்திலிருந்து அலுவலகப் பருவம் வரை அவன் கண்ணில் படும் கன்னியரையெல்லாம் அவனுடைய நண்பர்கள் கரெக்ட் பண்ணிக்கொண்டு போய் விடும் வரம் வாய்க்கப் பெற்றவன் அவன்.. பெண்ணென்றால் எட்டிக்காயைப் போலக் கசப்புடன் பார்க்கும் ரவிவர்மனின் நட்பை கடவுள் கொடுத்த வரமாக கொண்டாடுபவன்..

'ஹப்பா..! இவன் பக்கத்தில இருந்தா எப்படியாப்பட்ட அப்சரஸையும் துணிஞ்சு சைட் அடிக்கலாம்..'

இப்படியாகப்பட்ட நிம்மதியை நண்பனுக்குக் கொடுத்திருக்கும் ஆபத்பாந்தவன்-தான் ரவிவர்மன்.. பெண்களை அவன் காய்ச்சும் காய்ச்சலில் அரண்டு போய் ஒதுங்குபவர்களிடம் ஒத்தடம் கொடுப்பதைப் போலப் பேசி நட்புப் பயிர் வளர்த்து இளைப்பாறுபவன் பாஸ்கரன்.

'ஏதோ, இவன் படுத்தற பாட்டிலதான் என் பிழைப்பு ஓடிக்கிட்டு இருக்கு..' என்ற நன்றிக்கடன் பாஸ்கரனின் மனதில் என்றும் உண்டு.

சென்னையில் இருந்தவரை பாஸ்கரனுடன் சுற்றிக் கொண்டிருந்த ரவிவர்மன் லண்டனுக்கு மாற்றலாகிப் பறந்து போனபோது மெய்யாகவே வருத்தம் கொண்டான் பாஸ்கரன். ரவிவர்மனின் குணம் அத்தகையது. அவன் நட்பை மதித்துப் போற்று-பவன்.

'அவனைப் போல யாரிருப்பா..?'

யாரும் இல்லை.. ஆத்மார்த்தமாக பழகிய நண்பனின் பிரிவில் சிறிது காலம் வருந்திய பாஸ்கரன் மனதைத் தேற்றிக் கொண்டுத் தன் பிழைப்பைப் பார்க்க ஆரம்பித்த போது போன மச்சான் திரும்பி வந்தான் பூ மணத்தோடு என்ற கதை-யாக ரவிவர்மன் ஜெனரல் மேனேஜராக பிரமோசன் பெற்று சென்னைக்கே திரும்பி வந்து விட்டான்.

'வேலையில இவன் புலியாச்சே..' நண்பனை நினைத்துப் பெருமையாக இருந்-தது பாஸ்கரனுக்கு..

"யாருடா அந்தப் பொண்ணு..?"

"எதுத்த வீட்டுக்குப் புதுசா குடி வந்திருக்கு.."

"இது எத்தனை நாளைக்கு..?"

"தெரியலை.. அவ அண்ணான்னு கூப்பிடற வரைக்கும் ஓடும்ன்னு நினைக்கி-றேன்.."

சிரிக்காமல் பதில் சொன்னான் பாஸ்கரன்.. வாய் விட்டுச் சிரித்து வைத்தான் ரவிவர்மன்.

'எப்படித்தான் இப்படிச் சிரிக்கிறானோ..'

பெண்ணாசை எனும் மாய வலையில் மாட்டிக் கொள்ளாமல் சுதந்திரமாக சிரிக்கும் நண்பனைப் பொறாமையுடன் பார்த்தான் பாஸ்கரன்.

"உனக்குன்னு வந்து அமையறாங்க பாரு.. அதுசரி உன்கிட்டக் கார் இருக்-குன்னு ஏண்டாச் சத்தமாச் சொன்ன..?"

"காதலிக்கக் காரும் வேணும்.. காசும் வேணும்.. இவன் எவ்வளவு செலவு வைச்சாலும் தாங்குவான்.. ரொம்ம்ப நல்லவன்னு ஒரு பொண்ணுகிட்டப் பேர் வாங்கினாத்தான் காதலிக்க முடியும்.. அதுக்குத்தான் அந்தத் தண்டோரா.."

"காதலைப் பத்தி அருமையா விளக்கம் சொல்லிட்டடா மச்சான்.. புல்லரிக்-குது.."

"அப்ப நீயும் காதலிக்கப் போறியா..?"

"எனக்கெதுக்கு அந்த வெட்டி வேலை..? அதுக்குத்தான் உன்னை நேர்ந்து விட்டிருக்கே.. போதாதா..?"

இகழ்ச்சியுடன் உதட்டை மடித்தவனுக்குள் காதல் உணர்வுகள் ஏன் வருவ-தில்லை என்ற கேள்வி தோன்றியது பாஸ்கரனுக்கு..

அழகான பூமலர்ந்தால் ரசிக்கத் தோன்றாதா..?

அதுபற்றிய விளக்கத்தை ரவிவர்மனிடம் கேட்டால் அதற்கும் ஒரு வியாக்கி-னத்தைச் சொல்வான் என்பதால் பேச்சை மாற்றினான்.

"ரோட்டைப் பாரேன்.. அழகா இருக்கு.."

"மழை பெய்தா குப்பை கூளமெல்லாம் மழைத் தண்ணியில அடிச்சுக்கிட்டப் போயி சுத்தமாத்தான் இருக்கும்.. சாயந்திரம் பாரு.. கண்றாவியா இருக்கும்.." என்றான் ரவிவர்மன்.

5

கடந்து வந்தது காடல்ல - இனிக்
கடக்கப் போவதுதான் பெருங்காடு..!
இங்கே வழிகாட்டி அழைத்துச் செல்ல
எந்த அருள்ஜோதி வரப்போகிறது..?

'இவனிடம் போய் அழகியலைப் பற்றிப் பேசுவேனா..?'

வாயை மூடிக் கொண்டான் பாஸ்கரன்.. எதற்கெடுத்தாலும் வியாக்கினம் பேசு-பவனின் மனதில் மென்மையான உணர்வுகளுக்கு இடமில்லாமல்

போனதில் அவனுக்கு வியப்பு ஏற்படவில்லை.. ரசிக்கத் தெரிந்தவனால்தான் வாழ்வின் அழகியலை உணர முடியும்.. ரசிக்கத் தெரியாமல் வியாக்கினம் பேசுப-வன் அழகியலை எப்படி உணர்வான்..?

"நீ மாறவேயில்லை ரவி.."

"ஏன் மாறனும்..?"

"மாற்றம் ஒன்றுதான் மாற்றமில்லாதது.."

"இந்த புரோவெர்பை புரூவ் பண்ண நான் மாறித்தான் ஆகனும்னு யார் சொன்னது..?"

"ஏண்டா இப்படி இருக்கிற..?"

"எப்படி இருக்கிறேன்..? உன்னை மாதிரி, மத்தவங்களை மாதிரி அபத்தமா யோசிக்காம பிராக்டிகலா இருக்கேன்.. தட்ஸ் ஆல்.. பாஸ்கரா.. வாழ்க்கைங்கிறது நூடுல்ஸ் மாதிரிடா.. சிக்கலா நினைச்சா சிக்கலாத்தான் இருக்கும்.. டேஸ்டுன்னு நினைச்சா டேஸ்டாத்தான் இருக்கும்.."

"நீ எப்படி நினைக்கிற..?"

"நீ நினைக்கிற மாதிரி நினைக்கலை.. ஹா.. ஹா.."

"ஆச்சுவலா ரவி.. எனக்கு உன்மேல ஜெலஸா இருக்கு.. எதிலயும் சிக்க மாட்டேங்கறியே.."

"சிக்கினா கந்தலாக்கிருவாங்களே.. பேஸ்புக்கில ஒரு பொண்ணு பிரண்ட்-ரிக்வஸ்ட் கொடுத்துட்டாப் போதும்.. அது பேக் ஐடியான்னு கூடத் தெரியாம

ஜொள்ளு விடுற உன்ன மாதிரியான ஆளுக இருக்கிற வரைக்கும் அவங்க ஒரு ஜெனரேசனையே அலைய விட்டுக்கிட்டுத்தான் இருப்பாங்க.. நாமதான் பத்திரமா இருந்துக்கனும்.."

'யாருக்குத் தேவை அந்தப் பத்திரம்..?'

பாஸ்கரன் சொல்லத்தான் நினைத்தான்.. தொடர்ந்து வரப்போகும் வியாக்கின மழைகளை எண்ணி அதைச் சொல்லாமல் தவிர்த்தான்.

'சண்டையில கிழியாத சட்டை எது..?'

ரவிவர்மனிடம் சொன்னால் சட்டையை கிழிக்கிற சண்டையை என்ன அலுவலுக்காக போட வேண்டும் என்பான் என்பதால் கிழியாமலிருந்த சட்டைக் காலரை சரிசெய்து டையின் முடிச்சை இறுக்கி விட்டான்.

அலுவலக வளாகத்திற்குள் கார் நுழைந்தது.. கண்ணாடிச் சுவர்களுடன் இருந்த கட்டிடத்தை அண்ணாந்து பார்த்த ரவிவர்மன்.

"நிறைய சேன்ஜஸ் தெரியுது.." என்றான்

"நீதான் சேன்ஜ் ஆகாம ரிட்டனாகியிருக்க.. வா.."

காரை பார்க்கிங் ஏரியாவில் நிறுத்திவிட்டு அவர்கள் இறங்கி நடந்தார்கள்.. ரிசப்சனில் இருந்த ரோஜாவிடம் பாஸ்கரன் வழிய ஆரம்பிக்க அவன் தோளில் ஒரு தட்டு தட்டி இழுத்துக் கொண்டு போனான ரவிவர்மன்.

முடிக்க வேண்டிய சடங்கு சம்பிரதாயங்களை முடித்துவிட்டு ரவிவர்மன் ஜெனரல் மேனேஜராக பொறுப்பேற்றுக் கொண்டதும் பாஸ்கரன் கம்பெனியைச் சுற்றிக்காட்ட அவனை அழைத்துக் கொண்டு போனான்.

"ஹாய் ரமிலா.."

"என்ன பாஸ்..? இந்தப் பக்கம்..?"

"இவர்தான் புதிதாய் ஜாயின் பண்ணியிருக்கிற ஜி.எம்.."

"ஓ.. குட்மார்னிங் சார்.. கிளாட் டு மீட் யு.."

சந்தோசத்துடன் கை நீட்டியவளை உன்னைச் சந்தித்ததில் எனக்கேதும் சந்தோசம் இல்லை என்பதைப் போல முறைத்தபடி நகர்ந்தான் ரவிவர்மன்.

"என்ன பாஸ்.. இப்படிப் போறாரு..?"

"அவன் அப்படித்தான் ரமிலா.. உனக்கு நான் இருக்கேன்.."

"தேவைதான்... ஆமாம் ஜி.எம்மை அவன், இவன்ங்கறிங்க.. நீங்க அம்புட்டுத் தைரியசாலியில்லையே.."

"அவனும் நானும் பிரண்ட்ஸ்.. அவன் லண்டனுக்குப் போனான்.. புரமோசனில திரும்பி வந்திருக்கான்.."

"நீங்க இன்னும் மேனேஜராவே காலத்தை ஓட்டிக்கிட்டு இருக்கீங்க.. அவர் லண்டனுக்குப் போனா நீங்க பக்கத்தில இருக்கிற மலேசியாப் பக்கமாவது போயிருக்கலாமில்ல..?"

"மலேசியா போயிட்டா உங்களை யார் பார்த்துக்கிறது..?"

"என் வுட்-பி பார்த்துக்குவார்.."

"என்ன..? அதுக்குள்ள மேரேஜ் நிச்சயமாகிருச்சா..?"

"யெஸ்.. நெக்ஸ்ட் மன்த் மேரேஜ்.."

"தீயா வேலை செய்கிறீங்கப்பா.."

"பின்னே..? உங்களைப் போல மன்மத ராஜாக்கள் கிட்டயிருந்து தப்பிக்க வேணாமா..?"

"ஏன் தப்பிக்கனும்..? எதுக்காக தப்பிக்கனும்..?"

ரமிலாவிடம் கேள்விக் கணைகளைத் தொடுத்த பாஸ்கரனை..

"அங்கே என்னடா பேச்சு..?" என்ற ரவிவர்மனின் அதட்டல் சப்தம் இழுத்தது..

கடுகடுவென்ற முகத்துடன் ரமிலாவை எதிரியைப் பார்ப்பதைப் போல விரோ-தமாக பார்த்தபடி சற்றுத் தொலைவில் நின்று அதட்டிக் கொண்டிருந்தான் ரவி-வர்மன்.

"ஏன் அவர் இப்படி முறைக்கிறார்..?" ரமீலா கேட்டாள்..

"அவன் இப்படித்தான்னு சொன்னேனில்ல..?"

"எப்பவுமே இப்படித்தானா.. இல்ல.. எப்பவாவது ஓர்தரம் இப்படியா..?"

ரமிலாவின் கேள்வியே ஒரு தினுசாக இருந்தது..

இது மட்டும் ரவிவர்மனின் காதுகளில் விழுந்திருக்க வேண்டும்.. இவளைத் தொலைத்துக் கட்டி விட்டுத்தான் வேறுவேலை பார்ப்பான் என்ற நினைவுடன் ஓடியே போனான் பாஸ்கரன்..

முக்கியமான பேக்ஸ் ஒன்றை அனுப்பி விட்டு அதைப்பற்றிய நினைவுடன் வந்து கொண்டிருந்த வீணா ரவிவர்மனைக் கவனிக்கவில்லை.. யோசனையுடன் அவனைக் கடந்து போனவளின் செய்கையை அலட்சியம் என்று நினைத்து விட்-டான் ரவிவர்மன்.

"ஸ்டாப்.."

அவனுடைய கடுமையான குரலில் யோசனை கலைந்த வீணா எதிரில் நின்ற ரவிவர்மனைக் கவனிக்காமல் யாரை அவன் நிற்கச் சொன்னான் என்று திரும்பிப் பார்த்தாள்.. அதில் மேலும் கடுப்பான ரவிவர்மன்.

"உங்களைத்தான் சொல்றேன்.. ஹூ ஆர் யு..?" என்று அதிகாரமாக வின-வினான்.

அவள் வேலை பார்க்கும் கம்பெனியில் வந்து நின்று அவளையே யாரென்று ஒருவன் கேட்கிறானா..?

ஆச்சரியத்துடன் அவன் முகம் பார்த்த வீணா ஸ்தம்பித்து நின்று விட்டாள்..

ரவிவர்மனின் முகம் அவள் கம்யூட்டரில் வடிவமைத்திருந்த முகம் போல அப்-படியே இருந்தது.

'என்னடா இது..!'

அவன் கேள்விக்குப் பதில் சொல்லாமல் அவனை பாதாதிகேசம் முதல் அவள் பார்வை ஆர்வத்துடன் அளந்ததில் இகழ்ச்சியாக அவளைப் பார்த்த ரவிவர்மன்..

"அதுசரி.." என்று ஒரு மார்க்கமான குரலில் சொன்னான்..

எதுசரியென்று கேட்க முடியாமல் பிரமிப்பில் ஆழ்ந்திருந்தாள் வீணா.. ரவி-வர்மனின் முகம் கடுத்தது.

"வாட் இஸ் திஸ்..? ஆம்பளைகளைப் பார்த்ததே இல்லையா..?" கடுகடுத்து விட்டான்.

"வாட்..?" வீணா அதிர்ந்தாள்..

என்னதான் அவளுடைய பார்வை ஆர்வமாக அவன்மீது படிந்திருந்தாலும் அதை இப்படியா அவன் கேட்டு வைப்பான்..?

சுற்றிலும் நிலவிய நிசப்தத்தில் நிலைகுலைந்து போகாமல் சுதாரித்துக் கொண்-டாள் வீணா.. அனைவரும் அவர்களையே பார்த்துக் கொண்டிருக்கும் அந்தத் தருணத்தில் அவனது கேள்வியால் உருவாகி இருந்த மாசை அவள் விரட்டியடித்-தாக வேண்டும்.. இல்லையானால் அவளது மரியாதை கேள்விக்குறியாகி விடும் அபாயம் உண்டாகியிருக்கிறது..

"உங்களை மாதிரியான குதர்க்கமான ஆம்பளை களைப் பார்த்ததில்லை.." நிமிர்வாக பதில் சொன்னாள் வீணா..

'நெத்தியடியா விழுக வைச்சுட்டாள்ல..' ரமீலா மனதுக்குள் மெச்சிப் போனாள்..

'வேணும் இவனுக்கு..' ரோஜா மகிழ்ந்து போனாள்.

"இப்படியாடா வாயைக் கொடுத்து வாங்கிக் கட்டிக்குவ..?"

இப்படிக் கேட்டு விட்டானே என்று பதறிப் போயிருந்த பாஸ்கரன் நிம்மதிப் பெருமூச்சுடன் நண்பனைக் கடிந்து கொண்டான்.

ஒரு நொடியில் மிகச் சரியான எதிர் கேள்வியைக் கேட்டு தன் மரியாதையைக் காப்பாற்றிக் கொண்டு விட்டாள் வீணா.. அதில் முகம் கருத்தான் ரவிவர்மன்.

"இப்பப் பார்த்துட்டிங்க இல்ல.. இனிப் போகப் போக நிறைய குதர்க்கங்களைப் பார்ப்பீங்க.." எச்சரித்தான்..

"வித் பிளெசர்.. பார்த்துட்டாப் போச்சு.." இலகுவாக தோள்களைக் குலுக்கி-னாள் வீணா..

"டூட்டி டயத்தில என்ன உலாவல் வேண்டிக் கிடக்கு..?"

"நான் உலாவிக்கிட்டு இருந்தேன்னு உங்களுக்குத் தெரியுமா..?"

"எந்த சீட் உங்க சீட்..? இங்கே உங்களுக்கென்ன வேலை..?"

"அதைச் சொல்கிறதுக்கு முன்னாலே நீங்க யாருன்னு தெரிஞ்சாத் தேவலை.." நிதானமாக சொன்னாள் வீணா.

ரவிவர்மனுக்கு அவளைப் பிடித்ததோ இல்லையோ, அவளது நிதானத்தைச் சுத்தமாகப் பிடிக்கவில்லை.. அது என்ன ஆபிஸே அவனைக் கண்டு அலறும்போது.. அவள் மட்டும் அலறாமல் நிதானமாகப் பேசுவது..? அப்புறம் ரவிவர்மனின் இமேஜ் என்ன ஆகிறது..?

"ஷட் அப்..! கேட்ட கேள்விக்குப் பதில்.." அதட்டினான் அவன்...

"ஸேம் டு யு.." அசையாமல் பதில் சொன்னாள் அவள்.

"என்ன தைரியம்..!" மிளகாய்பழம் போல அவன் முகம் ஜிவுஜிவுத்து விட்டது..

அதைப் பற்றிய அலட்டல் எதுவும் இல்லாமல் பதுமைபோல அவள் நின்றதில் மிளகாய்பழத்தை அரைத்துப்பூசி விட்டதைப் போல அவன் தேகம் எரிச்சல் கண்டது.

மழைநேரத்துக் குளிர்பருவநிலை அவனுடைய கோபம் கண்டு தள்ளி நின்றதோ என்னவோ.. அவன் முகத்தில் வியர்வைத் துளிகள் அரும்பின..

6

கனக்கும் பாதங்களைத்
தூக்கி வைத்து நடந்து விடலாம்..
கனக்கும் மனதுடன்
எவ்விதம் வாழ்வுப் பாதையில் நடப்பது..?

ரவிவர்மன் சூறாவளியைப் போன்றவன்.. எங்கே சென்றாலும் சூழலைச் சிதைப்பவன் அவனாகத்தான் இருப்பான்.. முதன் முறையாக அவனது சூழலை அசைத்துப் பார்த்து எதிர்த்து நிற்கிறாள் ஒரு பெண்..!

வீணாவிடம் தெரிந்த நிமிர்வை ரவிவர்மன் விரும்பவில்லை.. அவன் கட்டுக்குள் வைத்துக் கொள்ள நினைத்த அலுவலகத்தில் முதல் தினமே கட்டுக்களை தகர்த்தெறிகிறாள் ஒருத்தி.. இதை எப்படி அவன் அனுமதிப்பான்..?

"நான் யாருன்னு நினைத்த..?" சீறினான்..

"ஹலோ..! கிவ் ரெஸ்பெக்ட் அண்ட் கெட் ரெஸ்பெக்ட்ங்கிற வெர்டை நீங்க கேள்விப் பட்டதில்லையா..? இந்த ஏக வசனத்தில் பேசுகிற பேச்செல்லாம் இங்கே வேணாம்.. பதிலுக்கு நானும் பேசினால் நீங்க தாங்க மாட்டிங்க.. அப்புறம் ஆபிஸ் அட்மாஸ்பியர் கெட்டுப் போயிரும்.. மைண்ட் இட்.." கண்டிப்புடன் அறிவுறுத்தினாள் வீணா..

அடுத்தடுத்த தோல்விகளில் நிதானமிழந்தான் ரவிவர்மன்.. உனக்கெல்லாம் மரியாதை கொடுக்க முடியாதுடி.. போடி.. என்று சொல்லத்தான் நினைத்தான்.. அவன் எசகுபிசகாக இப்படிப் பேசித் தொலைத்து விடுவான் என்பதை புரிந்து வைத்திருந்த பாஸ்கரன் பதறியடித்துக் கொண்டு ஊடே பாய்ந்து..

"வீணா மேடம்..! இது யாருன்னு நினைச்சீங்க..?" என்று சமசரமம் பேச ஆரம்பித்து ரவிவர்மனுக்கு தடா போட்டான்..

"யாருன்னும் நினைக்கலை சார்.. இவரைப் பத்தின நினைப்பு எனக்கெதுக்கு..?" மிளகாயின் காரத்தோடு கேட்டாள் வீணா..

'இவனை அடக்கிறது பெரும்பாடு.. அது புரியாம இந்தப் பொண்ணு திரும்பவும் வாய் வளர்க்குதே..' பாஸ்கரனின் பாடுதான் இம்சையாக இருந்தது.

அவன் பயந்ததைப் போலதான் நடந்தது.. ரவிவர்மனின் புருவங்கள் மிதப்பாக உயர்ந்தன.. இளக்காரமாக வீணாவை பார்த்து விட்டு..

"என்னவோ என்னைப் பத்தி இவங்களை நினைக்கச் சொன்னதைப் போலயில்ல பில்ட்-அப் கொடுக்கிறாங்க.. இப்பத்தான் புரியது.. வீணாவின் கைகுலுக்கலை அவன் ஏன் வேணான்னு சொன்னான்னு.." என்றான்..

பாஸ்கரன் அரண்டு விட்டான்.. சமீபத்தில் வந்த திரைப்படம் ஒன்றில் வீணா என்ற பெண்ணை அப்சரஸைப் போல இருப்பாளென்ற அதீத கற்பனை களுடன் சந்திக்கச் செல்லும் இளைஞன் சாதாரணத் தோற்றத்துடன் வருபவளைக் கண்டதும் தாங்க முடியாமல்.

"இதுவாங்க நீங்க சொன்ன 'கும்'மு..?" என்று விம்முவான்.. வீணா என்ற பெண் ஹாய் என்று கை குலுக்க கை நீட்டும்.. இவன் பகைமையுடன் கை உயர்த்தி..

"வேணா.." என்று மறுப்பான்..

அதைத்தான் ரவிவர்மன் சொல்கிறான்.. அந்தப் படத்தை யாரும் பார்த்திருக்கக் கூடாது என்று பாஸ்கரன் மனதுக்குள் வேண்ட..

"ஏய்ய்..! சார் சினிமா டயலாக்கைச் சொல்றாரு ரமீலா.." என்று ரமிலாவைத் திரும்பிப் பார்த்துக் சொல்லி பாஸ்கரனின் வேண்டுதலை நிறுத்தி வைத்தாள் வீணா..

'இவன் இருக்கானே..' பாஸ்கரனுக்கு ஆயாசமாக இருந்தது..

"மேனேஜர் சார்.. அந்த வீணா அவனுக்குக் கை கொடுக்க வந்தா.. அவன் வேணான்னு சொன்னான்.. இந்த வீணா அப்படியாப்பட்ட ஸ்டுப்பிட் வேலையையெல்லாம் செய்யலையே.. அப்புறம் என்ன அலுவலுக்காக பிலிம் டயலாக்கை வேஸ்ட் பண்றார்..?"

வீணா கேட்ட கேள்விக்குப் பதில் சொல்ல முடியாத பாஸ்கரன்..

"கேட்கிறாங்கள்ல.. சொல்லு.." என்று ரவிவர்மனிடம் சிடுசிடுத்தான்.

ரவிவர்மன் வீணாவை விட்டுவிட்டு பாஸ்கரனை முறைத்தான்.. நீ பாட்டுக்கு முறைத்துக் கொண்டு இரு என்று கிடைத்த இடைவெளியைப் பயன்படுத்திக் கொண்டு வீணா போய் விட்டாள்..

"லுக்.." என்று திரும்பிய ரவிவர்மன் அங்கே வீணா இல்லாததில் திகைத்தான..

"வேர் இஸ் ஷி..?" அவன் கொதிக்க.

"வேலையைப் பார்க்கப் போயிருப்பாங்க.." என்று விளக்கம் கொடுத்தான் பாஸ்கரன்.

ரமிலாவின் மெலிதான சிரிப்பில் தான் தோற்று விட்டதைப்போல உணர்ந்தான் ரவிவர்மன்.

'எங்கே போயிடப் போறா..? இங்கேதானே வேலை பார்க்கிறா.. சிக்காமலா போயிருவா..?'

வன்மத்துடன் அவனது கேபினை நோக்கிப் போனான்.. அவனுக்குப் பழக்கப்பட்ட வேலைதான் என்றாலும் முதல்நாளின் வேலையென்பதால் செக்கரட்டரியைக் கூப்பிட்டு சில விவரங்களைக் கேட்க ஆரம்பித்தான்.. இண்டர்காம் அலறியது..

"என் ரூமுக்கு வாங்க ரவி.." கட்டளையிட்டார் எம்.டி.

கேட்ட குறிப்புக்களைத் தயார் நிலையில் சேகரித்து வைக்கும்படி செக்கரட்டரிக்கு வேலை கொடுத்து விட்டு எம்.டியின் அறைக்குப் போனான் ரவிவர்மன்.. ஏற்கனெவே அங்கே ஒரு பெண் அமர்ந்திருப்பது தெரிந்தது.. அவனுக்கு முதுகு காட்டி அமர்ந்திருந்தவளின் முகத்தைப் பார்க்காமல் வேறு திக்கில் பார்த்தபடி சற்றுத் தள்ளி உட்கார்ந்தான் ரவிவர்மன்.

"வெல்கம் பேக் மிஸ்டர் ரவிவர்மன்.." வரவேற்றார் எம்.டி.

"தேங்க் யு சார்.."

"லண்டன்ல பிய்ச்சு உதறினீங்க.. அதனாலதான் இம்மீடியட் புரமோசன்ல உங்களை சென்னைக்கு வர வைச்சிருக்கிறேன்.."

"தேங்க்ஸ் எகெய்ன் சார்.."

"பை தி வே.. ஷி இஸ் வீணா.. நம்ம ஆபிஸின் பெர்சனல் மேனேஜர்.. வீணா.. ஷி இஸ் ரவிவர்மன்.. ஜி.எம்மா ஜாயின் பண்ணியிருக்கார்.. லண்டன்ல இருந்து ரிட்டர்னாகியிருக்கார்.."

எம்.டியின் பரஸ்பர அறிமுகத்தில் ஒருவரையொருவர் பார்த்துக் கொண்டவர்களுக்கு 'சுரீர்' என்று இருந்தது.

'இவனா நியு ஜி.எம்..? விளங்கினாப்புலதான்..' வீணாவுக்குத் தலை வேதனையாய் இருந்தது.

'இவள் பெர்சனல் மேனேஜரா..? அதான் இந்தத் திமிர்.. லேடிஸீக்கெல்லாம் ஹை பொஸிசனைக் கொடுக்கவே கூடாது.. பாஸ்கரன் இருக்கானில்ல.. அவனை பெர்சனல் மேனேஜராக்கியிருக்கக் கூடாதா..?'

வெகு விரைவில் வீணாவிற்கு பதவியிறக்கத்தை உண்டு பண்ண வேண்டும் என்ற சங்கல்பத்தை எடுத்தான் ரவிவர்மன்..

"உங்களுக்கே தெரியும்.."

ரவிவர்மனையும், வீணாவையும் பொதுவாக பார்த்தபடி எம்.டி பேச ஆரம்பிக்க 'கடனே' என்று இருவரும் கவனித்து வைத்தார்கள்.

"ஒரு ஆபிஸ் ஒழுங்கா ரன் பண்ணனும்னா அங்கே ஜெனரல் மேனேஜரும பெர்சனல் மேனேஜரும் ஒன்று பட மனதோடு இருந்தாகனும்.."

எம்.டி சொல்லிக் கொண்டிருக்க ரவிவர்மன் வீணாவை 'வெட்டவா இல்லை குத்தவா..?' என்று பார்த்து வைத்தான்.. பதிலுக்கு அவள் 'என் கை பூப்பறிக்-

குமா..' என்று பார்வையில் கேட்டு வைத்தாள்..

"இரண்டு பேருமே பெஸ்ட் வொர்க்கர்ஸ்.. ஸோ.. உங்களுடைய பெட்டர் ஆக்டிவிட்டிஸீம் கோ-ஆப்பரேசனும் நம் கம்பெனியோட சென்னை பிரான்சை ஹை லெவலுக்குக் கொண்டு போகும் என்பதில் எனக்குச் சந்தேகமில்லை.."

'என்ன மாதிரியான நம்பிக்கை..!' வீணாவுக்கு சிரிப்புத்தான் வந்தது.

ரவிவர்மனின் முகத்தைப் பார்த்தால் கம்பெனியை ஒரு வழியாக்காமல் விடமாட்டான் போலத் தெரிகிறது.. இதில் எம்.டி ஹை-லெவலைப் பற்றிக் கனவு காண்கிறார்.

"எந்த டிசிசனா இருந்தாலும் கலந்து பேசி டிசைட் பண்ணுங்க.."

'இவன்கிட்டக் கலந்து பேசிட்டாலும்..'

வீணாவின் நினைவை ரவிவர்மன் முகத்தில் பிரதிபலித்தான்.. போடா என்பதைப் போல முகத்தைத் திருப்பிக் கொண்டாள் வீணா.. அதில் முகம் கடுத்த ரவிவர்மன்..

'இருக்குடி உனக்கு..' என்று மனதுக்குள் கருவிக் கொண்டான்.

அது தெரியாத அப்பாவி எம்.டி. அவர்கள் இருவரும் ஒன்றுபட்ட மனதுடன் உழைத்து அந்த அலுவலகத்தை அமைதிப் பூங்காவாக மாற்றிக் காட்டுவார்கள் என்ற பேராசையுடன் அவர்களுக்கு விடை கொடுத்து அனுப்பினார்.. அறையை விட்டு வெளியே வந்தவர்கள் யுத்த களத்தில் நிற்கும் எதிரிகளைப் போல ஒருவரையொருவர் முறைத்துக் கொண்டார்கள்..

"நீங்கள்ளாம் பெர்சனல் மேனேஜரா ஆகிற அளவுக்கு இந்த சென்னை பிரான்ச் இருக்கு.."

"இதையே நானும் சொல்லலாம்.."

"எப்படிச் சொல்லலாம்..?"

"நீங்கள்ளாம் ஜெனரல் மேனேஜரா வருகிற அளவுக்கு இந்த சென்னை பிரான்ச் இருக்கு.."

விட்டுக் கொடுக்காமல் பதிலடி கொடுத்தவளின் செவிலில் இரண்டு அப்பு அப்பினால் என்ன என்ற ஆத்திரம் கிளர்ந்தது ரவிவர்மனுக்கு..

'எதுக்கெடுத்தாலும் பதிலுக்குப் பதில் கொடுத்துடறாளே..' அவளை முறைத்தான்.

"என் லெவல் தெரியாம பேசக் கூடாது.."

"உங்களுக்கு மட்டும் லெவல் சொந்தமானதில்லை.."

"ஏதோ புளூட்டில் பெர்சனல் மேனேஜராகிட்டா நீங்க பெரிய ஆளாகிற மாட்டிங்க.. மைண்ட் இட்.."

"அதே புளூட்டில் ஜெனரல் மேனேஜராகியிருக்கிறவர் இந்த டயலாக்கைச் சொல்லக்கூடாது.. மைண்ட் இட்.."

"யு... யு.."

கோபத்தில் மூச்சிரைத்தவனை கண்டு கொள்ளாமல் போய் விட்டாள் வீணா.. பல்லைக் கடித்தபடி கேபினுக்குத் திரும்பியவனிடம் அவன் கேட்ட விவரங்களை நீட்டினாள் செக்கரட்டரி..

"என்ன இது..?" அவன் கோபம் செக்கரட்டரியின் மீது பாய்ந்தது..

"நீங்க கேட்ட இன்பர்மேசன்ஸ் சார்.." அவள் திகைத்தாள்..

"இப்பத்தானே எம்.டி ரூமுக்குப் போயிட்டு வர்றேன்..? உடனே முகத்தில அடிக்கிறதைப் போல நீட்டியாகனுமா..? கொஞ்சம் ரிலாக்ஸ் ஆன பின்னாலே கொடுக்க வேண்டியதுதானே..?"

"ஸாரி சார்.."

"இதை ஒன்னைச் சொல்லிருவிங்க.. போங்க.. போய் உங்க சீட்டில் உட்-காருங்க.. நான் கேட்கிறப்ப கொடுத்தாப் போதும் எனக்குன்னு செக்கரட்டரியை செலக்ட் பண்ணியிருக்காங்க பாருங்க.."

சுள்ளென ரவிவர்மன் பேசியதில் பாதிக்கப்பட்டாள் சுபா.. ஜி.எம்மின் செக்-கரட்டரி என்ற கெத்தோடு இருந்தவளுக்கு நடுக்கம் ஏற்பட்டது.. தினமும் இது-போன்ற சுடுசொற்களைத் தாங்குவதாக இருந்தால் இந்தப் பதவியே வேண்டாம் என்று எழுதிக்கொடுத்து விடலாமா என்றுகூட யோசித்தாள்..

7

சுடும் கனலும் கார்காலப் புனலும்
காதல் கொள்வது சாத்தியமென்றால்..
உன்மீது நான் கொள்ளும் காதலும்
சாத்தியப்படக் கூடுமல்லவா..?

'என்ன ஒரு ஆச்சரியம்..!'

லேப்டாப்பின் திரையிலிருந்த உருவத்தை உற்றுப் பார்த்துக் கொண்டிருந்த வீணாவுக்கு ஆச்சரியமாக இருந்தது.. எப்படி இது நிகழ்ந்தது..? சுகந்தி எச்சரித்த போது 'நோ சான்ஸ்' என்றாளே.. உண்மையில் அவள் வடிவமைத்த உருவத்தைப் போல ஒருவன் எதிரே வந்து நிற்கிறானே.. எப்படி..?

"மே ஐ கமின் மேம்.."

அறைக்கதவு விரல் நுனியால் மெலிதாகத் தட்டப் பட்டதில் அவசரமாக லேப் டாப்பை மூடினாள் வீணா..

'யாராச்சும் பார்த்தா அவன் படத்தை நான் ஸேவ் பண்ணி வைத்திருக்கேன்னு நினைச்சுக்கப் போறாங்க.. எதுக்கு வம்பு..?'

"யெஸ் கமின்.."

நிமிர்ந்து உட்கார்ந்து குரல் கொடுத்தாள்.. சுபா வந்தாள்.. கலங்கிச் சிவந்திருந்த விழிகளுடன் இருந்தவளைப் பார்த்த வீணா துணுக்குற்றாள்..

"வாட் ஹேப்பன் சுபா..? எனி திங்க் பிராப்ளம்..?"

"புது ஜி.எம் ஹார்ஷாப் பேசறார் மேம்.."

'இவ்வளவுதானா..?'

பெரிதாக ஒன்றுமில்லை என்பதில் வீணாவுக்கு நிம்மதி உண்டானது..

"நானும் நோட் பண்ணினேன்.. அவர் நேச்சர் அப்படி.. இதுக்குப் போயா ஃபீல் பண்றீங்க..?"

"எனக்கு வேற சீட் வேணும் மேம்.."

"வொய்..? நேத்து வரை ஜி.எம்மோட பெர்சனல் செக்கரட்டரிங்கிற பொசிசன்ல உங்களுக்கு விருப்ப மிருந்ததே.. அது பவர்புல் சீட்டாச்சே.."

"ம்ப்ச்.. நேத்து வரைக்கும் அப்படித்தான் இருந்தது.. இப்போது பாவப்பட்ட சீட்டா மாறிப் போச்சு மேம்.."

சோகமாக முகத்தை வைத்துக் கொண்டு சுபா சொன்ன விதத்தில் சிரித்து விட்டாள் வீணா.. வேலையில் ஜாயின் பண்ணிய முதல் நாளிலேயே ஒரு பவர்புல் சீட்டைப் பாவப்பட்ட சீட்டாக்கி விட்ட ரவிவர்மனின் தீரத்தை நினைத்தவளுக்கு சிரிப்பு அதிகரித்தது..

'இப்படியா ஒருத்தன் வந்த முதல் நாளிலேயே செக்கரட்டரியை ஓட்டி விடு-வான்..?'

"அவசரம் வேண்டாம் சுபா.."

"இது அவசரமில்லை மேம்.. பயம்.. வீட்டில் ஆயிரம் பிரச்னைகளோடு வேலைக்கு வர்றோம்.. ஆபிஸ் சிச்சுவேசனாவது. பீஸ்புல்லா இருக்கனும் மேம்.. இல்லைன்னா மூச்சு முட்டிரும்.."

"வாஸ்தவம்தான்.. பட்.. பூப்பாதையிலேயே நடந்து கொண்டிருக்கவும் முடியாது சுபா.. கரடு முரடான பாதையிலயும் நடந்தாகனும்.. அது நம்மளோட டியூட்டி.."

"இது கரடு முரடான பாதையில்ல மேம்.. முள் பாதை.."

சரியாகத்தான் சொல்கிறாள் என்று நினைத்துக் கொண்டாள் வீணா.. முள்-போன்ற சுபாவமுடையவனிடம் வேலை பார்த்தால் நாள் முழுவதும் 'கெதுக்' 'கெதுக்' எனச் செத்துப் பிழைக்க வேண்டும்.. அப்படி வேலை பார்ப்பதை யார் விரும்புவார்கள்..?

"நீங்க செக்கரட்டரி கோர்ஸ் முடிச்சு அந்த வேலைக்காகவே அப்பாயிண்ட்-மெண்ட் ஆனவங்க.. உங்களை வேற எந்த சீட்டுக்கு மாத்தறது..?"

"உங்களுக்கு செக்கரட்டரியா வந்து விடுகிறேனே மேம்.."

அழமாட்டாத குறையாக சுபா கெஞ்சிக் கொண்டிருந்த போது..

"அடிப்பாவி.." என்று புயலாக உள்ளே வந்தாள் அஜந்தா..

"உனக்கு நான் என்னடி கெடுதல் பண்ணினேன்..? ஏன் என்னோட சீட் மேல கண் வைக்கிற..?"

"அஜந்தா ப்ளீஸ்.. என் சீட் மட்டும் குறைச்சலான சீட்டா..? நாம இடம் மாறிக்குவோம்டி.."

"அந்தக் கதையே வேணாம்.. மேம்.. நான் உங்களோட செக்கரட்டரி.. யாருக்-காகவும் என் சீட்டை விட்டுக் கொடுக்க மாட்டேன்.."

கறாராக அறிவித்து விட்டாள் அஜந்தா.. அழுத முகமும் சிவந்த கண்களுமாக என்றைக்கும் இல்லாத திருநாளாய் சுபா வீணாவைத் தேடி வந்தவுடனே உஷா-ராகி விட்டவள் அவள்..

'கடுவன் பூனையொன்னு ஜி.எம்மா வந்திருக்குது.. இவ பி.எம் மேமைப் பார்க்க வர்றா.. ஏதோ விசயம் இருக்குது..'

எச்சரிக்கையுடன் கதவில் பல்லி போல ஒட்டிக் கொண்டு ஒட்டுக் கேட்டாள். அவள் நினைத்தது போல சுபா அஜந்தாவின் இருக்கையைத் தட்டிப் பறிக்க முயன்றபோது ஆத்திரத்துடன் உள்ளே புகுந்து விட்டாள்.

"ஏய்ய்.. புது ஜி.எம் உர்ருன்னு இருக்காருடி.."

"அதுக்கு நான்தான் கிடைச்சேனா..?"

"வள்ளு, வள்ளுன்னு விழுகறார்டி.."

"பிடுங்குபட என்னை அனுப்பி வைக்கலாம்ன்னு திட்டம் போட்டிருக்கயே.. நீயெல்லாம் ஒரு பிரண்டா..?"

அங்கே அடிதடி சண்டை உருவாக வழக்குத் தீர்த்து வைத்து அஜந்தாவையும் சுபாவையும் சமாதானப்படுத்தி வைப்பதற்குள் வீணாவுக்கு போதும் போதுமென ஆகி விட்டது.. ஒருவழியாய் அவள் மூச்சு விட்டு நிமிர்ந்த போது புயல் போல உள்ளே வந்த ரவிவர்மன் சுபாவைப் பார்த்து கை நீட்டியபடி வீணாவிடம் சப்தம் போட்டான்.

"இவங்க எனக்கு பி.ஏ.வா..? இல்லை உங்களுக்குப் பி.ஏ.வா..?"

ஆஹா என்று மகிழ்ந்து போன சுபா கிடைத்தது வாய்ப்பென்று இவங்களுக்குத்தான் பி.ஏ என்று சொல்லப் போனாள்.. அப்படி ஏதும் விபரிதம் விளைந்து விடக் கூடாது என்ற பதட்டத்துடன்.

"சுபா உங்களோட பி.ஏ ஜி.எம் சார்.. பி.எம் மேமோட பி.ஏ நான்தான்.. என் பெயர் அஜந்தா.." என்று முந்திக் கொண்டுத் தன்னைத் தற்காத்து தன் சீட்டை நிலை நிறுத்திக் கொண்டாள் அஜந்தா..

"அப்புறம் ஏம்மா என் பி.ஏவை உங்க பி.எம் வேலை வாங்கிக்கிட்டு இருக்காங்க..? ஜி.எம் டேபிளில் வேலையே இல்லைன்னு நினைச்சிட்டாங்களா..?"

ரவிவர்மன் இரைந்தான்.. இல்லை, சுபா தானாகத்தான் வந்தாள் என்பதைச் சொல்லப் போன அஜந்தா வீணாவின் கண் சமிக்ஞையில் மௌனமானாள்..

"செர்டெயின் பர்டிகுலர்ஸ் தேவைப்பட்டது ஜி.எம் சார்.. அதைக் கொடுக்கத்தான்.. சுபா வந்தாங்க.. நௌ யு கேன் கோ யுவர் சீட் சுபா.."

வீணாவின் உத்தரவில் சுபா வெளியேறிவிட்டாள்.. அதற்கும் சண்டைக்கு வந்தான் ரவிவர்மன்.

"ஜி.எம்மோட பி.ஏ என் ஆர்டரைத்தான் ஓபே பண்ணனும்.. நீங்க யார் ஆர்டர் போட..?"

அஜந்தாவுக்குத் தலை வலித்தது.. இப்பேற்பட்ட ஜி.எம்மிடம் மாட்டி விட நினைத்த சுபாவை மனதுக்குள் சபித்தபடி அந்த இடத்தை விட்டு அகன்று விட்டாள்.

'இவன் வந்தாலே பெண் குலம் அலறியடிச்சுக்கிட்டு இடத்தைக் காலி பண்ணுது..'

ஏனோ அவன் சுவராஸ்யமானவன் என்று தோன்றியது வீணாவிற்கு.. அதனால்தானோ என்னவோ.. தொடர் மழைபோல அவன் கத்திக் கொண்டிருந்த எதுவும் அவள் காதுகளில் விழவே இல்லை.. போதி மரத்தடியில் அமர்ந்து ஞானம் பெற்று விட்டவளைப் போல அவள் பொறுமை காக்க.. அஜந்தாவின் போன்கா-லில் அலறியடித்துக் கொண்டு வந்த பாஸ்கரன் ரவிவர்மனுக்கு வேப்பிலை அடித்து மலையிறங்க வைத்து அவனது கேபினுக்கு அனுப்பி வைத்தான்.

"ஸ்ஸ்ஸ்.. அப்பாடா.."

நெற்றி வியர்வையை வழித்து விட்டபடி வீணாவிடம் திரும்பிய பாஸ்கரன் ரவி-வர்மனுக்காக பரிந்து பேச முயன்றான்.

"விடுங்க மேனேஜர் சார்.. அவர் அப்படித்தான்னு சொல்ல வர்றீங்க.. அது-தானே..?"

"ஆமாங்க.."

"பாக்கத்தான் சிடுசிடுன்னு இருப்பார்.. குனத்தில் தங்கம்ன்னு சொல்லப் போறிங்க.. அப்படித்தானே..?"

"எப்புடிங்க..?"

ஆச்சரியப்பட்டுப் போனான் பாஸ்கரன்.. வீணாவின் இது போன்ற புத்திசா-லித்தனமான அணுகுமுறைகள் அவனைக் கவிழ்த்தியிருக்கின்றன.. அவள்தான் அவனிடம் கவிழ மாட்டேனென்று நிமிர்வாய் போய் விடுவாள்..

"அது அப்படித்தான்.."

பேசியபடியே திரும்பிய வீணாவின் கை யதேச்சையாக பட்டதில் லேப்டாப்பின் திரை ஒளிர்ந்தது.. அதில் ஸ்கிரீன் பிக்சராக இருந்த படத்தில் பாஸ்கரன் அயர்ந்து விட்டான்.

அவன் பார்த்த பார்வையில் வீணா சங்கடம் கொண்டாள்..

'இவன் என்னைப்பத்தி என்னன்னு நினைப்பான்..?'

"ரவியை உங்களுக்கு முதலிலேயே தெரியுமா..?"

"தெரியாது.."

"அப்புறம் எப்படிங்க அவன் போட்டோவை ஸ்கிரின் பிக்சரா வைத்திருக்-கீங்க..?"

"இது அவரோட போட்டோ இல்லை சார்.."

உதட்டைக் கடித்தபடி விவரம் சொன்னாள் வீணா.. பாஸ்கரனுக்கு ஆச்சரியத்-திற்கு மேல் ஆச்சரியமாக இருந்தது..

"அப்பவே அம்மா சொன்னாங்க.. டெலிட் கொடுத்திருடின்னு.. நான்தான் டிராயிங்தானேம்மான்னு டெலிட் கொடுக்காமல் விட்டுட்டேன்.."

"இது டிராயிங்கா..? அச்சு அசல் ரவியைப் போலவே இருக்குது.." வியப்புடன் சொன்னான் பாஸ்கரன்.

அவன் போன பின்பு ஸ்கிரின் பிக்சரை மாற்றி விட்டாள் வீணா.. படத்தை அழிக்க மனம் வரவில்லை.. ஏனென்று புரியாத புதிரான உணர்வுகளுடன் பத்திரப் படுத்தி மற்றவர்கள் பார்க்க முடியாத வகையில் பதுக்கி வைத்தாள்.. மாலையில் வீட்டுக்குக் கிளம்பும் போது இன்றைய நாள் என்ன மாதிரியான நாள் என்று சிரிப்பு வந்தது..

ஒரு புயல் போல அல்லவா ரவிவர்மன் வந்து சேர்ந்திருக்கிறான்..?

8

புதிரான வாழ்க்கை இது..! - நம்முன்
புதிர்களைக் குவித்துக் கொண்டேயிருக்கிறது..
விடுவிக்க முடியாமல் விடுகதைகளில்
புதைந்து கொண்டிருக்கிறோம் நாம்..

"ஆனாலும் நீ அப்படிக் கேட்டிருக்கக் கூடாதுடா ரவி.."

ஆட்சேபித்தான் பாஸ்கரன்.. அவனது கண்டனக் குரலைத் துளியேனும் சட்டை செய்யாமல் கார் ஓட்டுவதிலேயே கவனமாக இருந்தான் ரவிவர்மன்.. ஒரே நாளில் அலுவலகத்தைக் கலங்கடித்து விட்ட சிந்தையேதும் இல்லாமல் நிர்மல-மான முகத்தோடு எப்படி இவனால் காரோட்ட முடிகின்றது என்ற பொறாமையில் வெந்து தணிந்தான் பாஸ்கரன்..

'ஒருத்தி முகத்தைத் தூக்கிக்கிட்டாக் கூட எனக்கு வேலை ஓட மாட்டேன்கி-றது.. இவன் என்னடான்னா ஒட்டுமொத்த பொண்ணுகளையும் முகத்தைத் தூக்க வைச்சிருக்கான்.. அதப்பத்திக் கொஞ்சமாவது அலட்டிக்கிறானா..?'

முற்பிறவியில் ரவிவர்மன் ரிஷ்யசிருங்கராக இருந்திருக்கக் கூடும் என்று கணித்தான் பாஸ்கரன்.. இப்பிறவியிலும் அந்த வாசனை தொடர்கின்றது என்ற அனுமானம் அவனுக்கு..

'இவனை லவக்க எந்த வைசாலி வந்து நிக்கப் போகிறாளோ..'

காரை வளைத்து ஒடித்து கடற்கரைச் சாலையில் லாவகமாகத் திருப்பிய ரவி-வர்மன், மணலில் கால் புதைய நடந்து கொண்டிருந்த அதிரூப லாவண்யவதிகளை பார்வையிட்டான்..

"நீ கூட சைட் அடிப்பியா..?" ஆச்சரியமானான் பாஸ்கரன்..

"விரதமிருக்கவன்னு நினைச்சியா..?" தலை முடியைச் சிலுப்பினான் ரவிவர்-மன்..

"லண்டனுக்குப் போனதில வந்த சேன்ஜாடா இது..?"

"அப்படியும் வைச்சுக்கலாம்.."

"என்னத்த வைச்சுக்கறதோ.. உன்னைப் பார்க்காமலே படம் வரைஞ்சு லேப்டாப்போட ஸ்கிரின் பிக்சரா வைச்சிருக்கா ஒருத்தி.."

ரவிவர்மனின் புருவங்கள் வளைந்து நெளிந்தன.. பாஸ்கரன் கூறியதை உட்கிரகித்துக் கொண்டவன் அவன் சுய உணர்வுடன் தான் பேசுகிறானா என்பதை அவதானிப்பவனைப் போல அவனை உற்றுப் பார்த்து வைத்தான்.. வேற்று கிரகவாசியைப் பார்ப்பதைப் போலவே இருந்தது அவன் பார்வை.. அதில் காண்டாகிப் போன பாஸ்கரன்..

"இப்படிப் பார்க்காதேடா.." என்று எரிந்து விழுந்தான்.

"நான் பார்த்ததுக்கே இப்படிச் சொல்கிறயே.. அவ மட்டும் என்னை அப்படிப் பார்க்கலாமா..?"

"மச்சம்டா உனக்கு.."

"இது எதுக்கு..?"

"அவனவன் அழகான பொண்ணு நம்மை ஏறெடுத்தாவது பார்க்க மாட்டாளான்னு தவமிருக்கான்.. நீ என்னடான்னா உன் மூஞ்சியையும் ஒரு மூஞ்சின்னு நினைச்சு உத்து உத்துப் பார்த்தவள கடுப்பேத்திட்டு வந்திருக்கிற.. இத என்னத்தன்னு சொல்றது..?"

"எதுவும் சொல்லாதே.."

காரை ஓரம் கட்டி நிறுத்திய ரவிவர்மன் கார் கதவைத் திறந்தான்.. கடல் காற்று முகத்தில் அடித்தது.. கண்மூடி அதை அனுபவித்து சுகித்தான்.. இது போன்ற மென்மையான உணர்வுகளுக்கும் இவனுக்கும் ரொம்பத் தூரமாச்சே என்று யோசித்தான் பாஸ்கரன்.. வேலை மெனக்கெட்டு கடலுக்கு வந்துதான் கடல்காற்றை அனுபவிக்கனுமா..? வீட்டில் ஏசி போட்டு குளிர் காற்றை அனுபவித்தால் ஆகாதா என்று வியக்கினம் பேசுபவன் அவன்..

'பீச்சு காத்தை அனுபவிக்கவா இங்கே வந்து நிற்கிறான்..? இடிக்குதே..' தாடையைத் தடவினான் பாஸ்கரன்..

"அமெரிக்காக்காரன் ஒருத்தன் பிஸினெஸ் பேச ஸ்டார் ஹோட்டலை சூஸ் பண்ணாமல் மெரினா பீச் மணலை சூஸ் பண்ணியிருக்கான்.. இதை என்னத்தைன்னு சொல்றதுன்னு சொல்லு கேட்டுக்கறேன்.. அதை விட்டுட்டு எவளோ ஒருத்தி காணாததைக் கண்டதைப் போல என் முகத்தை உத்து உத்துப் பார்த்ததைச் சொல்லாதே.. கெட்ட கோபம் வந்திரும்.."

"உனக்கு என்னைக்குத்தான் நல்ல கோபம் வந்துச்சு..? முதல்ல ஒன்றைத் தெரிஞ்சுக்கோ.."

"அது தெரியாமலா எம்.ஈ முடிச்சு, எம்.பி.ஏ முடிச்சு கடல் கடந்து குப்பை கொட்டிட்டு வந்திருக்கேன்..?"

"தாங்க மாட்டேன்டா.. இப்புடி மொட்டை ரம்பத்தைப் போடாதே.. நீ சொன்ன ஒன்று வேற.. நான் சொல்ற ஒன்று வேற.. மேத்தமடிக்ஸை விட்டு வெளியே வாடா மச்சான்."

விட்டால் ரவிவர்மனின் பாதங்களைத் தொழுது விடுவான் போல ஆகி விட்டான் பாஸ்கரன்.. அதைப் பற்றிய கவலை கிஞ்சித்தும் இல்லாமல்..

"அப்ப நீ சொன்ன ஒன்று நம்பர் இல்லையா..?" என்று அறியாப் பிள்ளை போலக் கேட்டு சோதித்து வைத்தான் ரவிவர்மன்.

"வேண்டாம்டா.. விட்டிரு.. அழுதுருவேன்.."

பஸ்கரன் அச்சுறுத்தியதினால் போனால் போகிற தென்று விட்டுக் கொடுத்தவன்.. "சரி.. சரி.. சொல்லித் தொலை.." என்றாள்.

"நான் சொன்ன ஒன்று இதுதாண்டா மச்சான்.. வீணா எவளோ ஒருத்தி இல்லை.."

"பின்னே..? உனக்கு மாமன் மகளா..? இல்லை எனக்கு அத்தை மகளா..?"

திமிராக விதண்டாவாதம் பேசுகிறவனின் கொழுப்பில் பாஸ்கரனுக்கு கோபம் வரவில்லை.. அவனுக்கு பெரியப்பா மகள், சித்தப்பா மகள் போன்ற உறவு முறைகளைச் சொன்னால்தான் ஒவ்வாது.. இதுபோன்ற உறவு முறைகளைச் சொன்னால் மகிழ்ந்து போவான்..

"அவளை மாமன் மகள்ன்னு சொல்லிக்க எனக்கும் ஆசைதான்.."

"ஆசைப்பட்டா சொல்லித் தொலைக்க வேண்டியது தானே.."

"அவ ஒருத்திதான் என்னை அண்ணா முறை போட்டுக் கூப்பிடாம இருக்கிறா.. அதுக்கும் வேட்டு வைக்கனுமான்னு தான்.."

"ஹா.. ஹா.."

வாய்விட்டுச் சிரித்த அந்த குசும்புக்காரனை உற்றுப் பார்த்தான் பாஸ்கரன்.. ரவிவர்மனை எந்தப் பெண்ணும் 'அண்ணா' என்ற உறவு முறையைச் சொல்லி அழைத்த தில்லை என்பது அசந்தர்ப்பமாக அவன் நினைவுக்கு வந்து தொலைத்தது.

'அப்படி என்கிட்ட இல்லாத எது இவன்கிட்ட இருக்கு..?'

அச்சந்தேகத்தை வாய் விட்டுக் கேட்டும் வைத்தான்.. ரவிவர்மனின் சிரிப்பு அதிகரித்தது.. அவன் பாஸ்கரனின் தோள்மீது கை போட்டுக் கொண்டு..

"அதாண்டா எனக்கும் தெரியலை.." என்று கவலைப் பட்டான்..

"பெருமை..?"

"ஒரு 'மை'யும் இல்லைடா மச்சான்.. உன் முகத்தில் இவன் அக்மார்க் நல்லவன்னு எழுதி ஒட்டியிருக்கு பாரு.. அதுதாண்டா பிரச்னை.. நம்ம ஊரு பொண்ணுகளுக்கு கேப்மாரிகளத்தான் ரொம்பப் பிடிக்கும்.. அவனுகள அத்தான்னு கூப்பிடறவங்க உன்னைப் பார்த்தவுடனே அண்ணனாக்கிடறாங்க.. தட்ஸ் ஆல்.."

இலகுவாக விடை பகர்ந்த நண்பனைப் பார்த்தான் பாஸ்கரன்.. கலைந்த தலையும் சிவந்த கண்களுமாக ஒரு அக்மார்க் அயோக்கியனுக்கு உரிய அனைத்து லட்சணங்களுடனும் இருந்தான் ரவிவர்மன்..

'இவன் சொல்றதிலயும் பாயிண்ட் இருக்கு..'

காலம் காலமாக தகிடுதத்தம் செய்கிறவனின் மீதான பெண்களின் காதலுக்கான காரணம் என்னவாக இருக்கக் கூடும் என்று யோசித்தான்.. மண்டை காய்ந்தது-தான் மிச்சம்.. ஒரு மண்ணும் புரியவில்லை.. புரியாத விசயங்களில் தலையைக் கொடுத்து ஏன் காய விட வேண்டுமென்ற தற்காப்பு உணர்வுடன் போகுது போ என்று விட்டு விட்டான்..

"வீணா எனக்கு மாமன் மகளோ, உனக்கு அத்தை மகளோ இல்லைதான்.. பட்.. நாம ரெண்டு பேரும் குப்பை கொட்டற ஆபிசில அவள் பெர்சனல் மேனே-ஜர்.."

"நீ வாட்ச்மேன்.. நான் ஆபிஸ் பாயா..?"

"அதிலயும் என்னை வாசலிலேயே கழட்டி விட்டுட்டு நீ ஆபிஸ் பாயாகிற பாரு.. அங்கே நிக்கிறடா நீ.."

"அவ பெரிய பெர்சனல் மேனேஜர்.. இவன் தெரியப் படுத்தறான்.. அவ பெர்-சனல் மேனேஜர்ன்னா, நீ மேனேஜர், நான் ஜெனரல் மேனேஜர்.. நினைப்பில வை.."

"வைச்சுக்கிட்டாப் போகுது.. வீணா எவளோ ஒருத்தியில்லைங்கிறதைத்தான் நான் சொல்ல வந்தேண்டா மச்சான்.. என்னைக் கொஞ்சம் பேச விடுடா.."

"என்ன கழுதைக்கு..? அவ பெர்சனல் மேனேஜரா இருந்தா ஜி.எம்மா வந்தி-ருக்கிறவன உத்து உத்துப் பாக்கலாமா..?"

"அடச்சீ..! நீ பெரிய ஆணழகன்.. அவ உத்து உத்துப் பாத்தா.."

"இல்லேங்கறியா..?"

"இல்லைதாண்டா.. அவ உன்னைப் பாத்ததுக்கான ரீசனே வேற.."

தலையில் அடித்துக் கொண்டு வீணா சொன்ன விவரங்களை அப்படியே ஒப்-பித்தான் பாஸ்கரன்..

"ஐ ஸீ.." ரவிவர்மனின் முகத்தில் மாறுதல் வந்தது..

"இப்பத் தெரிஞ்சுக்க.. உன்மேல ஆசைப்பட்டு அவ உன் முகத்தைப் பார்க்-கலை.. அவ கற்பனையிலே வரைஞ்ச டிராயிங் உயிரோட இருக்கிற மனுசனா கண் முன்னால வந்து நிக்கிற பிரமிப்பில உத்துப் பார்த்திருக்கா.. "

"ஆக.. வீணா மேல குற்றமில்லைன்னு புரூவ் பண்றதைவிட அவளுக்கு என்மேல ஆசை வந்து பார்க்கலைங்கிறதை புரூவ் பண்றதிலதான் நீ குறியாய் இருக்க.."

ரவிவர்மன் புருவங்களை உயர்த்தி கேலியாக வினவியதில் பாஸ்கரனுக்கு அசடு தட்டியது..

‘கண்டு பிடிச்சிட்டானே.. இவனுக்கு எக்ஸ்ரே கண்ணு..’

மனதிலிருப்பதை பிடுங்கி விடும் அந்த மாயக்காரனிடம் எச்சரிக்கையாக இருப்பதென்பதெல்லாம் இயலாத காரியம்.. எந்தப்பக்கம் போனாலும் அந்தப் பக்கம் வந்து வழி மறிப்பதில் அவன் கில்லாடி.

"ஆனாலும் பாஸ்.. அவளுக்கு ரொம்பத்தான் வாய்க் கொழுப்பு.."

"உன்னை விடவா..?"

"உன்னை அண்ணான்னு இன்னும் அவ கூப்பிடலைங்கிற ஒரேயொரு மனோ தைரியத்துக்காக இந்த அளவுக்கு நீ அவளோட விசுவாசியா இருக்கக் கூடாதுடா பாஸீ.."

நண்பனைக் கலாய்த்த ரவிவர்மனுக்கு வீணாவின் பிரமித்த பார்வை நினைவுக்கு வந்தது.. அதை அவன் விமரிசித்த விதமும் கூட..

‘ஆம்பளைகளைப் பார்த்ததே இல்லையா..?’

அலட்டிக் கொள்ளாமல் பதில் சொன்னாளே..

‘ஆமாம்.. உங்களைப் போல குதர்க்கமான ஆம்பளைகளைப் பார்த்ததே இல்லை..’

கடலைப் பார்த்தான்.. தூரத்தில் வந்த பேரலை ஒன்று கரை தாண்டி விழுந்ததில் கடல் நீர் வந்து அவன் பாதங்களை நனைத்தது.

9

எவரேனும் நீர் வார்ப்பார்களா என்று
காத்துக் கொண்டிருக்கிறது அந்தப் பூச்செடி..!
கோரிக்கையற்றுக் கிடப்பது வேர்ப்பழா மட்டுமல்ல..
நீர்த்துளிகளைத் தேடும் வேர்களும்தான்..

"நான் அப்படி நினைக்கலை சார்.."

அழுத்தம் திருத்தமாக சொன்னவளை ஆழமாக பார்த்து வைத்தான் ரவி-வர்மன்.. வீணா திருத்தமான முக லட்சணத்துடன் பார்த்ததும் மனதில் பச்சக்-கென்று ஒட்டிக் கொள்பவளாகத்தான் இருந்தாள்.. ரவிவர்மனின் மனதில்தான் பசையில்லை..

"பெர்சனல் மேனேஜர் ஒரு முடிவோடதான் இருக்காங்க போல சார்.."

"எதிலங்கிறதை ஜெனரல் மேனேஜர் விளக்கமாச் சொன்னாத் தேவலை சார்.."

"எதிலன்னு இல்லாம எல்லாத்திலயும் எதிரும் புதிருமா இருக்கனும்ங்கிற முடி-வுதான்... வேறென்ன..?"

"ஐ அப்ஜெக்ட் இட் சார்.."

"இது கோர்ட்டில்லைன்னு பி.எம் மேடத்துக்கு புரியறதைப் போல சொல்லுங்க சார்.. எம்.டியோட ரூமில எம்.டி கிட்ட பேசிக்கிட்டு இருக்காங்க.. ஜட்ஜ் முன்னாடி வாதாடற வக்கீலைப் போல அலம்பல் பண்ண வேணாம்."

கொஞ்சம்கூட பயமின்றி எம்.டியின் முன்னால் எப்படி இவனால் இப்படியெல்-லாம் பேச முடிகின்றது என்று ஆச்சரியப்பட்டுப் போனாள் வீணா..

ரவிவர்மனிடம்தான் ஆச்சரியங்களுக்குப் பஞ்சமே இல்லையே.. வள்ளலைப் போல ஆச்சரியங்களை வாரி வாரி வழங்குவானே..

"இதைத் தெரிந்துக்க சொல்கிற ஜி.எம். பிஸினெஸ் மீட்டிங்கை பொலிட்டிகல் மீட்டிங்கைப் போல மெரினா பீச்சில் நடத்தியிருக்கக் கூடாது சார்.."

"நான் மெரினா பீச்சையே பார்த்ததில்லை பாருங்க.. அங்கே மீட்டிங் நடத்-தனும்னு ஆசைப்பட்டு அமெரிக் காக்காரனை பீச்சுக்கு வரச் சொன்னேன்.. நேரம் சார்.. அமெரிக்காக்காரன் ஆசைப்பட்டு ஸ்டார் ஹோட்டல் பிஸினெஸ் லன்ச்சில

மெரினா பீச்சோட மண்ணை அள்ளிப் போட்டு வைச்சான்.. ம்ஹீம்.. சுண்டலைத் தின்றுக்கிட்டு டீல் பேசின கொடுமையைப் பத்தி எனக்குத்தான் தெரியும்."

ரவிவர்மன் அலுத்துக் கொண்ட விதத்தில் வீணாவுக்கு சிரிப்பு வந்து தொலைந்தது.. அந்த வில்லன் பண்ணும் அட்டூழியங்களை ஏன் அவள் ரசித்துத் தொலைக்கிறாள் என்பதற்கான காரணம் புரியாமல் கைக்குட்டையில் முகத்தைத் துடைப்பதைப் போல படு நாசுக்காக உதட்டில் தோன்றிய சிரிப்பை மறைத்தாள் வீணா.. கூர்மையான ரவிவர்மனின் பார்வை உன்னை அறிவேன் என்றதில் அறிந்தால் அறிந்து கொள் என்ற தினுசில் பதிலுக்குப் பார்த்து விட்டு எம்.டியிடம் திரும்பினாள்..

"டிசிசன் அத்தாரிட்டி நீங்கதான் சார்.. உங்களுக்கு அடுத்தபடி ஜி.எம்முக்குத்-தான் அந்த பவர் இருக்குங்கிறதை ஒப்புக்கறேன்.."

"தேங்க் டு காட்..! இதையாச்சும் ஒப்புக் கிட்டாங்களே.."

"பட்.."

"நினைச்சேன்.. இக்கன்னா வரும்ன்னு.. என்னவாம் சார்..?"

"பெர்சனல் மேனேஜரும் சைன் பண்ண வேண்டிய அக்ரிமெண்டில ஜி.எம் மட்-டும் தனிச்சு மீட்டிங்கை அட்டெண்ட் பண்ணி முடிவெடுக்கிறது ஓவர் சார்.."

"வேற என்ன செய்யனும்னு சொல்கிறாங்க சார்.. மெரினாப் பீச்சுக்குப் போக-லாம் வாங்கன்னு இவங்களைக் கூப்பிட்டிருக்கனுமா..?"

"என்னது..?"

அது எம்.டியின் அறை என்பதை மறந்து சண்டைக் கோழியாய் சிலிர்த்தாள் வீணா.. அவனோ எதுவும் நடக்காததைப் போல அப்படி என்னத்தை நான் சொல்லி விட்டேன் என்ற ரீதியில் லுக் விட்டான்..

எம்.டியை ஊடே வைத்து மாட்டாடிக் கொண்டிருந்தவள் நேரடியாக போர் முரசை கொட்டி விட்டாள்..

"கூப்பிட்டிருவீங்களோ.."

"அந்தக் கருமத்தை நான் ஏன் செய்யப் போகிறேன்..? இந்த மெரினாப் பீச்சில சுடு மணல்ல உக்காந்துக்கிட்டு கடலை தின்னுக்கிட்டே பொண்ணுக கிட்ட கடலை போடற சமாச்சாரமெல்லாம் எனக்குச் சரிப்பட்டு வராது.."

"சொன்னாங்க.. சொன்னாங்க.."

"யார் சொன்னாங்க..?"

"ரொம்பப் பேர் சொன்னாங்க.."

"என்னன்னு..?"

சண்டை வலுக்க ஆரம்பிக்கும் அறிகுறிகள் தெரிந்ததில் எம்.டி தலையிட்டு அவர்களுக்குள் சமசரம் செய்து வைக்க முனைந்தார்..

"வாட் இஸ் திஸ் ரவி..? இது ஆபிஸ்.. ஜெனரல் மேனேஜரும் பெர்சனல் மேனேஜரும் எலியும், பூனையும் போல அடிச்சுக்கிட்டா எப்படி வேலை நடக்-கும்..?"

"இதில யார் எலி, யார் பூனைன்னு சொல்லிட்டிங்கன்னா தேவலை சார்.. ஏன்னா எனக்கு எலியாய் இருக்கப் பிடிக்காது.."

"பி சீரியஸ் மிஸ்டர் ரவிவர்மன்.."

"ஸாரி சார்.. இந்தக் கொடுமைக்குத்தான் சொன்னேன்.. பாஸ்கரனை பெர்-சனல் மேனேஜராய் போட்டிருக்கனும்னு.. ஜெண்ட்ஸீக்கு ஜென்ட்ஸ் அட்ஜஸ்ட் பண்ணிட்டுப் போயிருப்போம்.."

"ஓ..! ஜி.எம்மோட வசதிக்கு ஏற்றதைப் போலதான் ஸ்டாபை ஃபிக்ஸ் பண்-ணனுமா..? நல்லா இருக்கே கதை..! எனக்குக் கூடத்தான் ரோஜாவை ஜி.எம்-மாக்கியிருக் கலாமேன்னு தோணுது.. லேடிஸீக்கு லேடிஸ் அட்ஜஸ்ட் பண்ணிட்டுப் போயிருப்போமில்ல.."

மறுபடியும் சண்டை மூள. எம்.டி குணசேகரன் சீட்டை விட்டு எழுந்தார்..

"நீங்க நிதானமா பேசி யார் யாரை எந்தப் பொறுப்பில் அப்பாயிண்ட் பண்-ணனும்னு ஒரு முடிவுக்கு வாங்க.. நான் வீட்டுக்குக் கிளம்பறேன்.."

"சார்.. சார்.."

"வேறு என்ன செய்யலாம் வீணா..? இரண்டு பேருக்குமே எம்.டி ரூமில இருக்-கிறோம்ங்கிற எண்ணமோ பயமோ இல்லைங்கிறப்ப என்னதான் செய்கிறது..?"

"டாபிக்கை நான் ஆரம்பிக்கலை சார்.."

"இது ஒரு பேச்சா ரவிவர்மன்..? முதலில் நீங்க இரண்டு பேரும் எல்.கே.ஜி பிள்ளைகளைப் போல அடிச்சுக்கிறதை நிறுத்துங்க.. சைல்டிஷா பிஹேவ் பண்-றீங்க.. கொஞ்சமாவது பொறுப்பு இருக்கா..?"

வீணா குற்ற உணர்வுடன் மௌனமாக.. ரவிவர்மன் அவளை விரோதத்துடன் முறைத்தான்..

"ஷேக் ஹேண்ட்ஸ் கொடுத்துக்கங்க.." அதட்டினார் குணசேரகன்..

"அங்கே கையை நீட்டச் சொல்லுங்க சார்.. இல்லேன்னா அவர்மேல ஆசைப்பட்டு கையை நீட்டினேன்னு கதை சொல்லிருவார்.." என்றாள் வீணா..

"எதுக்கு..? முதல்ல கையை நீட்டினா கையைப் பிடித்து இழுத்துட்டான்னு பழி போடறதுக்கா..?" என்று கேட்டு வைத்தான் ரவிவர்மன்..

"ஆஹா.. என்னோட ஜி.எம்மும், பி.எம்மும் இத்தனை மெச்சூரிட்டியாய் பேசு-கிறதைக் கேட்கும்போது புல்லரிக்குது.. நீங்க இரண்டு பேரும் சேர்ந்து கம்பெனியை எங்கேயோ கொண்டு போகப் போறிங்கன்னு மட்டும் நிச்சயமாத் தெரியுது.."

குணசேகரனின் கோபத்தில் வாய்க்குள் வீணாவைத் திட்டியபடி போனால் போகிறதென்று கை கொடுப்பதைப் போன்ற முகபாவத்துடன் கை நீட்டினான் ரவி-

வர்மன்.

தொட்டால் ஒட்டிக் கொள்ளும் என்பதைப் போல பட்டும் படாமல் வீணா கை நீட்டியதில் ருத்ர மூர்த்தியானவன் அவள் கையை இரும்புப் பிடியாய் அழுத்தமாகப் பற்றிக் கை குலுக்குகிறேன் பேர்வழியென்று விரல்களை முறித்து வைத்தான்.

"ஹையோ.." வீணா பதறித் துடித்து விட்டாள்..

"இதுக்குத்தான் சொன்னேன்.. கை குடுக்க மாட்டேன்னு.. பாத்தீங்கள்ல.."

அதற்கும் வீணாவின் மீது பழியைப் போட்டு விட்டுப் போய் விட்டான்.. விரலொடிந்த வீணா மருத்துவ விடுப்பில் ஒரு வார காலம் இருந்து விட்டு விரல்கள் சரியானதும் அலுவலகத்திற்குத் திரும்பினாள்..

"ஒரு பொண்ணு கை கொடுத்தா கிடைச்சது சான்ஸின்னு பூப்போல பிடிச்சுக் கைகுழுக்கிறதை விட்டுட்டு விரல்களை ஒடிச்சு வைச்ச மகராஜன் நீயாத்தாண்டா இருப்ப.." திட்டித் தீர்த்தான் பாஸ்கரன்.

"பூப்போல பிடிக்கனுமா..? என்ன கழுதைக்கு..?"

"ம்ஹீம்.. உன்கூட பிரண்ட்ஷிப் வைச்சுகறதுக்குப் பதிலா பேசாம கழுதை மேய்க்கவே போயிருக்கலாம்.. உனக்குன்னு இப்படியாப்பட்ட சான்ஸெல்லாம் லட்டு லட்டா கிடைக்குது.. எனக்குன்னு வந்தா எவனாவது ஆப்ரிக்காக்காரன் தான் வந்து மாட்டித் தொலைக்கிறான்.. மச்சம்டா உனக்கு.."

"சும்மா அதையே சொன்னா அடிதான் வாங்கப்போற.."

"பஞ்சுபோல கைடா.. பிஞ்சு விரல்கள்டா.."

"நீ கண்ட.."

"காணலையே.. அந்தக் கொடுப்பினை எனக்குக் கிடைக்கலையே.. உனக்குத்தானே கிடைச்சுத் தொலைச்சது..?"

'அப்படியா..?'

எதிரே வந்த வீணாவின் கைவிரல்களை ஜாடையாகப் பார்த்தபடி தாடையைத் தடவினான் ரவிவர்மன்.. அவனை உறுத்துப் பார்த்தபடி கடந்து போன வீணாவைப் பார்த்தவனின் மனதில் ஈரப்பசை வந்தது.. அவள் உருவம் ஒட்டிக் கொள்ள விழைந்தது..

'பாஸீ சரியாத்தான் சொல்றான்.. இவ கை பஞ்சு போலதான் இருந்தது..'

10

இது கிழக்கே போகும் மேகங்கள்..!
மேற்கில் பயணிக்காது..
வறட்சியென்று ஏதும் கிழக்கில் இல்லை..
வறட்சியைத் தவிர எதுவும் மேற்கில் இல்லை..

"எங்கேதாண்டா கூப்பிட்டுக்கிட்டுப் போற..?"

ஆயிரத்தைந்தாவது தடவையாக கேட்டு ஓய்ந்து விட்டான் பாஸ்கரன்.. ரவி-வர்மனிடமிருந்து பதில் எதுவும் வரவில்லை.. கடமையே கண்ணாக அவன் காரோட்டிக் கொண்டிருந்தான்..

'இவன் இருக்கானே.. தானும் கடலை வறுக்க மாட்டான்.. மத்தவங்களையும் வறுக்க விட மாட்டான்..'

"எதுக்கு இந்த பெருமூச்சு..?" குற்ற விசாரணையை ஆரம்பித்தான் ரவிவர்-மன்.

"ஊருக்குள்ளே ஆயிரமாயிரம் பிரண்ட்ஸ் சர்க்கிள் இருக்க உன்னைப் போய் பிரண்டு பிடிச்சேன் பாரு.. அதை நினைச்சேன்.. பெருமூச்சு தானா வருது.." என்று பொருமினான் பாஸ்கரன்.

அப்படியா என்பதைப் போல லேசாகத் திரும்பிப் பார்த்த ரவிவர்மனின் முகத்-தில் எந்தச் சலனமுமில்லை..

'எப்படி முகத்தை வைச்சுக்கிட்டு இருக்கிறான் பாரு..' அதற்கும் பொருமினான் பாஸ்கரன்..

"இப்ப உனக்கு என்ன கெட்டுப் போச்சுன்னு முகத்தை ஒன்றரை முழ நீளத்-துக்கு தூக்கி வைச்சுக்கிட்டு வர்ற..?"

"என்ன.. கெட்டு போச்சா..? ஏண்டா டேய்.. கிடைச்சிருக்கிற லீவு நாளில எதுத்த வீட்டு ஃபிகர கரெக்ட் பண்ணிடலாம்ன்னு மெனக்கெட்டா அதுக்கு விட-மாட்டேன்னு காருக்குள்ள அள்ளிப் போட்டுக்கிட்டு வந்திருக்கயே... உனக்கே இது நல்லாயிருக்காடா மச்சான்..?"

"இன்னுமா நீ கரெக்ட் பண்ணல..?"

"எங்கே..? நீ விட்டாத்தானே..? காலையிலே வாசலுக்கு வந்தா சர்ருன்னு உன் கார் வந்து நிக்குது.. வேலை முடிஞ்சவுடனே வீட்டுக்கு ஓடி வரலாம்ன்னு பாய்ஞ்சா ஊடே உன் கார் பாய்ஞ்சு வந்து நிக்குது.. ஊரைச் சுத்தி உலகத்தைச் சுத்தி நட்ட நடுராத்திரியிலே வீட்டுப் பக்கம் அனுப்பி வைக்கிற..?"

"எந்தப் பெண்டாட்டிடா உனக்காக காத்திருக்கா..?"

"இந்த லட்சணத்தில என்னைக் காவல் காத்தேன்னா, எந்தப் பெண்டாட்டியும் அகப்பட மாட்டா.. எனக்காக காத்திருக்கவும் மாட்டா.."

"விடுடா.. விடுடா.. நீ இந்த அளவுக்கு புலம்புகிற அளவுக்கு எதுத்த வீட்டு ஃபிகர் வொர்த்தில்லடா.."

"அதையும் கவனிச்சிட்டயா..?"

"அதைக் கவனிச்சிட்டாலும் கழுதையில.."

"லண்டனுக்குப் போயும் கழுதையை நீ விடலை பாரு.."

"நீ கூடத்தான் கடலையை விடல.. நான் ஏன்னு கேட்டேனா..?"

"இந்த ஒரு ஃபிகர்தான் என்னை இன்னும் அண்ணான்னு கூப்பிடாம சைட்டை மெயின்டெயின் பண்ணிக்கிட்டு இருக்கு ரவி.. நீ அதுக்கும் வேட்டு வைச்சிராதேடா மச்சான்.."

"அடச்சீ..! புலம்பாம கம்முன்னு வா.."

ரவிவர்மனின் கார் நுழைந்த ஏரியாவைக் கண்டதும் 'ஆ'வென வாய் பிளந்தான் பாஸ்கரன்.. அவனுடைய புலம்பல் ஸ்விட்ச் போட்டதைப் போல தானாக நின்று விட்டது..

"இந்த ஏரியாவில உனக்கு என்ன வேலைடா மச்சான்..?"

"ஏன்..? இந்த ஏரியாவில அப்படியென்ன ஸ்பெசல் இருக்கு..?"

"சொல்லலாம்தான்... ஆனாப் பாருடா மச்சி.. என்னளவுக்கு நீ அந்த ஸ்பெசலுக்கு இம்பார்டன்ஸ் கொடுப்பியான்னுதான டவுட்டா இருக்கு.."

"ஏண்டா..?"

"கழுதைக்குத் தெரியுமா கற்பூர வாசனை..?"

"கழுதை மேய்க்கிறவனுக்குத் தெரியும்.. நீ சொல்லு.."

பாஸ்கரனை ஒரு தினுசாகப் பார்த்தபடி ரவிவர்மன் சொன்ன தினுசில் அவன் மேய்க்கும் கழுதை தான்தானோ என்ற பலத்த மன உளைச்சலுக்கு ஆளானான் பாஸ்கரன்.

என்னத்தையோ சொல்லித் தொலைக்கட்டும் என்று கழுதையை விட்டுவிட்டு ஏரியாவின் அழகைக் கண்களால் பருக ஆரம்பித்தான்..

"இந்த ஏரியாவில வீடு கிடைச்சா பெட்டர்டா ரவி.."

"உனக்குத்தான் சொந்தவீடு இருக்கே.."

"அதை வாடகைக்கு விட்டுட்டு இந்த ஏரியாவில வாடகைக்கு வீடு பிடிச்சிரலாம்ன்னு இருக்கேன்.."

"கிறுக்குத்தனமாய் பேசாதே.. உன் ஏரியாவில ஒரு ஸ்கொயர்பீட் இடம் கிடைச்சாப் போதும்ன்னு ஆளாளுக்கு அலைஞ்சுக்கிட்டு இருக்காங்க.. நீ என்னடான்னா ஏரியாவோட வேல்யூ தெரியாம உளறிக்கிட்டு இருக்க.. இது ஒரு ஏரியாவாடா..? தூசியும் தும்புமா இருக்கு.. உன் ஏரியா அமைதிப் பூங்கா மாதிரி மரம் செடி கொடியோட அட்டகாசமா இருக்கு.."

"இருந்து என்ன பண்ண..? மருந்துக்குக் கூட ஒரு பெண்ணை தெருவில பார்க்க முடியலை.. அத்தனையும் கார், பங்களான்னு இருக்கிறது.. நடக்கறதுக்கு பீச் ரோட்டுக்கு சர்ரு, சர்ருன்னு காருக்குள்ள ஏறிப் போயிருதுக.."

"ஓ.. இப்படியும் ஒரு பிராப்ளம் இருக்கா..?"

"ஆமாண்டா மச்சான்.. இந்த ஏரியாவைப் பார்த்தியா.. ஒன்னுக்கு நாலு லேடிஸ் காலேஜ் இருக்குது.. எங்கே பார்த்தாலும் கண்ணுக்கு ரம்யமா ஃபிகருக நடமாட்டம்.. இங்கே மரத்தடி ஜோசியனா இருந்தாக் கூட போதும்ன்னு நம்ம ஆபிசில நிறையப் பேரு அம்பிசனோடு அலையறாங்கடா.. நான் வாடகைக்கு வீடெடுத்துக் குடி வந்துட்டேன்னு வைய்யி.. அவனுக காதில புகை வந்து மட்டையாகிற மாட்டானுகளா..?"

"வாட் எ அம்பிசன்..! கிரேட்டுடா பாஸீ.. இப்பத்தானே தெரியுது.. ஏன் இன்னும் உனக்கு பிரமோசனே கிடைக்காம மேனேஜராவே காலத்தை ஓட்டிக்கிட்டு இருக்கேன்னு.."

"பிரமோசனை வைச்சு என்ன பண்ண..? ஃபிகருக்கு அது ஈடாகுமா..?"

"இப்படியே பினாத்திக்கிட்டு இருந்தேன்னு வைய்யி.. உனக்கு டிரான்ஸ்பர் கன்பர்ம்தான்.. நானே ஆர்டர் போடுவேன்.."

"தண்ணியில்லாக் காட்டுக்கு மாத்திருவியா..?"

"ஃபிகரில்லாத காட்டுக்கு மாத்திருவேன்.."

"அடப்பாவி..!"

மனமார நண்பனை சபித்தான் பாஸ்கரன்.. அகன்ற தெருவின் மையத்திலிருந்த மிகப் பெரிய திருமண மண்டபத்தின் முன்னால் கார் நின்றது.. எட்டிப் பார்த்த பாஸ்கரன்..

"இங்கேயாடா இறங்கனும்..?" என்று சந்தேகத்துடன் கேட்டான்..

"ஆமாம்.. அதில எதுக்கு உனக்கு இத்தனை சந்தேகம்..?"

"நீயெல்லாம் கல்யாணத்தை அட்டெண்ட் பண்ற ஆளில்லையே.."

"உனக்கே அது தெரியுது.. என் குடும்பத்துக்குத் தெரியலை பார்.. இந்தக் கல்யாணத்தைப் பண்ணிக்கப் போகிற மாப்பிள்ளை லோகநாதனுக்கு ஒன்று விட்ட சித்தியோட ரெண்டு விட்ட மாமா பையனாம்.."

"சொல்லாதே.. தலையை சுத்துது.. ஆமாம்.. யாருடா அந்த லோக நாதன்..?"

கேட்டுக் கொண்டிருக்கும் போதே சாட்சாத் லோகநாதன்தான் ரவிவர்மன் என்ற பிரகிருதியைப் பெற்ற அப்பா என்பது நினைவுக்கு வர.. மறுபடியும் வாய் பொத்தி..

"அடப்பாவி..!" என்றான் பாஸ்கரன்..

"அடங்கு.." என்றான் ரவிவர்மன்.

"சொந்த அப்பாவையே யாரோ ஒருத்தர் போலச் சொல்வியாடா..?"

"இண்டிஜீவாலிட்டியை மெயின்டெயின் பண்றேன்."

"உன்னைப் பிள்ளையாய் பெத்ததுக்கு அவர் புண்ணியம் பண்ணியிருக்கனும் போ.."

"அவரும் இதைத்தான் சொல்றார்.. ஸோ.."

"ஸோ..?"

"மூடிக்கிட்டுப் போசாம வா.."

ரவிவர்மனின் வார்த்தைகளை பாஸ்கரன் செவி மடுத்ததைப் போல எதிரே வந்த இளம் பெண்ணும் செவி மடுத்தாள்.. பாஸ்கரனை அவள் பார்த்த பார்வை-யில் அவசரமாக சட்டையை இழுத்து விட்டுக் கொண்டவன்..

"ஃபிகரு எதிர்க்க வர்றப்ப இப்படியாடா பேசி வைப்ப..?" என்று அங்கலாய்த்-தான்..

"அதனால உலக உருண்டை தட்டையாகிறாது.. வா.. வா.."

என்னவோ ஆட்டுக்குட்டியை அழைத்துக் கொண்டு போகிறதைப் போல அழைத்து வைத்தான் ரவிவர்மன்.. எங்கே தன்னையும் அறியாமல் 'மே..மே..' என்று கூவி விடுவோமோ என்ற பயம் பாஸ்கரனைப் பீடித்துக் கொண்டது.. அப்-படி ஏதும் நடந்து விடக் கூடாது கடவுளே என்று மனதிற்குள் உலகத்தில் இருக்-கும் அத்தனை கடவுள்களையும் கும்பிட்டபடி ஆட்டுக்குட்டியைப் போலவே ரவி-வர்மனைப் பின் தொடர்ந்து போன பாஸ்கரன் வரவேற்பில் நின்று கொண்டிருந்த யௌவன மங்கையரைக் கண்டதும் பிரேக் பிடித்ததைப் போல நின்று விட்டான்.

கூட வந்த ஆட்டுக்குட்டியைக் (நண்பனைக்) காணோமே என்று திரும்பிப் பார்த்த ரவிவர்மன் மங்கையரைக் கண்டதும்..

"நினைச்சேன்.." என்றான்.

"என்னையா..?" என்றாள் நின்று கொண்டிருந்த பெண்களில் ஒருத்தி..

நொந்து போய் விட்டான் பாஸ்கரன்.. அது எப்படி அவனை மட்டும் மிகச் சரியாக பெண்கள் ஓரம் கட்டி விடுகிறார்கள்..? ஜொள் விடுவது அவன்.. அதன் பலனை பெறுபவன் ரவிவர்மனா..?

"அதை இவன் நினைப்பான்.. எனக்கு அந்தப் பழக்கமில்லை.." இகழ்ச்சியுடன் அவளைப் பார்த்தபடி பாஸ்கரனை கை காட்டி விட்டான் ரவிவர்மன்.

'நல்லாயிருக்கனும்டா நீ..' நன்றியுணர்வுடன் நண்பனைப் பார்த்தான் பாஸ்கரன்.

இப்படியொரு இகழ்ச்சிப் பார்வையைக் கண்டபின்பும் ரவிவர்மனிடம் முகம் கொடுத்து அவள் பேசி விடுவாளா..?

பாஸ்கரனின் நம்பிக்கை தகர்ந்தது.. அந்தப் பெண் பேசிவைத்தாள்.. சும்மாவும் இல்லை.. ரவிவர்மனை மோகப் பார்வை பார்த்தபடி..

"பழக்கமில்லைன்னா பழகிக்க வேண்டியதுதானே.." என்றாள்..

பாஸ்கரனால் அவன் காதுகளையே நம்ப முடியவில்லை.. இப்படியொரு மோகாஸ்திரத்தை அவள் எய்வாள் என்று அவன் நினைத்தும் பார்க்கவில்லை.. நெஞ்சே வெடித்து விடும் போல ஆகிவிட நெஞ்சைப் பிடித்துக் கொண்டான்.. ரவிவர்மனின் முகத்தை அவள் பார்த்த பார்வை சற்று விலகி பாஸ்கரனின் முகத்தில் படியும் போதெல்லாம் அவன் மனம் 'திக், திக்' கென அடித்துக் கொண்டது.

ரவிவர்மனின் முகத்தை பருகு, பருகு எனப் பார்ப்பவள் பாஸ்கரனின் முகத்தை மட்டும் பாசத்தோடு பார்த்துத் தொலைக்கிறாளே..

எந்த நொடியிலும் அவள் பாஸ்கரனை அண்ணா என்று அழைத்து விடும் அபாய அறிவிப்பை அவளது பாசப் பார்வையில் உணர்ந்தவனின் மனம் நடுங்கியது.. நடுக்கத்துடன் திரும்பிப் பார்த்தான். அங்கே வியப்புடன் அவர்களைப் பார்த்தபடி வீணா நின்று கொண்டிருந்தாள்..

11

என் முகத்தின் மீது..
நீ வீசியெறியும் முள்கள் எல்லாம்..
மலர்களாய் மாறி
என்மீது சொரிவதன் மாயம் என்ன..?

ரவிவர்மன் எப்படி லோகநாதனின் நெருங்கிய (?) உறவினரின் திருமணத்தில் கலந்து கொள்ள வந்திருந்தானோ.. அதைப் போலவே வீணாவும் சுகந்தியின் நெருங்கிய (?) உறவினரின் திருமணத்தில் கலந்து கொள்ள என்று தட்டிக் கழிக்க முடியாமல் வந்து நின்றிருந்தாள்..

இங்கே கல்யாணப்பெண் சுகந்தியின் கொள்ளுத் தாத்தாவின் சித்தப்பா மகனின் பெரியப்பா மகளின் பேத்தியாம்.. அந்த நெருங்கிய உறவு முறையை சுகந்தி விளக்க முற்பட்டபோது வீணா கைகளை தலைக்கு மேல் உயர்த்திக் கும்பிடுபோட்டு விட்டாள்..

"ம்மா.. உங்களுக்கு கோடி புண்ணியமாப் போயிரும்.. நான் தாய் சொல்லைத் தட்டாத மகள்.. வாடின்னு நீங்க கூப்பிட்டா எதுத்துப் பேசாம உங்களை ஃபாலோ பண்ணிட்டுப் போறேன்.. இதில தேவையில்லாம ரிலேசன்ஷிப்பை எதுக்காக விளக்கறீங்க.."

அப்படி வந்திருந்தவள் எப்போதும் போலக் குடும்பதாருடன்தான் உட்கார்ந்திருந்தாள்.. செல்போன் அடித்தது.. மண்டபத்தின் பேச்சுக் குரல்களில் இருந்து விடுபட செல்போனை காதுக்குக் கொடுத்தபடி வாசல் பக்கம் வந்து பேசி முடித்தாள்.. வேலை முடிந்தது என்று மண்டபத்திற்குள் போகத் திரும்பியபோதுதான் ரவிவர்மனின் கார் வந்து நிற்பதைக் கவனித்தாள்..

'இவனா..?' அவளுடைய கைவிரல்கள் வலித்தன..

'கிராதகன்..' பல்லைக் கடித்தாள்..

ரவிவர்மனுடன் பாஸ்கரனும் இறங்கியதைக் கண்டவள் தேங்கி நின்றாள்.. அவளுக்கு பாஸ்கரனிடம் ஒரு விவரம் கேட்க வேண்டியிருந்தது.. ஒரு வார காலமாகவே கேட்க நினைத்து வேலைப் பளுவில் மறந்து போய் கொண்டிருந்தாள்..

'இப்ப நினைவில இருக்கிறப்பவே கேட்டுடலாம்..'

வரவேற்பின் அருகில் நின்று கொண்டிருந்த வீணாவைக் கண்டு கொள்ளாமல் வரவேற்பில் நின்று கொண்டிருந்த பெண்களிடம் ஜொள்ளு விட பாஸ்கரன் தாவினான்..

'இவன் இருக்கானே..' வீணாவுக்கு சிரிப்பு வந்தது..

அவன் ஜொள்ளு விட்டுக் கழுவி முடிந்ததும் வீணாவைக் கடந்துதானே மண்டபத்திற்குள் போயாக வேண்டும்..?

எனவே.. அவன் வேலையை முடித்து விட்டு வரட்டும் என்று காத்திருந்தாள் வீணா.. நடந்த வேடிக்கையில் அவளுக்கு சுவராஸ்யம் ஏற்பட்டு விட்டது.. அலைபாய்ந்த பாஸ்கரனை விட்டு விட்டு அழுத்தக் காரனான ரவிவர்மனின் மீது வரவேற்பில் நின்று கொண்டிருந்த பெண் மோகாஸ்திரத்தை வீசியபோது..

'பாவம் பாஸ்கரன்..' என்று பரிதாபப் பட்டுப் போனாள் வீணா..

அழகான பெண் வலிய வந்து பேசும் போதும் அகப்பட்டுக் கொள்ளாமல் நான் அதற்கு ஆளில்லை.. இவன்தான் உன் கடலைக்கு லாயக்கு என்று கை காட்டிய ரவிவர்மனின் திடத்தில் வீணாவுக்கு ஈர்ப்பு ஏற்பட்டது..

அண்ணா என்று வரவேற்பில் நின்று கொண்டிருந்த பெண் அழைத்து விடுவாளோ என்ற பாஸ்கரனின் பயம் அவன் கண்களில் அப்பட்டமாகத் தெரிந்ததை உணர்ந்தாள் வீணா..

பழகிக்க வேண்டியதுதானே என்ற கேள்விக்கு ரவிவர்மன் என்ன பதிலைச் சொல்லப் போகிறான் என்பதை அறியும் ஆர்வம் மேலிட்டது வீணாவுக்கு..

உதட்டை மடித்துக் கடித்தபடி தோரணையாக அந்தப் பெண்ணை ஒரு மார்க்கமாக ஏற இறங்க பார்த்து வைத்த ரவிவர்மனின் பார்வையை

'பாருடா..' என்று ரசித்துப் பார்த்தாள் வீணா..

அந்த நொடியில் அவனது அந்தத் தெனாவெட்டை அவளுக்குப் பிடித்துத் தொலைத்திருந்தது..

ஆனானப்பட்ட விசுவாமித்திரரே மேனகையின் மோகாஸ்திரத்தை எதிர் கொள்ள முடியாமல் மேனகையைத் தழுவி தோல்வியைத் தழுவினார் எனும் போது சாமானிய ரவிவர்மன் மிக லேசாகக் கூடத் தடுமாற மாட்டானா என்ன..?

இல்லை.. அவன் தடுமாறவில்லை.. உன்னிப்பாக கவனித்த வீணாவினால் அவன் முகத்தில் தடுமாற்றத்தின் சிறு ரேகையைக் கூடக் காண முடியவில்லை.. மாறாக பாஸ்கரன்தான் தடுமாறிக் கொண்டிருந்தான்..

"இந்தப் பழகிப் பார்க்கிற வேலையையெல்லாம் நான் செய்ய மாட்டேன்.. இவன்தான் செய்வான்.." மறுபடியும் பாஸ்கரனின் பக்கமாக கை காட்டினான் ரவிவர்மன்.

"நான் உங்களைச் சொன்னேன்.."

"சொல்லாதீங்க.. எனக்குப் பிடிக்காது.. டோன்ட் டிஸ்டர்ப் மீ.."

நறுக்கென்று பதில் சொல்லி விட்டான் ரவிவர்மன்.. அந்தப் பெண்ணின் முகம் இருண்டது.. அத்தோடும் விடாமல்..

"பழகிப் பார்க்கத்தான் ரிசப்சனில வந்து நிற்கறீங்களா..?" என்றும் கேட்டு விட்-டான்..

"ஹலோ.. ஏதோ ஃபன்னுக்குப் பேசினா நீங்க பாட்டுக்கு பேசிக்கிட்டே போறீங்க.. என்ன சார்..? உங்க மனசில பெரிய இவர்ன்னு நினைப்பா..?"

தன் தவறை மறைக்க படபடத்தாள் அந்தப் பெண்..

"யெஸ்.. அதுக்கென்ன இப்ப..?" நிதானமாக கேட்டான் ரவிவர்மன்.

"என்னைப் பத்தி நான் எப்படி வேணும்னாலும் நினைச்சுக்குவேன்.. அது என்-னோட இஷ்டம்.. உங்களைப் பத்தி நினைச்சாக் கேளுங்க.. அது உங்க பழக்கம்.."

"என்னவோ ஹேண்ட்ச்ம்மா இருக்கீங்களேன்னு விளையாட்டாய் பேசினா சண்டைக்கு வர்றீங்களே.." அந்தப் பெண் குழைந்தாள்..

அந்தப் பாராட்டினால் பாதிக்கப் படாதவனாய் அவளை ஒட்டாத பார்வை பார்த்து விட்டு மிடுக்குடன் நடந்து விட்டான் ரவிவர்மன்.. கூட வந்த பாஸ்கரன்..

"என்னைப் பாத்தா அவ கண்ணுக்கு ஹேண்ட்சம்மா தெரியலையாடா..?" என்று புலம்பித் தள்ளினான்..

"அதை அவகிட்டக் கேளு.. என்கிட்ட ஏன் கேட்கிற..?"

"நீ கூப்பிட்டேன்னு உன்கூட வந்தேன் பாரு.. என் புத்தியை நாலு மொத்து மொத்தனும்.. அது எப்படிடா சுட்டெரிக்கும்ன்னு தெரிஞ்சிருந்தும் விளக்கைத் தேடி விட்டில் பூச்சிக வந்து விழுகுதுக..?"

"என்னைத் 'தீ'ன்னு சொல்லு.. கேட்டுக்கறேன்.. அந்தப் பெண்ணை விட்டில் பூச்சின்னு சொல்லாதே.. அது விலாங்கு மீன்..!"

முகத்தைச் சுளித்த ரவிவர்மனின் பார்வையில் வீணா பட்டு விட்டாள்.. அவன் கண்களில் வந்து போன மின்னலில் அவள் மனதில் சுகமான ராகம் வந்தது.. எவராலும் ஈர்க்க முடியாத முள்மரம் அவளைக் கண்டு மின்னல் கொள்கிறதா..?

'ஆச்சரியம்தான்..'

"ஹாய் வீணா..?"

பாஸ்கரன்தான் சொன்னான்.. ரவிவர்மன் பேண்ட் பாக்கெட்டுகளில் கைகளை விட்டுப் போஸ் கொடுத்தபடி நின்றானே தவிர வாயைத் திறக்கவே இல்லை..

'இவன் ஹாய் சொன்னாத்தான் அதிசயம்..! வாயைத் திறக்காம இருக்கிறது ஒன்னும் அதிசயமில்லையே..'

ரவிவர்மனைப் பார்த்தும் பார்க்காதவளைப் போல..

"ஹாய் பாஸ்கரன் சார்.." என்று பாஸ்கரனுக்கு மட்டும் ஹாய் சொன்னாள் வீணா..

"எங்கே இந்தப் பக்கம்..?"

"இதை நான் கேட்கனும்.. இது எங்க சொந்தக்காரங்க வீட்டுக் கல்யாணம்.."

"உங்களுக்குமா..?"

"உங்களுக்குமான்னா..? உங்களுக்கும் இவங்க சொந்தமா..?"

"எனக்கில்லைங்க.. இவனுக்குத்தான் சொந்தமாம்.."

ரவிவர்மனைக் கை காட்டினான் பாஸ்கரன்.. அப்போதுதான் அவனைப் பார்ப்பதைப் போல பார்த்து வைத்தாள் வீணா.. ஏறி இறங்கிய ரவிவர்மனின் புருவங்கள் உன் கள்ளத்தனத்தை நான் அறிவேன் என்றன.. போடா என்பதைப் போல முகத்தை வைத்துக் கொண்டாள்.. உன்னைப் பற்றி எனக்குத் தெரியாதா என்றன அவள் விழிகள்..

"எப்படின்னு மட்டும் கேட்டுராதீங்க.. என்னென்ன வோ சொல்றான்.."

"கேட்கவே மாட்டேன்.. இங்கேயும் அந்தக் கதைதான்.. எங்கம்மா சொன்ன விளக்கத்துலயே தலை காய்ஞ்சு போயிருச்சு.. இன்னொன்னை என் மண்டை தாங்காது.."

புரிந்து கொள்ளலுடன் சிரித்தாள் வீணா.. சிரிக்கும் போது அவளது கண்களும் சேர்ந்து சிரிக்கும் அழகை ரசிக்கத் தோன்றியது ரவிவர்மனுக்கு.. என்னடா இது என்ற திடுக்கிடல் அவனுக்குள் வந்தது..

ஆனானப்பட்ட ரவிவர்மனா ஒரு பெண்ணின் புன்னகையை ரசிக்க யத்தனிக்கிறான்..?

"உங்களிடம் ஒன்று கேட்கனும் பாஸ்கரன் சார்.. ஒன் வீக்கா நினைச்சுக்கிட்டு இருக்கேன்.. வொர்க் லோடில மறந்து போகுது.."

"வாவ்..! என்னை நீங்க நினைச்சுக்கிட்டு இருக்கீங்களா..?"

பாஸ்கரன் மகிழ்ந்து போனான்.. ரவிவர்மனின் விழிகள் அப்படியா என்று வீணாவை சுட்டெரித்தன..

"உங்களை நினைக்கலை சார்.. உங்ககிட்ட கேட்க வேண்டிய விவரத்தை நினைச்சுக்கிட்டு இருந்தேன்.." பல்லைக் கடித்தபடி விளக்கம் சொன்னாள் வீணா..

"அவ்வளவுதானா..?" பாஸ்கரனின் உற்சாகம் காற்று பிடுங்கப் பட்டப் பலூன் போலக் காணாமல் போனது.

அவனிடம் கேட்க வேண்டிய விவரத்தைக் கேட்டபடி இமைகள் படபடக்க ரவிவர்மனை அரைப் பார்வையாய் அவள் பார்த்த பார்வை சொக்குப்பொடி போட்டு அவனை வசியம் செய்தது..

எதற்காக அவன் மனது கொட்டும் மத்தளம் போல தாம் திரிகிடதோ என்று தாளம் போடுகின்றது என்று அவனுக்கே பிடிபடவில்லை.. இப்படிப்பட்ட இம்சைகளை எந்தப் பெண்ணின் பார்வையும் அவனுக்குத் தந்த தில்லையே.. இவளது பார்வை மட்டும் எப்படி விதி விலக்கானது..?

தளைகளிட்ட அவளது பார்வையில் சிக்காமல் தப்பிவிட பல யத்தனங்களை மேற்கொண்டான் ரவிவர்மன்.. பாஸ்கரனிடம் சொல்லியிருந்தால் நீ மச்சக்காரன்டா என்று வயிறு எரிந்திருப்பான்..

சிக்காத கன்னியொன்று சிக்கி விட்டால் தப்ப விடாமல் பத்திரப் படுத்திக் கொள்வதுதானே புத்திசாலித் தனம் என்று ரவிவர்மனுக்கு வகுப்பெடுப்பான் எதை ஒப்புக் கொள்கிறானோ இல்லையோ.. வீணா எந்தக் கண்ணியிலும் சிக்கிக் கொள்ளாத கன்னியென்பதை ரவிவர்மன் ஒப்புக் கொள்ளத்தான் வேண்டியிருந்தது..

12

கார்காலப் பொழுதில்
கடும் கோடை எதற்கு..?
பொன்மாலைப் பொழுதில்
பூகம்பம் எதற்கு..?

விளக்கமாக அவளுக்கு விவரம் சொல்லி முடித்த பாஸ்கரன்..

"இன்னைக்கு நீங்க அழகா இருக்கீங்க வீணா.." என்று ஜொள்ளினான்..

சரிகையிட்ட மைசூர் சிலிக் புடவையும்.. பின்னலில் பூவும்.. காதுகளில் கல்-ஜிமிக்கியும் கழுத்தில் ஒளிர்ந்த கல் அட்டிகையுமாக வெகு அழகாகத்தான் இருந்-தாள் வீணா.. அலுவலகம் வரும் போது செய்து கொள்ளும் ஒப்பனையை விட விசேச நாள்களுக்கான ஒப்பனை பிரத்யேகமானது.

அதை உணர்ந்தவனைப் போல அவளை ஆராய்ந்த ரவிவர்மனின் பார்வை-யில் ஜிவ்வென்று ஆனாள் வீணா..

‘இது என்ன புது இம்சை..?’ உதட்டைக் கடித்துத் தன் உணர்வுகளைக் கட்-டுக்குள் கொண்டு வர முயன்றாள்..

"அப்ப மத்த நாள்களில குரங்கு போல இருந்தேன்னு சொல்லுங்க.."

பாஸ்கரனின் பாராட்டுக்கு மசியாமல் அவள் கேள்வி கேட்ட விதத்தில் ரவி-வர்மனின் முகத்தில் மெச்சுதல் வந்து போனது..

இதைப் போன்ற கத்தரிகளை அவன்தான் போடுவான்.. அவளும் அதுபோல என்பதில் மனதுக்குள் ஓர் ஒட்டுதல் உணர்வு உண்டாகித் தொலைத்தது..

"என்னங்க நீங்க..? இவன் காத்து உங்க பக்கமும் அடிச்சுருச்சா..? இப்படிப் போட்டுத் தாக்கறீங்களே.. மத்த நாள்களில நீங்க தேவதைன்னா.. இன்னைக்கு நீங்க அப்சரஸ்.."

கிடைத்த வாய்ப்பைப் பயன் படுத்திக் கொண்ட பாஸ்கரனின் செய்கையை ரவிவர்மன் விரும்பவில்லை.

"ம்ப்ச்... அளக்காதேடா... தேவதைக்கும் அப்சரஸீக்கும் என்னத்த வித்தியா-சத்தக் கண்டுட்ட..?" என்று கோபப் பட்டான்..

அவனது அந்த கோபத்தை விரும்பினாள் வீணா.. அதன் பிண்ணனியில் இருப்பது பொறாமையுணர்வா இல்லை உரிமையுணர்வா என்ற கேள்வியில் அவள் மனம் படபடத்தது..

மற்றவர்களிடமிருந்து வித்தியாசப்பட்டு நிற்கும் ரவிவர்மனின் மீது அவளுக்குள் உண்டான ஈர்ப்பைத் தடுக்க அவளால் முடியவில்லை.. அது என்ன மாதிரியான ஈர்ப்பு என்று இனம் காண முடியாமல் அவள் தடுமாறிக் கொண்டிருந்தாள்..

"தேவதைன்னா இயல்பான அழகு.. அப்சரஸ்ன்னா அதிகப்படி அழகு.." வர்ணித்தான் பாஸ்கரன்..

ரவிவர்மனுக்கு வந்த கோபத்தில் நண்பனின் முகத்தில் இரண்டு அப்பு அப்பி விடுவான் போல இருந்தது.. அடக்கிக் கொண்டான்..

"இதிலெல்லாம் பி.ஹெச்.டி பட்டம் வாங்கிரு.. மத்ததில் கோட்டை விட்டிரு.."

"அதில்லடா ரவி.. அழகான பெண்களிடம் அவங்களோட அழகைத் தெரியப் படுத்தனும்டா.."

பாஸ்கரன் விடாமல் ஜொள்ளு விட்டதில் வீணாவைப் பார்த்துத் தொலைத்தான் ரவிவர்மன்.. அவளது அழகு அவனைத் தாக்கியது.. அதைவிட அதை அவள் உணரவில்லை, பொருட்படுத்தவில்லை என்ற உண்மை அவனை வசீகரித்தது..

"அழகான பெண்களிடம் அவங்க அழகைப் பத்திச் சொல்றப்ப அவங்க அதிகப்படி அழகா ஆகிருவாங்கடா ரவி.." பாஸ்கரன் தொடர்ந்தான்..

"இப்படிப் பேசினாத்தான் பெண்களுக்குப் பிடிச்சிருக்குன்னு கண்டு வைச்சிருக்கடா.." அலட்சியமாக சொன்னான் ரவிவர்மன்..

வீணாவின் பார்வை உயர்ந்து அவன் பார்வையைச் சந்தித்தது.. நேர்கொண்ட அவள் பார்வையை மனதுக்குள் வியந்தான் ரவிவர்மன்.. பெண்களைப் பற்றிய அவனது கண்ணோட்டத்தை முற்றிலும் தவறு என்று உடைப்பவளைப் போல அவன் முன் நின்று கொண்டிருந்தாள் அவள்..

"அப்படின்னு யார் சொன்னது..?" கம்பீரமாக அவள் கேட்ட விதத்தைக் கை தட்டி பாராட்ட வேண்டும் போல அவனுக்கு இருந்தது..

"ஏன்..? நான்தான் சொல்றேன்.." அலட்சியம் போலக் காட்டிக் கொண்டான்..

"நீங்களா அப்படிக் கணக்குப் போட்டு வைச்சிருந்தா நாங்க என்ன பண்றது..? உங்களைக் கூடத்தான் ஹேண்ட்சம்முன்னு அந்தப் பெண் சொல்லுச்சு.. உங்களுக்கு அது பிடிச்சிருந்ததா..?"

வெட்டும் விழிகளுடன் வீணா உள்ளே போய்விட.. மெலிதாக கைதட்டினான் பாஸ்கரன்..

"உனக்கு இவதாண்டா கரெக்டு.."

அவன் என்னமோ ரவிவர்மனின் வாயை அடக்க வீணாவால் மட்டுமே முடியும் என்ற அர்த்தத்தில்தான் அதைச் சொல்லி வைத்தான்.. ரவிவர்மனுக்கோ அது வேறு பொருளில் காதில் விழுந்து தொலைத்தது..

‘இவதான் எனக்கு கரெக்டா..?’

சொல்லி வைத்ததைப் போல அதே நொடியில் அவள் திரும்பி ரவிவர்மனைப் பார்க்க மின்சாரம் உடலில் பாய்ந்ததைப் போல உணர்ந்து வைத்தான் ரவிவர்மன்..

‘என்னடா இது.. இப்படி ஜெர்க் அடிக்குது..’

கட்டுக்குள் அடங்காதவனை கட்டும் தறி அவளிடமிருக்கிறதா என்று எண்ணமிட்டபடி உள்ளே போனான்.. கூட்டத்தில் அவன் குடும்பம் எங்கேயிருக்கிறது என்று தேடினான்..

"எப்ப வர்றதாச் சொன்னவன்.. இப்பத்தான் வந்து நிற்கிற..?" சடைத்துக் கொண்ட தேவிகாவின் குரலில் திரும்பினான்.. உறவுப் பெண்மணி ஒருத்தியுடன் பேசிக் கொண்டிருந்தாள்..

"இவன்தான் என் மகன்.. ரவிவர்மன்.. எம்.ஈ முடிச்சுட்டு எம்.பி.ஏயும் முடிச்சுட்டு ஜெனரல் மேனேஜரா வேலை பார்க்கிறான்.. லண்டன்ல இருந்து வந்து ஆறு மாதம்தான் ஆகுது.." பெருமையுடன் மகனுக்கான அறிமுகப் படலத்தை நடத்தினாள்..

அந்தப் பெண்மணி ரவிவர்மனைப் பார்த்த பார்வை லேசர் பார்வையாக இருந்தது.. இப்படியொரு பார்வையை ரவிவர்மன்தான் மற்றவர்களின் மீது வீசி வைப்பான்.. அவனே லேசர் பார்வைக்கு ஆளாவது அன்றைப் பொழுதில் மட்டும்தான்..

‘என்னடா நடக்குது இங்கே..?’

பாஸ்கரனைப் பார்த்தான்.. அவன் எனக்கென்ன தெரியும் என்ற ரீதியில் கைகளை விரித்து வைத்தான்.. தேவிகாவோ தேர்வு எழுதிவிட்டு ரிசல்ட்டுக்காக காத்திருக்கும் மாணவ மணியைப் போல அந்தப் பெண்மணியின் முகத்தையே பயபக்தியுடன் பார்த்துக் கொண்டிருந்தாள்..

மூக்குக் கண்ணாடியை சரி செய்தபடி ரவிவர்மனை ஏற இறங்க பார்வையிட்டு முடித்த பெண்மணி..

"மாப்பிள்ளை ஜோராத்தான் இருக்கார்.." என்று சான்றிதழ் வழங்கினாள்..

"அப்படியா சொல்றீங்க..?" மகிழ்ந்து போனாள் தேவிகா..

"எங்க அம்சவள்ளிக்குப் பொருத்தமான மாப்பிள்ளை தான்.. அப்புறம் என்ன தேவிகா.. ஒரு நல்ல நாள் பார்த்து உன் வீட்டுக்கு வர்றோம்.. சம்பந்தம் பேசி முடிச்சிரலாம்.." மிடுக்காகப் பேசினாள் கண்ணாடி..

"ஆஹா..! அப்படியே செய்துட்டாப் போச்சு.." கைகட்டி வாய் பொத்தாத குறையாக சொன்னாள் தேவிகா..

சந்தையில் மாடு வியாபாரம் நடந்து முடிந்தைப் போல இருந்தது ரவிவர்மனுக்கு.. அவனை எவருக்கும் அடங்காத ஜல்லிக்கட்டு மாடு என்று அநேகர் சொல்வது உண்மைதான், அதற்காக மாடாகவே முடிவு பண்ணி விடுவதா..?

தோரணையாய் முகத்தை வைத்தபடி கண்ணாடி அகன்றுவிட..

"வாட் இஸ் திஸ்..?" என்று தேவிகாவிடம் வெடித்தான் ரவிவர்மன்.

"உன்னை மாப்பிள்ளை பார்த்துட்டுப் போறாங்கடா.." பரவசமாகச் சொன்னாள் தேவிகா..

"நான்சென்ஸ்..! ரிலேடிவ்ஸ் வீட்டுக் கல்யாணம்ன்னு சொல்லி என்னை வர வைச்சுட்டு சீன் கிரியேட் பண்றீங்களா..?"

"கத்தாதேடா ரவி.. உனக்கு கோடி புண்ணியமாப் போயிரும்.. கல்யாண வயசில இருக்கிற பொண்ணுக்கும் பிள்ளைக்கும் பொருத்தமான வரன் கிடைக்குமான்னு சொந்த பந்தங்களோட ஒவ்வொரு வீட்டுக்கும் போய்ப் பார்த்துட்டு வர முடியுமாடா..? அது நடக்கிற காரியமா..? இப்படி விசேச சமயத்திலே பாத்து வைச்சுக்கிட்டாத்தான் உண்டு.. அப்படிப் பார்க்கிறப்ப தோதான சம்பந்தம் அமைஞ்சா அவங்களும் அவங்க வீட்டுக்கு வரப் போகிற மருமகளையும், மருமகனையும் பார்க்கனும்னு நினைக்க மாட்டாங்களா..? அதுக்காகத்தான் உன்னை வரச் சொன்னேன்.. கோவிச்சுக்காதோடா.." தோப்புக் காரணம் போடாத குறையாக கல்யாண வீடென்றும் பாராமல் மகனிடம் தழைந்து பேசிக் கெஞ்சினாள் தேவிகா..

"உங்களை.." பல்லைக் கடித்த ரவிவர்மன் கண்மூடி தன் கோபத்தைக் கட்டுக்குள் கொண்டு வர முயன்றான்.

"ஆக.. இங்கேயிருக்கிற பெண்ணைப் பெத்தவங்க முன்னாடி நான் பேசன் பரேடில நடந்து வரனும்னுதான் என்னை இங்கே வர வைச்சிருக்கீங்க..?"

"என்னடா நீ..? எதுக்கும் எதுக்கும் இணை கூட்டற..?"

"இங்கே நடக்கிறதுக்கு அதுதான் அர்த்தம்.. வீட்டுக்கு வாங்க பேசிக்கறேன்.. மாப்பிள்ளையா காட்டறிங்க மாப்பிள்ளை..?"

கோபத்துடன் ரவிவர்மன் வாசலைப் பார்த்துப் போய் விட்டான்..

"கல்யாணச் சாப்பாடு கட்டா..? இவன்கூட வந்தா பட்டினி போட்டே கொன்னுருவானே.." புலம்பியபடி அவனைத் தொடரப் போனான் பாஸ்கரன்..

"பாஸீ.. நீயாவது அவனுக்குச் சொல்லக் கூடாதா..?" ஓடப் போனவனை இழுத்துப் பிடித்துப் புலம்பித் தள்ளினாள் தேவிகா..

"ஆனாலும் உங்களுக்கு இம்புட்டு நம்பிக்கை இருக்கக் கூடாதும்மா.. அவனே யாருக்கும் அடங்காத ஜல்லிக்கட்டுக் காளை..! அவனைக் கொண்டு வந்து கண்ணாடி ஆண்டியின் முன்னாலே என் மகனைப் பார்.. அவன் அழகைப் பார்ன்னு நிறுத்தி வைச்சிட்டீங்களே.. செம காண்டில போறான்.. வீட்டுக்கு வந்து உங்களை எப்படியெல்லாம் தாளிக்கப் போறானோ.."

"என்னடா நீ..? அவனுக்கு புத்தி சொல்லுன்னா என் வயித்தில புளியைக் கரைச்சு ஊத்தற..?"

"அவனுக்கு நான் புத்தி சொல்றதா..? எதுக்கும்மா இந்தக் கொலைவெறி..? என்னைப் பின்னி பெடலெடுத்திருவான்.. இந்தப் பிரச்னையிலே என்னை இழுத்து விடாதீங்க.. பை.. பை.."

பாஸ்கரன் ஓடி விட்டான்.. சற்றுத்தள்ளி நின்று நடந்ததைக் கவனித்துக் கொண்டிருந்த வீணாவின் இதழ்களில் புன்னகை மலர்ந்தது..

13

உனைப் பிடிக்கும் வலையொன்று..
என் மனதில் உண்டு..
அதில் சிக்கிப் பார்ப்பாயா..?
இல்லை எனை சிதிலமாக்குவாயா..?

பறக்கும் தட்டுக்களைப் பற்றி அறிவியலில் படித்திருக்கிறாள் தேவிகா.. நிஜத்தில் அவைகளைப் பார்த்தவர்கள் யாரேனும் உண்டா என்று அவளிடம் கேட்டால் தன்னைத்தான் முதலில் சொல்வாள்.. அவள் கண் முன்னால் வீட்டிலிருந்த அத்தனை தட்டுக்களும் பறந்து கொண்டிருந்தன..

எழுந்தால் பறக்கும் தட்டுக்களால் பாதிக்கப் படுவோம் என்று சோபாவில் பம்மியிருந்த லோகநாதனும் ராதிகாவும் தற்காப்புக்காக ஆளுக்கொரு தலையணைகளை தலைமீது அழுத்திப் பிடித்திருந்தார்கள்.. வேலைக்கு வந்த காவேரி அவளைச் சுற்றி 'விஷ்..' 'விஷ்..' எனப் பறந்த தட்டுக்களில் பயந்து போனவளாக வந்த வழியில் திரும்பி ஓடித் தப்பித்தாள்..

சமையலறையில் பதுங்கியிருந்த தேவிகா வேலைக்காரியின் புறமுதுகில் தலையில் கை வைத்தாள்..

'மட்டம் போட எதுடா சாக்குன்னு அலைகிறவகிட்ட இதுதான் சாக்குன்னு இவன் தட்டுக்களைப் பறக்க விடுவானா..? இதையே காரணமாச் சொல்லி இன்னைக்கு முழுக்க இந்தப் பக்கம் தலை வைத்துக்கூடப் படுக்க மாட்டா.. வீட்டு வேலை பூராவும் எந்தலையில வந்து விடியும்.. இதுக்கா ஞாயிற்றுக் கிழமை வந்திருக்குது..?'

தட்டுக்களை வீசிவீசிக் களைத்துப் போன ரவிவர்மன் களைத்துப் போய் சோபாவில் விழுந்தான்.. அப்பாடி என்று தலையிலிருந்த தலையணையை இறக்கின லோகநாதன்..

"இருந்தாலும் ரவி.. உனக்கு இவ்வளவு கோபம் ஆகாது.. பாரு.. வீட்டையே ரெண்டு பண்ணிட்ட.." என்றார்..

"பேசாம இருங்கப்பா.. நானே கொலைவெறியில இருக்கேன்.."

"அதை நீ வாய் விட்டுச் சொல்லனுமா அண்ணா..? யுத்தகளம் போல இருக்கிற வீட்டைப் பாத்தாத் தெரியாதா..?" எதற்கும் இருக்கட்டுமென்று தலையணையை உடல்கவசம் போல மறைத்துப் பிடித்தபடி குரல் கொடுத்தாள் ராதிகா..

"உனக்கு வேறத் தனியாச் சொல்லனுமா..? அடங்கு.."

"இதை உனக்குச் சொல்ல ஆளில்லாம போச்சே.."

"அதுக்குத்தான் ஆள் பிடிக்க அலைகிறீங்களா..?"

"பாருண்ணா.. இது ஒன்வுமன் ஆர்மி யுத்தம்.. எனக்கும் அப்பாவுக்கும் இதில் யாதொரு சம்பந்தமுமில்ல.."

"இல்லாமத்தான் அந்தக் கல்யாணத்துக்கு வந்தீங்களா..?"

"நீ எப்படி வந்தியோ.. அப்படித்தான் நாங்களும் வந்தோம்.. இது முழுக்க முழுக்க அம்மாவின் ஏற்பாடு.."

சமையலறையில் பதுங்கியிருந்த தேவிகாவிற்கு போட்டுக் கொடுக்கிறாளே என்று இருந்தது..

'இவன் சும்மாவே சாமியாடுவான்.. இவ உடுக்கை வேற அடிச்சு வைக்கனுமா..?'

"ராதிகா.." சமையலறையிலிருந்து எச்சரிக்கைக் குரல் கொடுத்தாள்..

"அங்கேதான் இருக்கீங்களா..?"

ரவிவர்மன் பதுங்கு குழியை கண்டு பிடித்து விட்டான்.. அகப்பட்டு விட்ட தேவிகா திருதிருத்தாள்.

"வெளியே வாங்க.."

ரவிவர்மனின் கண்டிப்பான குரலில் வெளிவந்து விட்டாள் தேவிகா... இல்லாவிட்டால் அவன் சமையலறைக்கு வந்து விடுவானே.. டைனிங் டேபிளோடு நின்றதால் தட்டுக்கள் மட்டும்தான் பறந்தன.. சமையலறைக்கு வந்து விட்டால் ஷெல்பில் அடுக்கியிருக்கும் அத்தனை பாத்திரங்களும் பறக்க ஆரம்பித்து விடுமே..

'பாத்திரங்களோட நிறுத்திருவானா..?'

மிக்ஸி, கேஸ் ஸ்டவ், கிரைண்டர், இத்யாதி, இத்யாதி களின் நினைவில் பதுங்கு குழியை விட்டு வெளிப்பட்டு விடுவதுதான் சாலச் சிறந்தது என்ற முடிவிற்கு தள்ளப்பட்டு விட்டாள் அவள்..

குற்றவாளியைப் போலக் கைகளை பிசைந்த தேவிகாவின் வெளுத்த முகத்தில் பரிதாபம் கொண்டாள் ராதிகா.. ரவிவர்மனை வளர்த்தது தேவிகாவா இல்லை தேவிகாவை வளர்த்தது ரவிவர்மனா என்ற சந்தேகம் அவளுக்கு வந்தது.. சின்னக்குழந்தையை அதட்டுவதைப் போல தேவிகாவை அதட்டிக் கொண்டிருந்தான் ரவிவர்மன்..

"எத்தனை நாளா திட்டம் போட்டிருந்தீங்க..?"

"எதுக்குடா..?"

"என்னைப் பழி வாங்கறதுக்கு.."

"அநியாயமாப் பேசாதேடா.. உனக்கு கல்யாணம் பண்ணி வைக்கனும்னு ஆசைப்பட்டா அது தப்பாடா..?"

"தப்புத்தான்.. எனக்குக் கல்யாணம் வேணும்னு நான் கேட்டேனா..?"

"நீதான் கேட்டுத் தொலைக்க மாட்டியே.."

"தெரியுதில்ல..? தெரிஞ்சும் ஏன் அந்தக் கண்ணாடி முன்னாடி என்னை நிப்பாட்டினீங்க..?"

"அந்தம்மாவோட பொண்ணு பச்சைக்கிளி மாதிரி இருப்பாடா.."

"உங்களுக்கு ஊரில இருக்கிற பொண்ணுகள்ளாம் பச்சைக்கிளிகள் தான்.. அதுக்காக என்னைக் கிளி ஜோசியனா ஆக்குவீங்களா..?"

கிளிக்கூண்டும் கையுமாக வேட்டி, சட்டை முண்டாசுடன் ரவிவர்மன் மரத்தடியில் கடை விரிக்கும் கற்பனைக் காட்சியை நினைத்துப் பார்த்த ராதிகாவுக்கு சிரிப்பை அடக்கவே முடியவில்லை..

"களுக்.." அடக்க மாட்டாமல் அவள் சிரித்து விட்டாள்..

ரவிவர்மனின் முறைப்பு திசை திரும்பியது.. தற்காலிகமாக தப்பித்த தேவிகா லோகநாதனைப் பார்த்து என்னைக் காப்பாற்று என்று கண்களால் கெஞ்சினாள்.. பத்தாயிரம்தான் இருந்தாலும் அவள் தனது தர்மபத்தினி என்பதால் லோகநாதனும் உதவிக்கரம் நீட்டினார்..

"விடுடா.. என்னவோ பிள்ளைகளுக்குக் கல்யாண மாகனும்ங்கிற பேராசையில தெரியாத்தனமா செய்துட்டா.."

"பிள்ளைகளுக்குன்னு ராதிகாவையும் எதுக்காக கூட்டுச் சேர்க்கறிங்க.. அவ ஹாயா இருக்கிறா.. என்னைத் தான் மாட்டிவிடத் திட்டம் போட்டுத் தாக்கறாங்க.."

"நினைச்சுக்கிட்டு இரு.."

தலையணையைத் தூக்கிக் கடாசி விட்டுப் பேச்சு வார்த்தையில் கலந்து கொண்டாள் ராதிகா..

"என்னையும் மாட்டி விடத்தான் கூட்டுச்சதி பண்ணியிருக்காங்க.. இது தெரிஞ்சும் நான் சும்மாயிருக்கேன்.. நீ ஏன் டெர்ரரா ரியாக்ட் பண்ற..?"

"உனக்கும் ஸ்கெட்ச் போட்டுட்டாங்களா..?"

"யெஸ் பிரோ..! அந்தக் கண்ணாடியம்மாவுக்கு ஆணொன்னும், பெண்ணொன்னுமா இரண்டு பிள்ளைகளாம்.. மகன்காரன் புரபசராம்.. மகள் ஐ.டி ஃபீல்டு.. ஸோ.. பெண் கொடுத்துப் பெண் எடுத்தா நீயும், நானும் காலாகாலத்துக்கும் ஒற்றுமையா இருப்போமாம்.. மீன் வளத்துறைக்கு தெரிஞ்சது அவ்வளவுதான்.. ஒரு தாய் வயித்தில பிறந்து.. ஒரே வீட்டில் கூட வளர்ந்தும்.. ஒரு நாள் ஒரு பொழுதுகூட நீ பாசப்பயிரை வளர்த்ததில்ல.. என்னவோ பின்லேடன் அமெரிக்காவைப் பார்க்கிற மாதிரியே என்னைப் பார்த்து வைப்ப.. இது வரைக்கும் வராத

பாசம் நாம ஒரே வீட்டில வாழ்க்கைப் பட்டால் மட்டும் வந்து விடுமா..? அம்மா-வுக்கு அறிவேயில்லைன்னு நீ சொல்றதை இந்த ஒரு விசயத்தில் மட்டும் நான் ஆமோதிக்கறேன் அண்ணா.."

ராதிகாவின் இடைச் செறுகலில் இமைக்காமல் அவளைப் பார்த்தான் ரவி-வர்மன்.. அவனுக்கா தங்கையின் மீது பாசமில்லை..? அவன் மனம் வலித்தது.. தேவிகா தப்பித்தாள்..

"பிராக்டிக்கலா பேசு ராது.. ஆர்ட்டிபிஷியலா உன் தலைமுடியைக் கோதி.. அண்ணன் இருக்கேண்டா உனக்குன்னு டயலாக் பேசினாத்தான் எனக்கு உன்மேல பாசமிருக்குன்னு அர்த்தமா..?"

"களுக்.." ராதிகா மறுபடியும் சிரித்தாள்..

"இன்னைக்கென்ன ஜோக்கடிச்சே ஆளுகளைப் பழிவாங்கற முடிவோட இருக்-கறியா..?"

"ராது.."

"நீ சொன்னதை நினைச்சுப் பார்த்தா சிரிப்புத் தாங்கலை.. உனக்கெல்லாம் அது ஷீட் ஆகுமா..? சிரிப்பு மூட்டாம இரு.."

"நீ இருக்கியே.." அதிசயமாக சிரித்து வைத்தான் ரவிவர்மன்..

"அடை மழை கொட்டப் போகுது போ.." என்றாள் ராதிகா..

"உனக்கு அவனைப் பிடிச்சிருக்கா..?"

"எவனை..?"

"அந்த புரபசர் பையனை.."

"பிடிச்சிருந்தா என்ன செய்கிறதா உத்தேசம்..? எனக்காக தியாகம் செய்து அந்தக் கண்ணாடியின் மகள் கழுத்தில் தாலி கட்டப் போறியா..?"

ராதிகாவின் கேள்வியில் தேவிகாவின் முகம் ஜ்வலித்ததில்..

"அம்மாவைப் பாரேன்.." என்றாள்..

"சும்மாயிருடி.."

மகன் மறுபடியும் மலை ஏறி விடுவானோ என்ற பயத்துடன் மகளை அதட்டி-னாள் தேவிகா.. நல்ல வேளையாக அவன் மலை ஏறவில்லை.. யோசனையுடன் இருந்தான்..

"கேள் அண்ணா.. கண்ணாடியின் புரபசர் மகனைப் பத்தி எனக்கு எதுவும் தெரியாது.. பார்த்ததும் இல்லை.. கண்ணாடி காட்டற அலட்டலுக்கு அது வீட்டில போய் மருமகளா அகப்பட்டுக்கனும்னு யாராவது நினைப் பாங்களா..? ஸோ.. நீ தியாகிப் பட்டம் வாங்க நான் ஹெல்ப் பண்ண முடியாது.."

ராதிகா கண் சிமிட்டினாள்.. தேவிகாவின் முகம் சோர்ந்தது.. தங்கையை கனி-வுடன் பார்த்தான் ரவிவர்மன். அவனுக்குத் தளை போடாத அவள் குணத்தில் அவள்மீது அவனுக்குள் ஆதுரம் பெருகியது..

"எல்லாம் சரி ராது.. அந்தம்மா எதுக்கு என்னை மாப்பிள்ளை பார்த்துச்சாம்..? அதைத்தான் என்னாலே தாங்கிக்க முடியலை.."

"என்னால மட்டும் தாங்கிக்கவா முடியுது..? அம்மாகிட்டக் கேட்டா அவங்க மாப்பிள்ளையைப் பெத்தவங்கடிங்கிறாங்க.."

"இவங்க மாப்பிள்ளையைப் பெத்தவங்க இல்லையா..?"

"என்னத்தைச் சொல்ல..? அந்தக் கண்ணாடி அப்படியொரு ஆங்கிள்ல இவங்களை பிரெயின் வாஷ் பண்ணி வைச்சிருக்கு.. அவங்க பெண்ணை நம்ம வீட்டில கொடுக்கப் போகிற நினைப்பை மறக்கடிக்க.. உங்க பெண்ணை எங்க வீட்டில கொடுக்கப் போறிங்கன்னு சொல்லி அம்மாவை மெஸ்மரிசம் பண்ணி வைச்சிருக்கு.. அந்தச் சாகசமே அவங்களோட மெண்டாலிட்டியைக் காட்டிக் கொடுத்திருது.. அவங்க வீட்டுக்கு நான் மருமகளா போகிறதா..? நோ சான்ஸ்.."

"தேங்க்ஸ்.." விடுதலையுணர்வுடன் தங்கையின் கன்னத்தை அரிதான பாசத்-துடன் பரிவாக தட்டிக் கொடுத்து விட்டு போய்விட்டான் ரவிவர்மன்.

"அவனை உசுப்பேத்தி விட்டு ஒரு வழிபண்ணறடி.." மகன் மீதிருந்த கோபத்தை மகள்மீது காட்டினாள் தேவிகா.

"ம்மா.. அந்தக் கண்ணாடி வீட்டில சம்பந்தம் பண்ணிணீங்கன்னு வையுங்க.. காலமெல்லாம் உங்களை அவங்களுக்கு அடிமையா மாத்தியிருப்பாங்க.. தப்பிச் சுட்டீங்கன்ன சந்தோசப்படுங்க.." தாயை எச்சரித்து விட்டு டி.வியில் ஆழ்ந்தாள் ராதிகா..

14

கல்லுக்குள் உள்ள ஈரம்..
நீயறிய மாட்டாய்..
கட்டாம் தரையடியில் உள்ள ஊற்றை
நீ உணர மாட்டாய்..

வில் போல வளைந்து நீச்சல் குளத்திற்குள் பாய்ந்தாள் ஒரு யுவதி.. தண்ணீருக்குள் மூழ்கி எழுந்து தலை நீட்டியவளின் முகத்தில் படிந்திருந்த நீர்த்தி வலைகள் அவளுடைய புத்துணர்வை வெளிப் படுத்தின.. நீச்சல் குளத்தைச் சுற்றிப் போடப்பட்டிருந்த சாய்வு நாற்காலிகளில் சாய்ந்திருந்தவர்களில் சிலரின் காதுகளில் இயர் போன்.. பாட்டைக் கேட்டபடி குளத்தை வேடிக்கை பார்ப்பது சந்தோசமான ஒன்றுதான் என்று நினைத்துக் கொண்டாள் வீணா..

"ம்ப்ச்.." சலிப்புடன் அவளைப் பார்த்தான் ரவிவர்மன்.

போதாக்குறைக்கு கைக்கடிகாரத்தில் மணி பார்த்தான்.. அவனுடைய ஜாடைமொழி என்ன சொல்கிறது என்று அறியாதவளில்லை வீணா..

'ஐயாவுக்கு நேரமாகுதாம்.. நான் அன்னநடை போட்டு வேடிக்கை பார்த்தபடி வர்றேனாம்.. சிம்பாலிக்கா சொல்லிக் காட்டறாரு..'

"பிஸினெஸ் லன்ச்சை அட்டெண்ட் பண்ணனும்னு பைட் பண்ணினது இதுக்குத்தான் போல.." இகழ்ச்சியாக உதட்டை மடித்தான் ரவிவர்மன்.

"எதுக்காம்..? ஸ்டார் ஹோட்டல் லன்ச்சுக்காகவா..?" பாதிக்கப்படாதவளாய் நிதானமாக கேட்டாள் வீணா..

"அதுக்கும்தான்.."

"ஓ..! என்னைப் பற்றிய தங்களின் உயர்ந்த அபிப்ராயத்திற்கு நன்றி.. அதுக்கும்தான்னா.. கூடுதலா வேற எதுஎதுவோ இருக்கும் போல..?"

"தெரிஞ்சாச் சரி.."

"இருக்குன்னு தெரியுது.. என்னென்னன்னுதான் தெரியலை.. உங்க திருவாயைத் திறந்து சொன்னாத்தான் தெரியும்.."

"காணாததைக் கண்டதைப் போல ஸ்விம்மிங் பூலை வேடிக்கை பார்க்கிறது.. ரவுண்டு கட்டிப் பூக்களைப் பிடுங்கித் தலையில் செருகிக்கலாமான்னு கார்டனுக்குள்ள பாய நினைக்கிறதுன்னு சொல்லிக்கிட்டேப் போகலாம்.."

"அழகை ரசிச்சுப் பார்க்கத்தான் செய்வாங்க.. உங்களைப் போல ரோபோ மாதிரியான ஆளுகன்னா எதையும் கண்டுக்காம செழுத்தப் பட்டதைப் போல வந்த வேலையை மட்டும் பார்ப்பாங்க.. அழகியல் தெரிஞ்சவங்க சான்ஸ் கிடைக்கிறப்ப அதை மிஸ் பண்ணாம ரசிச்சுப் பார்ப்பாங்க.."

"வாட்..? நான் ரோபோவா..?"

"பின்னே..? இல்லையா..?"

அவளின் அதீத தைரியத்தில் வசீகரிக்கப் பட்டான் அவன்.. கொஞ்சம் கூடப் பயப்படாமல் கூட வாயாடும் அவளது குணம் அவனை ஈர்த்தது.. முள் போன்ற

சுபாவ முடையவனிடமிருந்து மற்ற பெண்கள் எட்டி நின்ற போது இவள் மட்டும் வெகு இயல்பாக அவனுடன் உரையாடினாள்.. அந்த உரையாடல்கள் அனைத்தும் யுத்தங்களாக இருப்பதைப் பற்றிக் கிஞ்சித்தும் அவள் கவலை கொள்ளவில்லை.. அவனும் எவ்வளவோ கடுப்படித்துத்தான் பார்த்தான்.. வீணா ஈடு கொடுத்துப் பதிலுக்குக் கடுப்படித்தாளே தவிர தள்ளி நிற்க முனையவில்லை..

அதைப்பற்றி பாஸ்கரனிடம் அவன் சொன்னபோது.

"அவளோட பெர்சனல் மேனேஜர் போஸ்டுக்கான ரைட் அண்ட் ராயலை விட்டுக் கொடுத்திரக் கூடாதுன்னு உன்கூட மல்லுக் கட்டிக்கிட்டு இருக்கிறா.. இல்லைன்னா உன்கூட மல்லுக்கட்டனுனு அவளுக்கென்னடா தலை யெழுத்து.." என்று சொல்லி வைத்தான் பாஸ்கரன்..

வேலையைத் தவிர்த்த எந்த ஈடுபாடும் வீணாவுக்கு ரவிவர்மனிடம் இல்லையென்று நிரூபணம் பண்ண அவன் மெனக்கெட்ட வேகத்தில்..

"உன் எதிர்வீட்டு ஃபிகர் என்னவாச்சு..?" என்று விசாரித்தான் ரவிவர்மன்.

"இப்ப எதுக்குப்பா அதைப் பத்திக் கேட்கிற..?"

"பேசிட்டயா..?"

"ஆமாம்ன்னு சொன்னா..?"

"என்னை இன்ட்ரொடுயூஸ் பண்ணி வைன்னு சொல்வேன்.."

"இல்லேன்னா..?"

"நானே கரெக்ட் பண்ணிக்குவேன்.."

"ரவி.."

"அட..! இன்ட்ரொடுயூஸ் பண்ணிக்குவேன்னு சொன்னேன்டா.. அதுக்கு எதுக்கு இப்படி அலறுகிற..?"

"உனக்கே இது நல்லாயிருக்காடா மச்சான்..? நான் சைட் அடிச்ச அத்தனை பொண்ணுகளும் பதிலுக்கு வக்கணையா என்னை சைட் அடிச்சுட்டுக் கிட்டப்

போய் பேசறப்ப அண்ணான்னு கூப்பிட்டு என்னை அதல பாதளத்துக்குள்ள தள்ளி விட்டாங்க.. இவ ஒருத்தித்தான் சைட்டுக்குப் பதில் சைட்டையும் அடிச்சு, கிட்டப் போனப்ப அத்தான்னு கூப்பிட்டு லவ்வைச் சொல்லியிருக்கா.. வாராது வந்த மாமணியை அந்தல சிந்தலயாக்கிப் புடாதேடா ரவி.."

"அந்த பயம் உனக்கு இருக்கனுமில்ல.."

"என்னவளைக் காப்பாத்திக்க நான் என்ன செய்யனும்..?"

"வெட்டி ஆராய்ச்சி பண்ணாம வாயை மூடிக்கிட்டு இருக்கனும்.."

ரவிவர்மனின் பலமான எச்சரிக்கையில் பாஸ்கரன் வீணாவைப் பற்றிப் பேசாமல் தப்பித்து வந்தான்.. ரவிவர்மனின் வீணாவைப் பற்றிய பேச்சுக்களுக்கு மணி ரத்னத்தின் படத்தில் வருவதைப் போல அப்படியா என்று ஒரு வார்த்தை வசனமாகக் கூடப் பேசாமல்..

'ம்..' என்ற ஓர் எழுத்துப் பதிலை மட்டுமே உச்சரித்தான்..

'அஃது..' என்ற ரவிவர்மனின் வெற்றிப் பார்வையில் எந்த யானையையும் அடக்கும் அங்குசத்தை கைவசம் வைத்திருக்கிறானே என்று காய்ந்து போனான் பாஸ்கரன்.

'இவனை அடக்க யார் இருக்காங்க..?'

வீணா இருந்ததில் பாஸ்கரனின் மனதில் ரகசிய சந்தோசம் உண்டு.. ரவிவர்மன் கோலத்தில் பாய்ந்தால் இவள் தடுக்கில் பாய்ந்தாள்.. அவன் ஒன்று என்றால் இவள் இரண்டு என்றாள்.. வெறி கொள்ளும் அவனது கோபத்தை இவள் லட்சியமே செய்வதில்லை..

'இவனுக்கு அவதான் லாயக்கு..' மனதுக்குள் வீணாவுக்கு புஷ்பாஞ்சலி செய்து மகிழ்ந்தான் பாஸ்கரன்.

ரவிவர்மனுக்கும் வீணாவுக்கும் இடையே ஏற்படும் கருத்து மோதல்களைத் தவிர்க்க.. பிஸினெஸ் லன்ச் மீட்டிங்குகளில் கட்டாயமாக வீணாவும் பங்கெடுக்க வேண்டுமென்று எம்.டி உத்தரவு பிறப்பித்து விட்டார்.. வேறு வழியில்லாம் ரவிவர்மனும், எதைப் பற்றியும் யோசிக்காமல் இயல்பாக.. வீணாவும் பிஸினெஸ் லன்சுக்கு போய் வந்தார்கள்.. வீணா அவள் காரில் வந்து விடுவாள்.. ரவிவர்மன் அவன் காரில்.. ஹோட்டல் வாசல் வரை யாரோ எவரோ என்று வருபவர்கள் டைனிங் ஹாலில் ஜெனரல் மேனேஜரும் பெர்சனல் மேனேஜருமாக மாறுவார்கள்.. வேலை முடிந்ததும் யாரோ எவரோ என்று பிரிந்து அவரவர் கார்களில் அலுவலகம் திரும்புவார்கள்..

அந்த மீட்டிங்குகளில் ரவிவர்மனின் வியாபாரத் திறமையைக் கண்டு மனதுக்குள் சிலாகித்துக் கொள்வாள் வீணா.. அரை மனதாக பிஸினெஸ் பேச வந்திருப்பவர்கள் கூட அவன் கடை பரப்பும் புள்ளி விவரங்களில் க்ளீன் போல்டாகி பிஸினெஸ் அக்ரிமெண்டில் கையெழுத்து போட்டு விட்டுத்தான் போவார்கள்..

'கில்லாடி..!'

எதற்காக அவன் பண்ணும் அத்தனை அழும்புகளையும் எம்.டி பொறுத்துக் கொள்கிறார் என்று அந்த மீட்டிங்குகளில்தான் வீணாவுக்கு விளங்கியது.. ரவிவர்மன் பெற்றுத்தரும் அத்தனைக் காண்ட்ராட்டுகளும் கோடிகளைக் கொட்டுபவை.. அவற்றை வெற்றிகரமாக வாங்கித்தந்து விட்ட கர்வமும், திமிரும் கொஞ்சம் கூட இல்லாமல் அடுத்த வேலையைப் பார்க்கப் போய்விடுவான் ரவிவர்மன்.. அவனின் அந்த குணாதியத்தில் ஈர்க்கப் பட்டாள் வீணா.. என்னால்தான் இது முடிந்தது என்ற வார்த்தைகளை அவன் சொன்னதாக வரலாறே இல்லை.

'ஹி மேன்..!'

அவனது நிமிர்வும், கம்பீரமும் அவனுக்கே உரித்தானவை என்ற ஆதர்சம் வீணாவுக்குள் உண்டானது.. அன்றைக்கென்று அவளது கார் சர்வீஸுக்கு போய் விட்டதில் ரவிவர்மனின் காரில் முறைத்துக் கொண்டே வந்திருந்தாள்..

"வேலை செய்ய வருகிறவங்க ரோபோவாத்தான் இருக்கனும்.. உங்களைப் போல வேடிக்கை பார்த்துக்கிட்டு இருக்கக் கூடாது.."

மட்டம் தட்டுவதைப் போல ரவிவர்மன் பேசியதை அவள் கண்டு கொள்ளவில்லை.. அதில் அவன் அவளை ஆழ்ந்து பார்த்தான்..

அதில் மனம் படபடத்தாலும்.. வெளியே காட்டிக் கொள்ளாமல் இதழைச் சுழித்தாள் வீணா..

"என்ன..?" என்று விசாரித்தான் ரவிவர்மன்.

"ஜி.எம்மா ஜாயின் பண்ணினப்ப சார் ஒன்று சொன்னதா ஞாபகம்.."

இழுத்தாள் வீணா.. அது என்னவாக இருக்கும் என்று யோசித்தவனுக்கு நினைவு வந்து விட்டது..

ஆம்பளைகளைப் பார்த்ததே இல்லையா என்று அவன் கேட்டதை நினைவு படுத்துகிறாள்..

'இப்ப எதுக்கு இதைச் சொல்கிறா..?'

உதட்டை மடித்துக் கடித்தபடி அவளைப் பார்த்தான்.. இளமுறுவலோடு அவள் முகம் திருப்பிக் கொண்டாள்..

"ஓ..!" கண்டு கொண்ட பாவனையுடன் 'ஓ' போட்டான்.

'யாரு இவன்..?' மனதுக்குள் மெச்சிக் கொண்டாள் வீணா..

"பொம்பளைகளைப் பார்த்ததே இல்லையான்னு மேடம் கேட்கறீங்களாக்கும்..?"

இடக்கான அவன் கேள்விக்கு ஆமாம் என்று பதில் சொல்லாமல் டைனிங் ஹாலுக்குள் நுழைந்தாள் வீணா.. அவளையே பார்த்துக் கொண்டிருந்தவனுக்கு இவளைப் போன்ற பெண்ணைப் பார்த்ததில்லையென்று தோன்றியது.

அவர்களுக்காக ரிசர்வ் செய்யப்பட்டிருந்த டேபிளை அணுகி உட்கார்ந்தார்கள்.. காத்திருந்த நேரத்தில் சூப் சாப்பிடலாமென்று யோசனை சொன்னான் ரவி-

வர்மன். .தலையசைத்து சம்மதம் சொன்ன வீணாவின் அடி வயிற்றை அந்த வலி தாக்கியது..

'சுரீர்' என்று இடுப்பிலிருந்த அத்தனை தசை நாறுகளையும் இழுத்துப் பிடித்துச் சுண்டியிழுத்த வலியில் துடித்துப் போனாள் வீணா..

அனிச்சையாக அவளது கை அடி வயிற்றில் படிந்தது.. மறுபடியும் உடலை உருவிப் போட்ட அந்த வலியில் மனம் அதிர்ந்தாள்..

'இது.. 'அந்த' வலிதான்..'

என்ன செய்வாள்..? இது 'அது' வருகை தருவதற்கான நாளல்ல.. சில மாதங்களாக இது போல நிகழ்ந்து வந்தாலும்.. இப்படிப்பட்ட இக்கட்டில் அவள் சிக்கியதில்லை.. அப்போதுதான் அந்த அவஸ்தையைக் கடந்து முடித்திருந்தாள்.. பத்து நாள்கள் கூட ஆகியிருக்காது.. அதற்குள் மறுபடியுமா..?

'தாங்க முடியலையே' சுருண்டு அந்த டைனிங் ஹாலின் தரையில் படுத்து உருள வேண்டும் போல இருந்தது வீணாவுக்கு..

கட்டுக்கடங்காத வலியிலிருந்து மீட்சி பெற முடியாமல் துடித்துப் போனவளின் விழியோரம் வலி பொறுக்க முடியாமல் கண்ணீர் அரும்பியது.. என்ன செய்வதென்று தெரியாமல் தவித்தாள் வீணா.. எதிர்பார்க்கவில்லை என்பதால் அவளது கைப்பையில் கைகாவலான நேப்கின் எதுவும் இல்லை..

15

பெண்ணென்று பிறந்தவளின்
வேதனைகளை யாரறிவார்..?
பிறர் வலி தாங்கும் அவள்வலியை
சுமப்பதற்கு யார் வருவார்..?

"தே ஆர் கமிங்.,"

டைனிங் ஹாலின் வாசலைப் பார்த்துச் சொன்னபடி வந்து கொண்டிருந்த வெள்ளைக்காரர்களை வரவேற்க எழுந்தான் ரவிவர்மன்.. கூட வீணாவும் எழுந்து கொள்ளாததில் எரிச்சலுடன் அவளைப் பார்த்தவன் புருவங்களை உயர்த்தினான்..

புழுவாக துடித்துக் கொண்டிருந்தாள் வீணா.. அடிவயிற்றில் கை வைத்து டேபிளின் மீது கவிழ்ந்து விட்டவளை எழுப்பாமல் வெள்ளைக்காரர்களை நோக்கி விரைந்து அவர்களுடன் கை குழுக்கி நிலைமையைச் சமாளித்தான் ரவிவர்மன்.

"நம்ம டேபிள் தயாராகிக் கொண்டிருக்கிறது.." என்றபடி ரிசப்சனுக்கு அழைத்-துச் சென்று அங்கிருந்த சோபாவில் உட்கார வைத்து விட்டு..

"ஜஸ்ட் எ மினிட்.." என்று புன்னகையுடன் அவர்களிடம் அனுமதி வாங்கி விட்டு ரிசப்சனுக்குப் போனான்..

தாழ்ந்த குரலில் அவன் சொன்னதைக் கேட்ட ரிசப்சனிஸ்ட் வியப்புடன் அவனைப் பார்த்து விட்டு, உதவியாளை அழைத்தாள்.. அந்தப் பெண் சில பொருள் களுடன் டைனிங் ஹாலுக்குச் சென்று அரை மயக்க நிலையிலிருந்த வீணாவைத் தொட்டு எழுப்பினாள்..

"மேம்..! சூடா காபியும் குயிக் பெயின் - ரீலிப் டேப்லெட்டும் கொண்டு வந்தி-ருக்கேன்.. முதலில் மெடிசனை எடுத்துக்கங்க.. தென்.. உங்களுக்குத் தேவையா-னது இதோ இந்த கவரில் இருக்கு.. வாஷ்ரூம் அங்கே இருக்கு.."

ரகசியக் குரலில் கிசுகிசுத்தபடி கை காட்டினாள்.. எல்லையற்ற நன்றியுடன் அந்தப் பெண்ணைப் பார்த்த வீணா பரபரவென சூடான காப்பியில் மாத்திரையை விழுங்கினாள்.. காபி தந்த தெம்புடன் எழுந்து வாஷ் ரூமுக்குள் சென்று மறைந்-தாள்..

உதவியாள் ரிசப்சனிஸ்டிடம் கட்டை விரலை உயர்த்த.. ரிசப்சனிஸ்ட் ரவிவர்மனிடம் கட்டை விரலை உயர்த்தினாள்..

"நம்ம டேபிள் தயாராகி விட்டது.. தாமதத்திற்கு மன்னிக்கவும்.." வினயத்துடன் ரவிவர்மன் பேசிய விதத்தில்..

"இட்ஸ் ஆல் ரைட்.." என்று பெருந்தன்மையாக சிரித்தார்கள் வெள்ளைக்காரர்கள்..

அவர்கள் பேச்சை ஆரம்பித்தபோது.. அன்றுதான் பூத்த புது மலரைப் போல வாஷ் ரூமிலிருந்து திரும்பி வந்த வீணா அவர்களுக்கு வணக்கம் கூறி இணைந்து கொண்டாள்.. ஜாடையாக அவள் முகம் பார்த்தான் ரவிவர்மன்.. வலியின் சாயல் இல்லாமல் தெளிவாக இருந்தது அவளது முகம்.. கண்கள் கண்ணீரின் சுவடில்லாமல் பளிச்சிட்டன.. வெள்ளைக்காரர்கள் எழுப்பிய வினாக்களுக்கு புள்ளி விவரங்களுடன் பதில் சொல்லி ரவிவர்மனை அயர வைத்தாள்..

'வேலையில் நீ 'கிங்'குன்னா.. நான் 'குவின்..' என்றன அவளது விழிகள்..'

'ஈஸிட்..?' ரவிவர்மனின் இதழ்களில் புன்னகை நெளிந்தது..

அன்றைய பிஸினெஸ் மீட்டிங் வெற்றிகரமாக முடிந்தது.. வெள்ளைக்காரர்கள் கை குலுக்கி விட்டு விடை பெற்றார்கள்.. அவர்களை வழியனுப்பப் போனான் ரவிவர்மன்.. வீணா அவளுக்கு உதவி செய்த பெண்ணைத் தேடினாள்.. அவள் ரிசப்சனுக்கு பக்கத்திலிருந்த கேபினில் கம்யூட்டரைத் துடைத்துக் கொண்டிருந்தாள்.. வீணாவைக் கண்டதும் பரிவுடன் புன்னகைத்து..

"இப்போ எப்படியிருக்கு..?" என்று விசாரித்தாள்..

"ஃபைன்.. பட்.. என்னோட சிச்சுவேசனைப் பத்தி உங்களுக்கு எப்படித் தெரியும்..?"

"ரிசப்சனிஸ்ட்தான் சொன்னாங்க.. சூடா காபியும் டேப்லெட்டும் கொடுத்துட்டு கவரைக் கொடுத்து வாஷ் ரூமைக் காட்டிட்டு வான்னு சொல்லி அனுப்பி வைச்சாங்க."

"ஓ..!"

ஆச்சரியத்துடன் ரிசப்சனிஸ்டை அணுகினாள் வீணா.. அவளென்ன யட்சினியா என்ற வியப்பு அவளுக்குள் உண்டானது.. வீணாவைப் பார்த்ததும்..

"யெஸ்.." என்றாள் ரிசப்சனிஸ்ட்..

"தேங்க்ஸ்.." என்றாள் வீணா..

"வாட் ஃபார்..?"

"எனக்கு ஹெல்ப் பண்ணினதுக்கு.."

"என்ன ஹெல்ப் பண்ணினேன்..?"

வீணா சொன்னாள்.. கையிலிருந்த டெலிபோனை மறந்த ரிசப்சனிஸ்ட் வீணாவைப் பார்த்து..

"அது நீங்கதானா..?" என்று கேட்டாள்..

"நான்தானான்னு கேட்கறிங்களே.. நான் யாருன்னே தெரியாம எப்படி என் சிச்சுவேசனைப் புரிஞ்சுக்கிட்டிங்க..?"

"உங்க சிச்சுவேசனைப் புரிஞ்சுக்கிட்டது நானில்லைங்க.. உங்ககூட பிஸினெஸ் மீட்டிங் அட்டெண்ட் பண்ண வந்த மிஸ்டர் ரவிவர்மன்தான் புரிஞ்சுக்கிட்டார்.."

"வாட்..?"

"யெஸ் மேம்.. அவர்தான் வந்து சொன்னார்.. டேபிள் நம்பர் சிக்ஸ்டீனில மிஸ் வீணா வலியில துடிச்சுக்கிட்டு இருக்காங்க.. அவங்களுக்கு வந்திருக்கிறது.. பீரியட் வலியா இருக்கலாம்ன்னு கெஸ் பண்றேன்.. குயிக் பெயின் ரிலீப் டேப்லெட்டும் காபியும் கொடுத்துட்டு தேவையான ஹெல்ப்பைப் பண்ணுங்க.. அதுக்கான செலவை எங்க கம்பெனி பில்லில சேர்த்திருங்கன்னு சொன்னார்.. நான் என்னோட அஸிஸ்டென்டைக் கூப்பிட்டு விவரம் சொல்லி உங்களுக்கு ஹெல்ப் பண்ண அனுப்பி வைத்தேன்.. தட்ஸ் ஆல்.. பை தி வே மேம்.. உங்களோட பிரண்ட் மிகச் சிறந்த ஆண்..!"

"எதனால இந்தக் காம்ப்ஸிமெண்ட்..?"

"பெண்களின் மாதாந்திர அவஸ்தையை உணர்ந்தவனே முழுமையான ஆண்மகன்..! அந்த வகையில் மிஸ்டர் ரவிவர்மன் இஸ் எ கம்ப்ளீட் மேன்..!"

உண்மைதானே என்று தோன்றியது வீணாவிற்கு.. பெண்கள் இருவரும் புரிதலுடன் சிரித்துக் கொண்டார்கள்.. ரிசப்சனிஸ்ட்டிடம் விடைபெற்ற வீணா வாசலுக்குப் போனாள்.. அங்கே வெள்ளைக்காரர்களை அனுப்பிவிட்டு ரவிவர்மன் நின்று கொண்டிருந்தான்.

"ஸாரி ஃபார் தி லேட்.." என்றாள் வீணா..

"லேட்டெல்லாம் இல்லை.. வெள்ளைக்காரங்க இப்பத்தான் கிளம்பிப் போனாங்க.." என்றான் ரவிவர்மன்.

இவன் இப்படிக்கூட இணக்கமாகப் பேசுவானா என்றிருந்தது வீணாவுக்கு.. அவளையே பார்த்துக் கொண்டிருந்த ரவிவர்மனின் பார்வையில் தெரிவது எது என்று குழம்பினாள் வீணா.. ரவிவர்மனின் கார் வந்து நின்றது.. பார்க்கிங் ஏரியாவிலிருந்து ஓட்டிக் கொண்டு வந்த ஸ்டார் ஹோட்டலின் டிரைவர் இறங்கி வணக்கம் சொல்லி விலகி நின்றான்..

வீணாவுக்காக கார் கதவைத் திறந்து விட்டான் ரவிவர்மன்.. இவன் ரவிவர்மன்தானா என்று மயக்கமே வந்து விட்டது வீணாவுக்கு.. மௌனமாக காரில் ஏறிக் கொண்டாள்.. அவன் காரை ஓட்ட ஆரம்பித்தான்.. எப்படி பேச்சை ஆரம்பிப்பது என்று புரியாமல் படபடக்கும் மனதோடு அவனை ஓரப் பார்வை பார்த்தாள்.. அதை கண்டு கொண்டவன் நேரடியாக..

"என்ன..?" என்று கேட்டு வைத்தான்..

"அது.. அது.." திணறியவள் பட்டென்று..

"எப்படித் தெரியும்..?" என்று கேட்டு விட்டாள்..

ரவிவர்மன் புரிந்து கொண்டான்..

"எனக்குத் தங்கை இருக்கிறா.." என்றான் சுருக்கமாக.

இதைவிட அருமையான பதில் இருக்க முடியாது என்று நினைத்துக் கொண்டாள் வீணா..

"அவளுக்கும் இதே பிரச்னைதான்.. உங்க முகத்தில இன்னைக்குப் பார்த்த வலியின் வேதனையை அவள் முகத்தில் அடிக்கடி பார்த்திருக்கிறேன்.. அவளுக்கான டேப்லெட்டையும் நேப்கின் பாக்கெட்டையும் வாங்கிக் கொடுத்திருக்கிறேன்.."

"மிஸ்டர் ரவிவர்மன்.." அவளது குரல் நெகிழ்ந்திருந்தது..

"இதென்ன புது மரியாதை..?" இலகுவாக அவன் கேட்டான்..

"உங்களுக்குத் தெரியாது.. நீங்க எப்பேற்பட்ட ஹெல்ப்பைப் பண்ணியிருக்கீங்கன்னு.. என்னை நானே கவனிச்சுக்க முடியாத சிச்சுவேசனில நீங்க என்னைக் கவனிச்சு உதவிக்கரம் நீட்டியிருக்கீங்க.. தேங்க்ஸ்.."

லேசான சிரிப்புடன் அதை அங்கீகரித்தவன்..

"இதுக்குத்தான் அந்தக் காலத்தில பெரியவங்க சொல்லி வைச்சாங்க.. பெண்குலம்தான் கேட்டுக்கலை.." என்றான்..

"எதைச் சொல்லி வைச்சாங்க.." குழம்பினாள் வீணா.

"பெண்கள் வீட்டை விட்டு வெளியே போகக் கூடாது.. முக்கியமா வேலைக்குப் போகக் கூடாது.. பீரியட்ஸ் தேதிகளில் மூன்று நாட்கள் தனி ரூமில் இருக்கனும்னு நிறைய கண்டிசன்ஸ் போட்டு வைச்சிருந்தாங்க.. எங்கே..? யாராச்சும் காது கொடுத்துக் கேட்டாத்தானே.." ரவிவர்மன் சலித்துக் கொண்டான்..

"அதானே பார்த்தேன்.. சிறுத்தையாவது.. தன் புள்ளிகளை மாத்திக்கிறதாவது.. ஹெல்ப் பண்ணினீங்கன்னு நன்றி சொன்னா பெண்களை அடிமையாக்கப் பார்க்கறீங்களா..?" சிலிர்த்தபடி சண்டைக்குத் தயாராகி விட்டாள் வீணா..

"உள்ளதைச் சொன்னா சண்டையா..?"

"உங்க வீட்டுப் பெண்களை வீட்டுக்குள்ளதான் பூட்டி வைச்சிருக்கீங்களா..?"

"பூட்டி வைக்கத்தான் பார்த்தேன்.. அவங்க பூட்டை உடைச்சு என் கையில கொடுத்துட்டாங்க.. அம்மா மீன் வளத்துறையில ஆபிசர்.. தங்கை பேங்க் ஆபிசர்.. ம்ஹீம்.. சொன்னதைக் கேட்காத பிறவிகள்.."

"ஷட் அப் மிஸ்டர் ரவிவர்மன்.. நான் பார்த்தாலும் பார்த்தேன்.. உங்களைப் போல ஆணவம் பிடிச்ச, ஆனாதிக்க மனப்பான்மை கொண்ட ஆணை இதுவரைக்கும் பார்த்ததே இல்லை.. எப்படிப் பட்ட மேல் சாவனிஸ்ட் நீங்க.."

"பெமினிசம் பேசி என்னத்தை சாதிச்சீங்க..? வீட்டை விட்டு வெளியே வேலைக்குன்னு கிளம்பி வந்ததாலே நீங்க எதிர்பார்க்கிற எக்கனாமிக்கல் ஃப்ரீடெம்

உங்களுக்குக் கிடைச்சிருச்சா..? அதைக் குடும்பத்துக்கும், குழந்தைகளுக்கும் செலவளிப்பீங்க... பொறுப்புக் குறைஞ்சிருச்சுன்னு குடும்பத்தலைவன் ஹாயா இருப்பான்.. வேலைக்குப் போகிறதாலே உங்களுக்கு வீட்டு வேலைகள் குறைஞ்சிருச்சா..? உங்க அம்மாவும் வேலைக்குப் போகிறவங்கதானே..?"

"யெஸ்.."

"உங்க வீட்டில விடிந்தலும் முதலில் எழுந்துக்கிறது யாரு..? உங்க அம்மாவா.. இல்லை அப்பாவா..?"

திகைத்துப் போனாள் வீணா.. ரவிவர்மனின் கேள்வி அவளுக்கு நிதரிசனத்தைப் பறை சாற்றியது.. ஒருநாள் கூட சக்திவேல் மனைவிக்கு முன்னால் கண்விழித்துக் காபி போட்டு அவளை எழுப்பியதில்லை என்பதை நினைத்துப் பார்த்தாள் வீணா.. வேலை பார்த்தாலும் ஆணும், பெண்ணும் சமமாக மாட்டார்களா..?

16

முகம் காட்டும் கண்ணாடி
முகமூடி இல்லாத
உன் முகத்தை
என்று காட்டும்..?

"தீட்டுன்னு ஒதுக்கி வைக்கிறாங்கன்னு அந்தக் கால மனுசங்களை குறை சொல்வோம்.. உண்மையில் அந்த நாள்களில் பெண்களோட வலியையும், வேதனையையும் உணர்ந்து அவளுக்கு ஓய்வு கொடுக்கன்னு தள்ளி வைத்துக் காப்பாத்தினாங்க.. இன்னைக்கு என்ன செய்கிறோம்..? வலியை மரக்க வைக்கிற மாத்திரைகளைப் போட்டுக்கிட்டு வீட்டில இருக்கிற லேடிஸ் வீட்டு வேலைகளைப் பார்க்கிறாங்க.. ஆபிஸ் வர்றவங்க அரக்கப் பறக்க ஓடி வர்றாங்க.. இதுக்கான ஓய்வை யாரும் கொடுக்கறதுமில்லை.. பெண்களால ஓய்வெடுக்க முடியறதுமில்ல.."

ரவிவர்மன் சொல்லச் சொல்ல எதிர்த்து வாதாட முடியாமல் வாயடைத்துப் போனாள் வீணா.. சோர்ந்திருந்த உடல் தளர்ந்து படுக்கையில் சரியச் சொல்லிக் கெஞ்சியது.. அதீதமான வலியினால் ஏற்பட்டிருந்த அசதி விழிகளைச் சொக்க வைத்தது.

"வீடு வந்தாச்சு.."

'ஆபிஸ் வந்தாச்சுன்னுல்ல சொல்லனும்..?'

வெளியில் பார்த்தாள்.. வீணாவின் வீட்டின் முன்னால்தான் கார் நின்றிருந்தது..

"ரெஸ்ட் எடுங்க.. எம்.டிகிட்ட நான் சொல்லிக் கறேன்.. உங்க கேபின்ல இருக்கிற திங்க்ஸை பூட்டி வைக்கச் சொல்றேன்.. உடம்பு சரியானதும் ஆபிஸ் வாங்க.."

"நாளைக்கு சரியாகிரும்.."

"சரியானாச் சரி.. கொஞ்ச நேரத்துக்கு முன்னாலே வலி தாங்காம நீங்க துடிச்ச துடிப்பு இன்னும் என் கண்ணுக்குள்ளே நிற்குது.. என்னால் மட்டும் உங்க வலியை வாங்க முடிஞ்சிருந்தா நல்லாயிருக்கும்ன்னு அந்த செகண்டில தோணிவைச்சது.. பெண்கள் பாவம் தான்.. டேக் கேர்.."

ரவிவர்மனின் கார் மறைந்து விட்டது.. அசையாமல் அங்கேயே நின்றிருந்த வீணா கண் பார்வையிலிருந்து கார் மறைந்ததும் தொய்வாக வீட்டுக்குள் போனாள்.

"என்னம்மா.. இப்பவே வந்துட்டிங்க..?" கதவைத் திறந்து விட்ட சரோஜா வினவினாள்..

"வயித்து வலி சரோஜா.. சூடா கசாயம் போட்டுத் தாயேன்.."

வீணாவின் முகச் சோர்வில் விவரம் புரிந்து கொண்ட சரோஜா..

"அடப்பாவமே.." என்றபடி சமையலறைக்கு விரைந்தாள்..

'இவளுமா..?'

பெண்கள் பாவம்தான் என்ற ரவிவர்மனின் குரல் காதருகே கேட்பதைப் போல இருந்தது வீணாவுக்கு..

சுடுநீரில் குளித்து உடுத்தியிருந்த உடைகளை அலசிப் பிழிந்து வாஷிங் மெஷினில் போட்டு விட்டு நைட்டிக்கு மாறியவள் கட்டிலில் விழுந்தாள்..

"இதைக் குடிச்சுட்டுப் படுத்துக்கங்கம்மா.."

சரோஜா தாய்மைப் பெருக்கோடு கசாயத்தை புகட்டி விட்டாள்.. சூடான கசாயம் சொச்சமிருந்த வலியைக் குறைக்க உடலின் அசதி ஆளை அமுக்க கண்ணயர்ந்தாள் வீணா.. ஆக்ரமித்த தூக்கத்தின் நடுவே..

"அந்த நாள்களில் பெண்களோட வலியையும் வேதனைகளையும் உணர்ந்து அவளுக்கு ஓய்வு கொடுக்கன்னு தள்ளி வைத்துக் காப்பாத்தினாங்க.." என்ற ரவிவர்மனின் முகம் வந்தது..

"அப்படியா..?" என்று கேட்டபடி உறங்கிப் போனாள் வீணா..

மாலையில் சுகந்தி வந்ததும் சரோஜா விவரத்தைச் சொன்னதில் உடை மாற்றாமல் மகளைத் தேடி மாடிக்கு வந்து விட்டாள்..

"கிளம்பு வீணா டாக்டரைப் பார்த்துட்டு வரலாம்.."

"நாளைக்கு போகலாம்மா.. டயர்டா இருக்கு.."

கவலையுடன் மகளைப் பார்த்த சுகந்திக்கு இது என்ன கொடுமை என்றிருந்தது..

இதுதான் நாள் என்றால் கவனமாக இருக்கலாம்.. எந்த நாளிலும் அது நேரலாம் என்றால் வீட்டை விட்டு வெளியே சென்று வேலை பார்க்கும் பெண்கள் என்ன செய்வார்கள்..? எப்படிச் சமாளிப்பார்கள்..?

'பத்து நாள் கூட ஆகலை.. அதற்குள் மறுபடியுமா..?'

மகளின் உடம்பு தாங்குமா என்ற வேதனைக்கு ஆளானாள் அந்தத் தாய்..! அவள் உணர்ந்த வலி அது.. அவளது அம்மாவும் பாட்டியும் உணர்த்திய வலி அது.. மகளுக்கு இதமாக எடுத்துரைத்துப் பழக்கப்படுத்தியிருந்த வலி அது..

வலிகளுடன் கூடியது பெண்ணின் வாழ்க்கை..!

அடித்துப் போட்டதைப் போன்ற இரவுத் தூக்கத்திற்குப் பின்னால் கண் விழித்த வீணாவிற்கு தெம்பு மீண்டிருந்தது.. காபியுடன் வந்த சுகந்தியிடம்..

"டோன்ட் ஒர்ரி மாம்.. இன்னைக்கு ஈவினிங்கில டாக்டரைப் பார்த்துரலாம்.." என்று தைரியம் சொன்னாள்.

காபியைக் கொடுத்து விட்டு மகளின் முடி கோதி விட்டாள் சுகந்தி.. தாயின் பரிவு இதமாக இருந்ததில் கண்மூடி அதில் லயித்தபடி காபியை உறிஞ்சினாள் வீணா.. மனதில் அந்த கேள்வி எழுந்தது..

"மாம்.. டாடி எழுந்துட்டாரா..?" விழிகளைத் திறக்காமல் கேட்டாள்..

"இல்லைடா.. பெட்காபியோட போய் எழுப்பனும்.. இன்னைக்கு எக்ஸாம் ஸ்டார்ட் ஆகுது.. நான் சீக்கிரமா ஸ்கூல் போயாகனும்.. உங்க டாடி சீக்கிரமா எழுந்து கிளம்பினாத் தேவலை.."

"ஏன்..? அவர்தான் உங்களை டிராப் பண்ணப் போறாரா..? அவருக்கு ஆபிஸ் கார் வரும்.. உங்களுக்கு ஸ்கூல் பஸ் வரும்.. அப்புறம் என்ன..?"

"என்னடி பேசற..? அவர் டிபன் சாப்பிட்டு லன்ச் பேகை எடுத்துக்கிட்டாத்-தானே நான் கிளம்பிப் போக முடியும்..?"

என்ன மாதிரியான தளை இது..!

"உங்க வீட்டில் விடிந்ததும் முதலில் எழுந்துக்கிறது யாரு..? உங்க அம்மாவா.. இல்லை அப்பாவா..?"

காதுக்குள் கேட்டு வைத்தான் ரவிவர்மன்.. நாகரிகப் பூச்சில்லாமல் முகத்தில் அறையும் உண்மைகளை இரக்கமில்லாமல் சொல்வதினால்தான் அவனைக் கண்-டதும் எல்லோரும் அலறியடித்துக் கொண்டு விலகி ஓடுகிறார்கள் என்று நினைத்-துக் கொண்டாள் வீணா.. பெருமூச்சு வந்தது..

இந்த உலகம் கசப்பான உண்மைகளை விட இனிப்பான பொய்களையே விரும்பி வரவேற்கிறது..

"அம்மா.."

"என்ன வீணா..?"

"உங்களுக்கு மேரேஜ் ஆன நாளில இருந்து இன்னைக்கு வரைக்கும் நீங்க-தான் பர்ஸ்ட்ல முழிச்சுக்கு வீங்களா..? ஒருநாள் கூட உங்களுக்கு முன்னாலே டாடி முழிச்சுக்கிட்டது இல்லையா..?"

"அவர் எதுக்கு முழிச்சுக்கனும்..? அதான் நான் இருக்கேனில்ல.."

இயல்பாக தளைக்குள் புகுந்து கொள்ளும் பெண்கள் இருக்கும்வரை இந்திய ஆண்கள் சுகவாசிகளாகத்தான் இருப்பார்கள் என்று நினைத்துக் கொண்டாள் வீணா..

"ச்சும்மா.. ஒரு சர்ப்ரைஸ் கொடுக்கிறதுக்காவது அவர் பர்ஸ்ட்ல முழிச்சுக்க-லாமில்ல..?"

"சர்ப்ரைஸா கிப்ட்தான் கொடுப்பாங்க.. பெட் காபியா கொடுப்பாங்க..?"

செல்லமாக மகளின் கன்னம் தட்டி விட்டுப் போய் விட்டாள் சுகந்தி.. போர்த்தியிருந்த போர்வையை உதறி மடித்து வைத்து விட்டுக் குளியலறைக்குள் புகுந்தாள் வீணா.. அலுவலகம் செல்லத் தயாராகி கீழே இறங்கிய போது எதிர்பட்ட விக்ரம்..

"உடம்புக்கு என்ன..?" என்று கவலைப்பட்டான்..

"நத்திங் டு வொர்ரி.. இர்ரெகுலர் பீரியட் டேட்ஸாலே பிராப்ளம்.." நாசுக்காக தன் நிலையை உணர்த்தினாள் வீணா..

"நைட்ல சாப்பிடவும் வரலையா..? ரொம்பவும் கவலையாகிருச்சு.. ஹாஸ்பிடலுக்கும் போகலையே.."

"இன்னைக்கு ஈவினிங்கில போகலாம்ன்னு இருக்கேண்ணா.."

"உன் கார் சர்வீஸீக்குப் போயிருக்குல்ல..? நான் டிராப் பண்றேன்.."

"ம்ம்ம்.."

"நீ டிபன் சாப்பிட்டுக்கிட்டு இரு.. ஜஸ்ட் ஃபைவ் மினிட்ஸ்ல வந்து சேர்ந்துருவேன்.."

"ஓகே.."

வீணா டைனிங் ஹாலுக்குப் போனபோது சுடச்சுட இட்லிகளை எடுத்து சக்திவேலின் தட்டில் வைத்துக் கொண்டிருந்தாள் சுகந்தி.. செல்போனில் பேசியபடி சாப்பிட்டுக் கொண்டிருந்தார் சக்திவேல். இந்த இட்லிகளை அவர் தானாய்ப் போட்டுச் சாப்பிட்டுக் கொண்டால் சுகந்திக்கு நேரம் மிச்சமாகுமே என்று நினைத்த வீணா திடுக்கிட்டுப் போனாள்..

இது போன்ற நினைவுகள் இதற்கு முன்னால் எழுந்ததில்லையே.. ரவிவர்மனின் கேள்விகளுக்குப் பின்னால் எதற்கெடுத்தாலும் குற்றம் காண்கிறாளோ..

சக்திவேலின் முகத்தைப் பிரியத்துடன் பார்த்துக் கொண்டிருந்த சுகந்தியின் முகத்தைப் பார்த்தபோது தளைகளில் மாட்டிக் கொண்டவளைப் போலத் தெரியவில்லையே..

முதலில் கண்விழித்து குடும்பத்தினர்க்கான தேவைகளைக் கவனிப்பதை அவள் விருப்பத்துடன் செய்யவாளானால் அதில் தளைகளுக்கு இடமேது..?

'அவனாலே குதர்க்கமாவே யோசிக்கறேன்..'

தன் தலையில் குட்டு வைத்துக் கொண்டாள்..

"என்னம்மா..?" பரிவுடன் கேட்டார் சக்திவேல்.

"ச்சும்மா.." தலைசாய்த்துச் சிரித்த வீணா குழந்தையைப் போல சக்திவேலின் கண்களுக்குத் தெரிந்தாள்..

"முடியலைன்னா ஆபிஸ்க்கு லீவு போட்டிரும்மா.."

"நோ டாட்.. இப்ப பெட்டராத்தான் ஃபீல் பண்றேன்."

விக்ரம் வந்து விட்டான்.. மின்னல் வேகத்தில் காலை உணவை அவன் காலி செய்த வேகத்தில் தங்கையின் மீதான அவனது அக்கறை வெளிப்பட்டது..

"பை மாம், பை டாட்.."

அண்ணனும் தங்கையும் கிளம்பி விட்டார்கள்.. வீணாவின் கம்பெனி வளாகத்தில் காரை நிறுத்தினான் விக்ரம். தமையனிடம் பேசியபடியே இறங்கிய வீணா அங்கே நின்று கொண்டிருந்த ரவிவர்மனைப் பார்த்தாள்.. அவனை விக்ரமிடம் அறிமுகப் படுத்தி வைக்க வேண்டும் போல அவளுக்கு இருந்தது.

"ஹலோ மிஸ்டர் ரவிவர்மன்.." கை அசைத்தாள்..

பதிலுக்கு கையசைக்காமல் கடினமாக அவளைப் பார்த்தான் ரவிவர்மன்.. இவன் திருந்தவே மாட்டானா என்று பல்லைக் கடித்தபடி..

"மீட் மை பிரதர்.. விக்ரம்.. ஐ.பி.எஸ் ஆபிசர்.." என்று தமையனை அறிமுகப் படுத்தி விட்டு..

"அண்ணா.. இவர்தான் ரவிவர்மன்.. எங்க கம்பெனியின் ஜெனரல் மேனேஜர்.." என்று தமையனுக்கு ரவிவர்மனை அறிமுகப் படுத்திவைத்தாள்..

ரவிவர்மன் இருந்த இடத்தை விட்டு அசையாமல் நிற்க, விக்ரம் காரை விட்டு இறங்கினான்..

17

உன் வருகைக்காக தூவப்பட்ட
மலர்கள் சருகாகி விட்டன..
உன் வருகையைப் பற்றிய நம்பிக்கை மட்டும்
மனதில் இன்னும் வாடாமல்..
துளிர்த்துக் கொண்டே இருப்பது ஏன்..?

விரோதியைப் போல விறைப்பாக நின்ற ரவிவர்மனிடம்..

"கிளாட் டு மீட் யு.." என்று கை நீட்டினான் விக்ரம்.

பதிலுக்கு கை குலுக்கிய ரவிவர்மனின் முகத்தில் கிஞ்சித்தும் நட்பில்லை.. அதைப் பொருட்படுத்தாமல் தங்கைக்கு கைகாட்டி விட்டு காருக்குள் ஏறிவிட்டான் விக்ரம்.. கார் போனதும் ரவிவர்மனிடம் சீறினாள் வீணா..

"கொஞ்சமாவது டீஸன்ஸி இருக்கா..?"

"டீஸன்ஸியைப் பத்தி நீங்க எனக்குக் கத்துக் கொடுக்கறீங்களா..?"

"யெஸ் மிஸ்டர் ரவிவர்மன்.. உங்களிடம் என் அண்ணாவை இன்ட்ரொடியூஸ் பண்ணி வைத்தா இப்படியா பிஹேவ் பண்ணுவீங்க..?"

"எப்படி பிஹேவ் பண்ணினேன்..? கர்ட்டசிக்காக அவர் கைபிடித்துக் குலுக்கினேனா இல்லையா..?"

"அது மட்டும் போதுமா..?"

"வேற என்ன செய்திருக்கனும்..? அவர் கார் கதவைத் திறந்து விட்டு வணக்கம் சொல்லியிருக்கனுமா..?"

இப்படிக் குதர்க்கம் பேசுகிறவனிடம் எப்படி வாதாடுவது..?

'அதுக்குக் குட்டிச் சுவரில் முட்டிக்கலாம்..'

"என்ன பதிலைக் காணோம்.."

"உங்களுக்குப் பதிலைச் சொல்லிட்டாலும்.."

"சொல்லாட்டிப் போங்க.. இன்றைக்கே வேலைக்கு வந்திருக்கனுமா..?"

"ஏன்..? இன்றைக்கு நாள் நல்லாயில்லையா..?"

குதர்க்கமாக கேட்டு வைத்தாள், வீணா.. 'இவனுக்கெல்லாம் இப்படித்தான் பதில் சொல்லனும்..'

பூவோடு சேர்ந்த நார்தான் மணம் பெற வேண்டுமா..? குதர்க்க வாதிகூடச் சேர்ந்த மற்றவர்கள் குதர்க்கம் பேச மாட்டார்களா..?

அவன் உதட்டைக் கடித்தபடி ஒரு மார்க்கமாக அவளைப் பார்த்து வைத்தான்.. நேற்று இந்தவாய் எங்கே போயிருந்தது என்று கேட்காமல் கேட்ட அந்தப் பார்வையில் கொதித்துப் போனாள் வீணா.. இவன் என்ன சொல்லிக் காட்டுகிறானா..?

"உடம்புக்கு நல்லா இருந்தாச் சரி.."

"என் உடம்புக்கு ஒரு குறைவும் இல்லை.. இதுக்கெல்லாம் லீவு போடறதா இருந்தா மாதத்திலே பாதி நாளு நான் வீட்டிலதான் இருந்தாகனும்.. எனக்கு அது தோதுப்படாது.. ஒப்புக்கறேன்.. பெண்களுக்கு பீரியட் வலிங்கிறது கொடுமையானதுதான்... அதுக்காக வீட்டுக் குள்ளே முடங்கிக் கிடந்தா உண்டாகிற வலி அதைவிடக் கொடுமையானது.. வலிகளோட காம்ப்ரைமைஸ் பண்ணிக்கிட்டு வாழற வித்தை எங்களுக்குத்தான் கைவரும்.. நீங்கள்ளாம் கொடுத்து வைத்த பிறவிகள்.. எங்க வலிகளுக்காக பரிதாப்பட்டு இதுதான் சாக்குன்னு வீட்டுக்குள்ள போட்டு பூட்டி வைக்கப் பார்க்காதீங்க.. உடம்பு வலியோடு வாழ்க்கைப் பயணத்தில ஓட எங்களால் முடியும்.. எங்க காலை ஒடிக்கிற உங்க கரிசனம் எங்களுக்குத் தேவையில்லை.."

படபடத்த வீணாவை சலனமில்லாமல் பார்த்த ரவிவர்மனின் மனதில் என்ன எண்ணம் ஓடுகிறது என்று வீணாவால் கணிக்க முடியவில்லை.. அவன்தான் இரும்பு மனிதனாயிற்றே..

'ரோபோ..' மனதுக்குள் திட்டித் தீர்த்தாள்..

அந்த ரோபோ நடந்த போது அவள் மனமும் அவனுடன் நடந்ததுதான் விந்தையிலும் விந்தை..! துல்லியமாக தன் மனத்தைக் கணிக்க முடியாமல் திணறிப் போனாள் வீணா.. நுணுக்கமான அவனது ஒவ்வொரு அலசலும் அவளது உள்ளத்தை வியாபித்தன.. அவனை உன்னிப்பாக கவனித்து இவன் எத்தகையவன் என்று ஆராயத்துடித்த மனதை அடக்கும் வகை தெரியாமல் தடுமாறினாள் அவள். பந்தாவோ, போலித்தனமோ இல்லாத அவனது செயல்பாடுகள் அவளை ஈர்த்து அவனைப் பற்றியே நினைக்க வைத்தன.. சில தருணங்களில் குசும்பு, சில தருணங்களில் குதர்க்கம் என்று ஒவ்வொரு தருணத்திலும் ஓர் முகத்தைக் காட்டிக் கலக்கினான் அந்த கந்தர்வன்..

சிந்தையெல்லாம் அவன் நினைவு ஆக்ரமித்து விட்டதில் என்ன செய்வதென்று தெரியாமல் தவித்துப் போனாள் வீணா.. அலம்பி விட்டதைப் போன்ற நிர்மலத்துடன் இருந்த அவள் மனதிற்கு என்னவானது..? மனசெல்லாம் அவன் நிறைந்த மாயமென்ன..?

அது சொல்லிய சங்கதி உணர்த்திய உண்மையில் தலைவேதனை மிகுவது ஏன்..? பூவுக்குள் பூகம்பம் என்பது இதுதானா..?

நேர்பார்வை பார்க்க முடியாமல் அவள் விலகிப் போக ஆரம்பித்தாள்.. புருவங்களை உயர்த்தி அவளை விசித்திரமாக பார்த்து வைத்தான் ரவிவர்மன்.. ஜெனரல் மேனேஜருக்கும் பெர்சனல் மேனேஜருக்குமான விவாதங்களின் போது அவனது ஆராய்ச்சிப் பார்வை மின்சாரக் குடைச்சலாக அவளைக் குடைந்து பாடாய் படுத்தியது.. சகலமும் அவனாக மயங்கிப் போனது அவள் மனது.

அவள் மனதில் கண்ணி வெடிகளை விதைத்து விட்டு அதைப் பற்றிய பிரஞ்ஞை துளிக்கூட இல்லாமல் தளைகளற்ற மனிதனாக அவன் உலா வந்தான்.. அவள் தூண்டிற் புழுவைப் போல ஆனாள்..

"தூண்டிற் புழுவினைப் போல - வெளியே
சுடர் விளக்கினைப் போல்
நீண்ட பொழுதாக எனது
நெஞ்சம் துடிக்குதடி.."

ஒரு பொன்மாலைப் பொழுதில் கம்பெனியில் நடந்த ரெக்ரேசன் கிளப்பின் ஆண்டு விழாவில் அவள் பாடிய போது அவன் புருவங்களை உயர்த்தி அவளை வசீரமாகப் பார்த்து வைத்தான்.. ஒரு கை தேர்ந்த காதலனைப் போல அவனை உருவகிப்பது அத்தனை சுலபமல்ல என்று அறிந்திருந்தும் உருகினாள் வீணா..

"கூண்டுக் கிளியினைப் போல் - தனிமை
கொண்டு மிகவும் நொந்தேன்..
வேண்டும் பொருளையெல்லாம் - மனது
வெறுத்து விட்டதடி.."

பாடி முடித்தவள் மேடையை விட்டு இறங்கி வந்த போது..

"இந்தப் பசலை நோயில் கை வளையல்கள் கழன்று விழுந்துருச்சுன்னு பாட்டுப் பாடின காலமெல்லாம் மலையேறிப் போயிருச்சுன்னுல்ல நினைச்சுக்கிட்டு இருந்தேன்.." என்று உதட்டைச் சுழித்தபடி வரவேற்றான் ரவிவர்மன்..

'அந்தப் பசலை நோயே உனக்காகத்தாண்டா..'

அவள் மனது வெடி வைத்த பூமியைப் போல வெடித்துச் சிதற யத்தனித்தது.. ஊமையாக அவனைக் கடந்து போனவளை வெறித்துப் பார்த்தபடி யோசனையாக நின்றான் ரவிவர்மன்..

"என்னடா பட்ஷி பதில் பேசாமல் போகுது..?" கன காரியமாக விசாரித்து வைத்தான் பாஸ்கரன்..

"பாஸ்.. நியுசிலாந்துக் கம்பெனிக்கு மெயில் அனுப்பச் சொல்லியிருந்தேனே.. உன் செக்கரட்டரி அனுப்பி வைச்சாச்சா..?"

"தெரியலையேடா.. நாளைக்கு விசாரிக்கறேன்.."

"அதைப் பத்திக் கேட்க வேண்டிய ஆள்கிட்டக் கேள்வி கேட்காதே.. பட்ஷி பதில் பேசாம போகிறதைப் பத்திக் கேள்வி கேட்க வா.. அவ பதில் பேசினா உனக்கென்ன..? பதில் பேசலைன்னா உனக்கென்ன..?"

"ஹி.. ஹி.."

அசட்டுச் சிரிப்புடன் நழுவி விட்டான் பாஸ்கரன்.. அதற்கு மேலும் அங்கே நின்று மண்டகப்படி வாங்க அவனென்ன முட்டாளா..?

அன்றைய இரவுப் பொழுதில் தூக்கம் பிடிக்காமல் பால்கனியில் நின்றிருந்த ரவிவர்மனுக்கு வீணாவின் பாடல் நினைவுக்கு வந்தது..

'இந்தப் பெண்கள் தூண்டிற் புழுவாகத் துடிக்கிறார்கள்..'

உதட்டைச் சுழித்துக் கொண்டவனுக்கு வீணாவும் அந்த ரகம்தான் என்று தோன்றி வைத்தது.

அந்தப் பாடலை ஏன் அவள் பாடினாள்..?

எது எப்படியிருந்த போதும்.. அந்தப் பாடலை அவள் பாடியவிதம் ரவிவர்மனை ஈர்த்தது என்பதை அவனால் மறுக்க முடியவில்லை..

வானத்தைப் பார்த்தான்.. நிலவு இறங்கி அவன் பக்கத்தில் வந்து நின்றதைப் போல இருந்தது.. இது போன்ற கற்பனைகளும் அவனுக்கு வரக்கூடுமா என்று ஆச்சரியப்பட்டுப் போனான்..

'நானே நானா..? யாரோதானா..?'

இந்தக் கேள்வியைப் பெண்கள்தான் கேட்க வேண்டுமா..? ஆண்களும் கேட்பார்கள்..

'டேய் ரவி.. உன் குணத்துக்கு இந்தக் கற்பனை யெல்லாம் செட்டாகாதுடா மச்சி..' புத்தி எச்சரித்தது..

"நீண்ட பொழுதாக - எனது
நெஞ்சம் துடிக்குதடி.."

இந்தப் பக்கம் போவதா இல்லை அந்தப் பக்கம் போவதா என்று முதன் முதலாக குழம்பிப் போய் நின்றான் ரவிவர்மன்..

மறுநாள் கம்பெனியில் வீணாவைப் பார்க்கும் போது கண்டும் காணாமல் போய் விட வேண்டுமென்று நினைத்துக் கொண்டான்.. மறுநாள்.. காலையில் அவளைக் கண்டபோது நினைவு பல்டி அடித்து வைத்தது.. நகர முடியாமல் கால்கள் நின்று விட்டதில்..

'இவள் வசியக்காரி..' என்று நினைத்துக் கொண்டான் ரவிவர்மன்..

மற்றவர்களால் அணுக முடியாத அவனை அணுகி அவன் மனதை வீழ்த்தும் மாயசக்தி வீணாவிடம் இருப்பதை அவனால் ஒப்புக் கொள்ளாமல் இருக்க முடியவில்லை..

வசியம் செய்யும் அந்த வசியக்காரியை உற்றுப் பார்த்தான்.. முகம் சிவக்க அவள் வேறு திசையில் பார்த்தபோது அவன் மனதில் குளிர் விரவியது.. 'தாம் தரிகிடதோ' என்று மனதில் ஒலித்த தாள லயம் அதுவரை அவன் அனுபவிக்காத ஒன்று..

தொடக்கம் எங்கே எப்போது ஆரம்பித்தது என்று தெரியாமல் அவர்கள் இருவரின் மனங்களும் நேர்த்தடத்தில் பயணிக்க ஆரம்பித்து விட்டதை அவர்களின் மனங்கள் உணர்ந்திருந்தன.. பரிச்சயமில்லாத அந்த உணர்வுகளின் ஆக்ரமிப்பில் அவர்கள் இருவருமே மூச்சுத் திணறினார்கள்.. அலாதியான இன்பம் ஒன்று அவளின் அருகாமையில் ஏற்படுவது ஏன் என்று ஆய்வை மேற்கொண்டான் ரவிவர்மன்.. விடைதான் கிட்டவில்லை..

'உன்னோடு வாழும் வாழ்வுதான் வாழ்வு என்று என் உள்மனது சொல்கிறது.. உன் மனது என்ன சொல்கிறது..?'

இந்தக் கேள்வியைத் தாங்கிய பேப்பரை ஓர்நாள் வீணா நீட்டினாள்.. பிரித்துப் படித்துப் பார்த்த ரவிவர்மன் புருவங்கள் சுருங்க யோசனையில் ஆழ்ந்து விட்டான்..

18

விடிகின்ற காலைகளில்..

விடியலைத் தேடுகின்ற

ஊர்க் குருவிகள் வாழ்கின்ற

உலகம்தான் இது..

"என்னடா சொல்ற.. அவ கவிதை எழுதி கையில் கொடுத்தாளா..?"

"கவிதை மாதிரிதான் இருந்துச்சு.."

"அது கூடத் தெரியலை.. உனக்கெல்லாம் ஒருத்தி கவிதை வரைஞ்சு கொடுக்கிறா.." காய்ந்து போனான் பாஸ்கரன்..

அவனுக்கு ஆற்றாமையாக இருந்தது.. அவனும்தான் எத்தனையோ தகிடுதத்தங்களைப் பண்ணிப் பார்க்கிறான்.

'ஒருத்தி கூட செட்டாக மாட்டேங்கிறா..'

அதுவே ரவிவர்மனைப் போன்ற முசுட்டு மூஞ்சிக்கு வீணாவைப் போன்ற தேவதைப் பெண் கவிதை வரைந்து கொடுக்கிறாள்..

'தேவதைன்னா யாருன்னு கேட்பான் இவன்..'

பாஸ்கரனுக்குத் தெரியவில்லை.. எந்த விதத் தகிடுதத்தமும் செய்யாத தனது முசுட்டுத்தனத்தை மறைக்கு முயலாத பாசாங்குகளற்ற ரவிவர்மனின் தன்மைதான் வீணாவை ஈர்த்திருக்கிறது என்பது..

அவள் முகமுடியற்ற முகத்தைத் தேடியவள்.. இனிப்பான பொய்களைத் தவிர்த்து கசப்பாக இருந்தாலும் உண்மைதான் வேண்டுமென்று காத்திருந்தவள்.. வசியம் செய்ய முயலாத வசியக்காரனை அந்த ஒரு காரணத்துக் காகவே அவளுக்குப் பிடித்துப் போய் விட்டது..

தன்னைப் பற்றி உயர்வான பொய் மதிப்பீட்டை அவன் உருவாக்க முனையவில்லை.. பெண்களுடன் சம்பாஷிக்க விரும்பவில்லை.. தானாக ஏற்படும் சம்பாசனைகளை வளர்த்த முற்பட்டதில்லை.. முள் போன்ற சுபாவத்தை மூடி மறைக்க யத்தனிக்கவில்லை.. பாஸ்கரனைப் போல கப்ஸாக்களை அள்ளி விடவில்லை..

எதையும் எதிர்கொள்ளும் திராணி கொண்ட அந்த ஆண்மகனை அந்த தேவதையின் மனம் கொண்டாடியது.. அது ஏனென்று புரியாமல் தலை முடியைப் பிய்த்துக் கொண்ட பாஸ்கரன்.

"பதில் சொல்லிட்டேதானே..?" என்று நிச்சயத்துடன் கேட்டான்..

"இல்லைடா.." என்ற ரவிவர்மனின் பதிலில் அவனுக்குத் தூக்கிவாரிப் போட்டது..

"அடப்பாவி..! அவனவன் இப்படியாப்பட்ட பொண்ணு கிடைக்க மாட்டாளான்னு ஆளாப் பறந்துக்கிட்டு இருக்கான்.. நீயென்னடான்னா லக்கி பிரைஸ் அடிச்சும்.. அசமஞ்சம் மாதிரி உட்கார்ந்துக்கிட்டு இருக்கிற..?"

"என்னத்தைப் பதில் சொல்கிறது..?"

இப்படிக் கேட்டவனை காயாத கானகத்தில் நின்றுலாவு என்று விட்டுவிட்டு வந்தால்தான் என்ன என்று வெறி வெறியாக வந்தது பாஸ்கரனுக்கு..

'இவன் அதுக்கும் அசரமாட்டான்.. அங்கேயும் எந்தப் பொன்மானாவது இவனிடம் கவிதை சொன்னாலும் ஆச்சரியப்படறதுக்கில்லை.. இவனுக்குத்தான் உடம்பு பூராவும் மச்சமாச்சே..'

பாஸ்கரனது கடுகடுப்பை மிகத் துல்லியமாக அவன் முகம் உணர்த்தியதில் புருவங்களைச் சுளித்த ரவிவர்மன்.

"என்னடா..?" என்று அதட்டினான்..

பாஸ்கரன் சுதாரித்துக்கொண்டான்..

'இவனோட டாவை இவன் சைட் அடிச்சு காதலை ஸ்டார்ட் பண்ணினா நமக்கென்ன..? பண்ணலைன்னா நமக்கென்ன..? கத்தரி வெயிலப்போல சுட்டெரிக்கிற இவனுக்கு சில்லுன்னு ஒரு பிகர் மாட்டினா கொண்டாடிடனும்.. அதை விட்டுட்டு குசும்பு பண்ணிக் கிட்டு உட்கார்ந்திருக்கான்.. செமத்தியான அழகி ஒருத்தி சிக்கினா, பத்திரமா பதனம் பண்ணி கல்யாணம் வரைக்கும் கொண்டு போவானா.. அதை விட்டுட்டு என்னத்தைப் பண்றதுன்னு கேட்டு வைக்கிறான்.. இவனுக்கு டியூசன் எடுத்து வீணாவையும் இவனையும் ஒன்னு சேர்த்து வைக்கனும்னு எனக்கென்ன வேண்டுதலா பாக்கியிருக்கு..?'

"ஒன்னுமில்லை.." பாஸ்கரன் எழுந்து கொண்டான்..

"எங்கே போற..?"

"ஆபிஸ் ஹவர்ஸ் முடிஞ்சுருச்சு மச்சி.. இனி நான் ஃப்ரீ பேர்டு.. வீட்டைப் பார்த்து ரெக்கை விரிக்கறேன்.."

"இருடா.. பீச் வரைக்கும் போகலாம்.."

"ஐய்யே..! இந்த வயசில உன்கூட ஜோடி போட்டுக்கிட்டு பீச்சாங்கரைக்குப் போனா விளங்கிரும்.."

"பீச்சாங்கரையா..?"

"ம்ம்ம்.. ஆறுக்குப் பக்கத்தில இருந்தா ஆற்றங்கரை.. பீச்சுக்குப் பக்கத்திலே இருந்தா அது பீச்சாங்கரை.."

"கருமம்.. என் காதில 'பீச்சாங்கை..'ன்னு விழுந்து தொலைக்குது.. ஒழுங்காத்-தான் பேசித் தொலையேண்டா.."

"உன் மாதிரி ஆளுக காதில அப்படித்தான் விழுந்து வைக்கும்.. உருப்படியா விழுந்தாத்தான் ஆச்சரியப்படனும்.."

"இப்ப என்கூட பீச்சுக்கு வரப்போறியா இல்லியா..?"

"இல்லை.. ஆல்ரெடி எனக்கு வேற ஒரு எங்கேஜ்மெண்ட் இருக்கு.."

"எங்கேஜ்மெண்டா..?"

"யெஸ்.. மேரேஜ் எங்கேஜ்மெண்ட் வரை இழுத்துக் கொண்டு போகப் போகிற எங்கேஜ்மெண்ட்.."

"பாருடா.. யாருடா..?"

"எதிர்வீட்டுப் பைங்கிளிதான்.. மசிஞ்சு வந்தவளை கசிய வைக்கப் பிளான் போட்டிருக்கேன்.. நீ ஊடே வராதே.."

"காதலிக்கப் போறியா..?"

எட்டிக்காயை மெல்வதைப் போல முகத்தை வைத்துக் கொண்டு கேட்டான் ரவிவர்மன்.. இவனிடம் போய் காதல் விவகாரத்தைச் சொல்வேனா என்று நொந்து போனான் பாஸ்கரன்..

"பாருடா மச்சி.. இது என்னோட வாழ்க்கை.."

"இல்லேன்னு யாரு சொன்னது..?"

"நீ அதையும் சொல்லிருவியா..?"

"இந்தக் கானல் இல்ல கானல்.."

ரவிவர்மன் விரிவுரை நடத்தப் போவதற்கான முஸ்தீபுகளை ஆரம்பிக்க சுதா-ரிப்பானான் பாஸ்கரன்.. சிந்தையைக் கலைக்கும் வேலையில் நண்பன் இறங்கி விட்டதைப் புரிந்து கொண்டவனுக்கு கட்டையைக் கொண்டு அவன் மண்டையில் போட்டாலென்ன என்ற கோபம் கிளர்ந்தது..

"பாவி..! நானே அண்ணான்னு கூப்பிட்ட பிகருகளுக்கு மத்தியிலே ஒருத்தி கண்ணான்னு கூப்பிட்டுட்டாளேன்னு சந்தோசப் பட்டுப் போயிருக்கேன்.. அந்த சந்தோசத்தில பெட்ரோல் ஊத்திக் கொளுத்திப் போடப் பார்க்கறியே.. உனக்கு நானென்னடா கெடுதல் பண்ணினேன்..? இப்ப கானலை என்ன அலுவலுக்கு இழுக்கிற.. அது காதல்ன்னு ஒப்புவமை சொல்லப் போறியா..?"

"பரவாயில்லையே.. சுதாரிப்பாத்தான் இருக்க.. கண்டு பிடிச்சுட்டியே.."

"உன்னைப் போல பிரண்டு வாய்ச்சா அக்கடான்னு இருக்க முடியுமா..? சுதா-ரிப்பாத்தான் இருந்தாகனும்.."

"சும்மா இருக்கக் கூடாதுடா மச்சான்... சோம் பேறித்தனம் வந்துரும்.."

"அதுக்கு..?"

"பிரிஸ்க்கா இருக்கனும்டா.. அதுக்கு எதையாவது கொழுத்திப் போட்டுக்கிட்டே இருக்கனும்.. அப்பத்தான் ஆக்டிவ்வா இருக்கும்.."

"நல்ல பாலிசி..! உனக்கு ஆக்டிவ்வா இருக்கும்.. எனக்கு..?"

"விடுடா மச்சான்.. இதையெல்லாம் பெரிசு பண்ணிக்கிட்டு.. அப்ப காதலிக்கத்தான் போற..?"

"ஆமாண்டா ஆமாம்.."

"அதில என்னதாண்டா இருக்கு..?"

"அதையெல்லாம் சொல்ல முடியாது.. நீயும் காதலிச்சுப் பாரு.. அப்பப் புரியும்.. அதில என்னவெல்லாம் இருக்குன்னு.."

"அப்படிங்கறே..?"

ரவிவர்மனின் மனதில் வீணா வந்தாள்.. அவளைப் பற்றி நினைத்ததும் மனதில் பரவும் இனம் புரியாத இதமான உணர்வுகளுக்கு என்ன பெயர் சூட்டுவது என்று தெரியாமல் திகைத்தான் அவன்.. ஒரு தித்திப்பு..! ஒரு இச்சை..! ஒரு மகிழ்ச்சி..! ஒரு நூதனமான பரபரப்பு உணர்வு..! ஒரு வசியம்..! ஒரு மலர்ச்சி..!

இவை அத்தனையும் சேர்ந்த கலவையான உணர்வு அவனது உடலை ஊடுருவியதில் சிலிர்த்துப் போனான்.. இது போன்ற நுட்பமான உணர்வுகளுக்கு அவன் இடம் தந்ததேயில்லை.. அனுமதியை எதிர்பார்க்காமல் அவனை ஆக்ரமித்த உணர்வுகளை விரட்ட விரும்பாத விழைவை அவன் மனது கொண்டது.

அவன் வேய்ங்குழல் இசையின் நாதத்தைக் கேட்டறியாதவன்.. அனிச்சமலரின் அழகை ரசித்து உணராதவன்.. அன்றில் பறவையின் அழகைப் பார்த்தறியாதவன்..

யாமத்தில் சந்தித்து சல்லாபிக்கும் சங்ககாலக் காதலர்களை எள்ளி நகையாடியபவனின் மனதில் முதன் முதலாக ஒரு மொட்டு முகிழ்ந்தது..

வைகறை நிலாமுற்றத்தில் யாழ் மீட்டும் கந்தர்வ கன்னிகையாக அவன் மனதில் சிம்மாசனமிட்டு அமர்ந்து விட்டாள் வீணா.. அதை உணர முடியாதவனாக அவன் தடம் தெரியாத ஆரண்யத்தில் மாட்டிக் கொண்ட வழிப்போக்கனைப் போல குழம்பி நின்றான்..

அட்சயப் பாத்திரம் போல அன்பை அள்ளியள்ளி வழங்கும் கற்பகத் தருவாய், காம தேனுவாய், கொன்றை மரத்தின் குளிர்தரும் நிழலாய் அவன் மனதைக் கொய்து தன் வசத்தில் பத்திரப் படுத்தி விட்டாள் வீணா.. அந்த சூட்சுமத்தை உணர முடியாத ரவிவர்மன் இனம் விளங்காத உணர்வுகளை இனம் காண போராடிக் கொண்டிருந்தான்.

இது போன்ற குழப்பங்களற்ற பாஸ்கரனைக் கண்டபோது அவனுக்குப் பொறாமையாக இருந்தது.. அவன் ஆழ்ந்து சிந்திப்பதில்லையா என்று ரவிவர்மன் கேட்டபோது..

"என்ன அலுவலுக்கு..?" என்று வெடுவெடுத்தான் பாஸ்கரன்.

"அதுக்குத்தான் நீ இருக்கியே.. போதாதா..? நானும் கூட்டுச் சேரனுமா..? உன் ஒருத்தனையே உலகம் தாங்கலை.. இதில என்னையும் நீ இழுக்கப் பார்க்கிற.. நல்ல எண்ணம்டா உனக்கு.."

ஆளை விடுடா சாமி என்று கழன்று கொள்ளப் பார்த்தான் பாஸ்கரன்.. விடு-வேனா என்று அவனை இறுக்கிப் பிடித்தான் ரவிவர்மன்.

19

கொன்றை மர நிழலில் நின்று கொண்டிருந்தேன்..
கிளிஞ்சல்கள் அங்குண்டா என்று கேட்டுவந்தாய்..
யாழ் மீட்டி என் மனதை கொய்து விட்டு
நீ யார் என்று கேட்டுவிட்டு ஏன் பிரிந்தாய்..?

"காதலிச்சு என்னத்தைடா சாதிக்கப் போற..?"

"கல்யாணம் பண்ணிக்கப் போறேன்.."

"அது ஒரு சாதனையாடா..?"

ரங்கராஜ் பாண்டே போல முகத்தை வைத்துக் கொண்டு விவாதத்திற்குள் பாஸ்கரனை இழுத்து விட்டவனின் மீது பாஸ்கரனுக்கு கடுப்பு கடுப்பாக வந்தது.

"எனக்கு அது சாதனைதாண்டா.." என்று எரிந்து விழுந்தான்..

"அறிந்தவன், தெரிந்தவன் கல்யாணங்கிற கடலில போய் விழுக மாட்டான்.. சும்மாவாடா சொல்லி வைச்சிருக்காங்க..?"

"எதை..?"

"சம்சாரம் ஒரு சாகரம்ன்னு.."

"இதையெல்லாம் வகை தொகையா சொல்லிரு.. கல்யாணம் ஒரு கடல்ன்னா உன் அம்மாவும், அப்பாவும் ஏண்டா அதில குதிச்சுத் தொலைச்சாங்க..?"

"இம்சை போல ரெண்டு பிள்ளைகளைப் பெத்துக்கத்தான்.."

"நீ இம்சைன்னு சொல்லு.. ஒப்புக்கறேன்.. உன் தங்கை ராதிகாவை இம்சைன்னு சொல்ற பார்த்தியா.. அதைத்தாண்டா தாங்க முடியலை.."

"டேய்ய்ய்..."

ரவிவர்மனின் எச்சரிக்கையில் இதிலெல்லாம் விவரமா இருப்பானே என்று காண்டாகிப் போனான் பாஸ்கரன்..

"நீதாண்டா உன் தங்கையைப் பத்திப் பேச வைச்சே.."

"நாம உன் கல்யாணத்தைப் பத்தி மட்டும் பேசலாம்.."

"அது என்னடா.. உன் தங்கையைப் பத்திப் பேசினா காண்டாகிற.. என் கல்யாணத்தை மட்டும் உரிமையோட உழப்பிவிட வர்ற.. என் முகத்தில இளிச்சவா-

யன்னு எழுதி ஒட்டியிருக்கா..?"

"ஹா.. ஹா.. ஆமாம்.. நீ சகட்டுமேனிக்கு எல்லாப் பொண்ணுககிட்டயும் கடலை போடற ஆளாச்சே..

உன் எதிர்வீட்டுப் பைங்கிளி இதைப் பத்தி ஏதும் கேட்கலையா..?"

"கேட்டுச்சே.."

"அதானே பார்த்தேன்.. பாப்பாவுக்கு உசார் பத்தலையோன்னு நினைச்சேன்.. கொஞ்சம் விவரம் இருக்கும் போல.."

"இல்லைன்னாலும் எடுத்துச் சொல்லிக் கலைச்சுவிட உன்னைப் போல ஆளுக ஊருக்குள்ள உலாத்திக்கிட்டு இருக்கீங்களே.."

"உண்மையை விளம்பினோம் மச்சான்.. நீ என்ன சொன்ன..?"

"எல்லார்கிட்டயும் கடலை போடறதும் உன்கிட்டக் கடலை போடறதும் ஒன்னாடாச் செல்லம்..?"

"காதலிச்சா செல்லம்ன்னெல்லாம் சொல்லித் தொலைக்கனுமா..?"

"உன்கெதுக்கு இந்தக் கவலை.. நீ காதலிக்கப் போறியா..?"

"அது எதுக்கு எனக்கு..?"

"அப்ப ஊடே பேசாம கேளு.."

"என்னத்தைக் கேட்கிறது.. மத்தவங்ககிட்ட நீ வறுகடலை போட்ட.. அந்தப் பெண்கிட்ட மட்டும் சுண்டக்கடலை போட்டன்னு சொல்லியிருப்ப.. அதைக் கேட்டு எனக்கென்ன ஆகப் போகுது..?"

"அப்ப வேணாம்ங்கறியா..?"

உற்சாகத்துடன் வீட்டைப் பார்த்து ஓடப் போனான் பாஸ்கரன்.. விடுவேனா என்று அவன் கையை இறுக்கிப் பிடித்து இரக்கமேயில்லாமல் உட்கார வைத்தான் ரவிவர்மன்..

"ஏண்டா இப்படி டார்ச்சர் பண்ற..?" அழுது விடுபவனைப் போல ஆகி விட்டான் பாஸ்..

"சொச்சத்தை சொல்லிட்டு ஓடு.."

"நீ எனக்கு ஸ்பெசல் தங்கம்.."

"செல்லம் இப்பத் தங்கமாயிருச்சா..? கண்டினியூ பண்ணு.."

"மத்தவங்களை சைட்டடிச்சேன்.. உன்னை மட்டும்தான் லவ்ஸ் விடறேன்.. நம்பும்மா நம்பு.. நம்பிக்கைதான் நமக்கு எல்லாம்ன்னு நான் சொல்லலை.. நம்ம பிரபுவே சொல்லியிருக்கார்ன்னு சொன்னேன்.."

"நம்பிட்டாளா..?"

"நம்பப் போய்த்தானே பீச்சுக்கு போய்க்கிட்டு இருக்கோம்..?"

"பிழைச்சுக்குவடா நீ.."

"எங்கே..? அதுக்குத்தான் நீ விட்டுத் தொலைக்க மாட்டேங்கறியே.."

கைக்கடிகாரத்தை ஏக்கமாக பார்த்தான் பாஸ்கரன்.. ரவிவர்மனின் அறைக்கதவு டொக், டொக்கென தட்டப்பட்டது.

"யெஸ் கமின்.." கம்பீரமாக சொன்னான் ரவிவர்மன்..

'இதிலயெல்லாம் குறைச்சலில்ல..' மனதுக்குள் அவனை திட்டித் தீர்த்தான் பாஸ்கரன்..

உள்ளே வந்த சுரேஷ் சமீபத்தில்தான் திருமணம் செய்து கொண்டிருந்தான்.. முக்கியமான ஃபைலில் கையெழுத்து வாங்க வந்திருந்தவனிடம் கையொப்பம் இட்டபடி..

"எப்படியிருக்கு மேரிட் லைஃப்..?" என்று துக்கம் விசாரித்தான் ரவிவர்மன்..

"என்னத்தை சார் சொல்ல..?"

அலுத்துக் கொண்டான் சுரேஷ்.. சுவராஸ்யமானான் ரவிவர்மன்.

"என்ன சுரேஷ் இப்படிச் சொல்றீங்க.. மேரேஜன்னைக்கு என்னேவா இந்த உலகத்தையே ஜெயிச்சுட்டதைப் போல அப்படி ஒரு லுக் விட்டீங்க.. நாலு மாதம் கூடத் தாண்டலை.. என்னத்தைச் சொல்லன்னு என்னிடமே கேக்கறிங்க..?"

"பொண்ணுப் பாக்கப் போனப்ப குனிஞ்ச தலை நிமிராம பதவிசா வந்து நின்னா சார்.. எங்க வீட்டாளுக கேட்ட கேள்விக்கு ஒத்தை எழுத்தில பதில் சொன்னா.. இப்படியொரு பொண்ணான்னு அசந்து போயிட்டேன்.. எங்கம்மா பேசாமடந்தைன்னு பேரே வைச்சிட்டாங்க.. கல்யாண நாளன்னைக்கு அப்படியொரு பயந்த சுபாவமா நின்னுக்கிட்டு இருந்தா.."

"தெரியுமே ரிசப்சனுக்கு வந்த நம்ம ஆபிஸ் ஆளுகளை நீங்க இண்ட்ரொடியூஸ் பண்ணி வைச்சப்ப வணக்கம் சொல்லக்கூட அவங்க வாயைத் திறக்கலையே.."

"அன்னைக்கு மட்டும்தான் சார் அவ வாயைத் திறக்கலை.."

"இன்னைக்கு என்னாச்சு சுரேஷ்..?"

"திறந்த வாயை மூடவே மாட்டேங்கிறா.. பேசறா.. பேசறா.. பேசிக்கிட்டே இருக்கா.. எங்கேயாச்சும் காவியைக் கட்டிக்கிட்டு ஓடிப் போயிரலாம்ன்னு தோணுது.. இப்படியுமா ஒருத்தி பேசியே விரட்டியடிப்பா..?"

"அவங்க வீட்டிலே சொல்ல வேண்டியதுதானே..?"

"நான் சொல்லலை.. அவளே பஞ்சாயத்தைக் கூட்டிட்டா.. மாயாண்டிக் குடும்பத்தார் போல வரிசை கட்டிக்கிட்டு வண்டிக்குப் பதிலா கார் வந்து நிக்குது.. இவளே காண்வெண்ட் இங்கிலீஷ்ல பேசிக் கொல்லுவா.. இவளோட பாட்டி இவளுக்கும் மேலே.. ஹாலிவுட் பட ரேன்ஜுக்கு.. நை நைன்னு படு ஸ்பீடா இங்கிலீஷ் பேசிக் கொல்லும்.. அது வந்து நின்னு வாயைத் திறந்தாலே எங்கம்மாவுக்கு ஹார்ட் அட்டாக் வந்திரும்.. ஏண்டாக் கல்யாணம் பண்ணிக்கிட்டேன்னு நொந்து போயிருக்கேன் சார்.."

சுரேஷ் போய் விட்டான்.. கேட்டாயா என்பதைப் போல பாஸ்கரனைப் பார்த்து வைத்தான் ரவிவர்மன்.. அவனோ தலைக்கு மேல் இரண்டு கைகளையும் குவித்தபடி எழுந்து நின்று விட்டான்..

"பாஸீ.."

"நீ என்னதான் மந்திரிச்சாலும் என் மயக்கம் தெளியாதுடா மச்சான்.. நீ வேப்பிலை அடிக்க வேற ஆளைப்பிடி.. நான் காதலிக்கப் போகிறதும் உறுதி.. கல்யாணம் பண்ணிக்கப் போகிறதும் உறுதி.. ஆளை விடு."

"கல்யாணம் பண்ணிக்கிட்டவன் கதையைக் கேளுடா பாஸீ.."

"அதை நீயே கேளு.. என் ஆளு என்னைக் கொத்துப் புரோட்டா போட்டாலும் சரி.. நான் அவ கழுத்தில தாலியைக் கட்டியே தீருவேன்.."

பாஸ்கரன் பிய்த்துக் கொண்டு ஓடிவிட..

'சிக்காமல் தப்பிட்டானே..' என்று தாடையைத் தடவியபடி அறையை விட்டு வெளியே வந்தான் ரவிவர்மன்..

எதிரே வீணா வந்தாள்.. அவளது ஆழ்ந்த பார்வை அவனை ஆழ் மயக்கத்தில் ஆழ்த்தியது.. அவனைப் பார்த்தபடி அவளும் அவளைப் பார்த்தபடி அவனும் பார்வையைப் பின்ன விட்டுக் கலந்தபடி ஒருவரை யொருவர் கடந்தார்கள்..

ரவிவர்மன் திரும்பிப் பார்த்தான்.. அதே நொடியில் அவளும் பார்த்தாள்.. என்னடா இது என்று அவசரமாகத் தலையைத் திருப்பிக் கொண்டு பார்க்கிங் ஏரியாவைப் பார்த்துப் போய் விட்டான்.. காரில் ஏறி உட்கார்ந்த பின்னாலும் வீணாவின் பார்வையே அவன் மனதில் சூறாவளிக் காற்றைப் போலச் சுற்றிச் சுற்றி வந்தது..

அவளது கவிதைக்கு அவன் பதில் சொல்லவில்லை.. அவளும் அதைக் கேட்கவில்லை.. நான் சொல்வதைச் சொல்லி விட்டேன்.. உன் முடிவு எதுவாக இருந்தாலும் எனக்கு அது சம்மதம் என்பதைப் போல அவனுக்கு சுதந்திரம் கொடுத்து அவள் விலகி நின்ற விதம் அவனை ஈர்த்தது.

காரை அவன் கிளப்பப் போன போது வீணா அவளுடைய காரை நோக்கி வந்தாள்.. ஏதோ தோன்ற ரவிவர்மன் கார் கண்ணாடியை இறக்கி விட்டு..

"வீணா.." என்று கூப்பிட்டான்..

திரும்பிப் பார்த்தவளின் முகத்தில் ஆச்சரியம்..

"நான் பீச்சுக்குப் போறேன்.. வர்றீங்களா..?"

எந்தவிதத் தளைகளிலும் மாட்டிக் கொள்ளாமல் எதையும் ஒப்புக் கொள்ளாமல் கேட்டவனிடம் மறுப்புச் சொல்லாமல் தலையசைத்தாள் வீணா..

"நீங்க முன்னாலே போங்க.. நான் ஃபாலோ பண்றேன்.."

அழகான பதில்.. இது வாழ்க்கைக்கும் பொருந்தும் என்று தோன்றியது ரவிவர்மனுக்கு.. இதுபோல பேச இவளால் மட்டும்தான் முடியும்..

நதிபோன்ற பெண்ணின் காதல் கிடைக்க கொடுத்து வைத்திருக்க வேண்டும்.. ரவிவர்மன் கொடுத்து வைத்தவனா..?

20

'ஓ' வென்ற பேரிரைச்சலுடன் வந்த அலை கரையைக் கடக்காமல் அவர்களின் பாதங்களைத் தொட்டு நனைத்து விட்டு வெகு சமத்தாக கடலுக்குள் திரும்பிச் சென்று விட்டது.

கைகளை முன்னால் மடித்துக் கட்டியபடி கடலைப் பார்த்துக் கொண்டிருந்த ரவிவர்மனின் முகத்தில் பின்னியிருந்த ஆழமான சிந்தனை ரேகைகளில் உதட்டைக் கடித்தாள் வீணா..

அவளது காதலை ஏற்றுக் கொள்ளவா இத்தனை யேசானை..?

அதைப் பற்றிக் கேட்கவும் முடியவில்லை.. அவன் மௌனத்தில் குறுக்கிடாமல் பேசாமல் இருப்பதுதான் அவன் மீதான அவளது காதலுக்குச் செய்யும் மரியாதை என்று அவளுக்குத் தோன்றியது.

அந்தி வெயில் கடலில் படிந்து அற்புதமான அழகைக் காட்டியது.. ஓடங்களில் மிதந்த மீனவர்களைப் பார்க்க வெகு அழகாக இருந்தது.. ரவிவர்மனிடம் சொன்னபோது.

"எனக்குப் பாவமா இருக்கு.." என்றான்..

முரண்பாடான பதிலில் புருவங்களை உயர்த்தினாள் வீணா..

"கடலில்தான் அவங்க வாழ்க்கை.. புயலும், மழையும் வந்தா அவங்க பிழைப்பு படுத்துரும்.."

"எதில்தான் போராட்டமில்லை..? சம்பாதிக்கும் போது சேமித்து வைத்துக்கிட்டா புயல் மழைக் காலங்களை சமாளிச்சுரலாமில்ல..?"

"இதை உணர்ந்தவங்க யாரு..? அன்றன்றைக்கு சம்பாதிப்பதை அன்றைக்கே கரைச்சுடறாங்க.."

மீனவர்களைப் பற்றிப் பேசவா கடற்கரைக்கு அழைத்தான் என்ற வெதும்பலோடு பேசாமல் இருந்தாள் வீணா..

ரவிவர்மன் நடக்க ஆரம்பித்தான்.. கூடவே நடந்த வீணா..

"நைஸ்.." என்றாள்..

"எது..?"

"இந்தப் பீச்தான்.."

"அதைப் பார்த்துட்டுச் சொல்லுங்க.."

ரவிவர்மன் காட்டிய திசையில் குப்பையும் கழிவுகளுமாக இருந்தன.. மறுபடியும் முரண்பாடு..! இவன் பார்வையில் இது போலதான் பட்டுத் தொலைக்குமா என்று கசந்து போனாள் வீணா..

ரோஜாவை அவளது விரல் காட்டினால்.. முள்ளை அவன் காட்டுகிறானே என்றிருந்தது அவளுக்கு..

வாழ்க்கையில் நிதரிசனத்தில் அளவுக்கு மீறி ஆழப் புதைந்தால் வாழ்க்கையை வாழ்க்கையாக வாழந்து விட முடியுமா..?

இதை அவனிடம் யார் சொல்வது..?

அவளுக்கு அந்த உரிமை இருக்கிறதா இல்லையா என்று தெரியாமல் வீணாவால் பேசிவிட முடியுமா..?

"அழகா கவிதை எழுதியிருந்தீங்க.."

ஆழ்ந்த ரவிவர்மனின் குரலில் வீணாவின் மனம் படபடத்தது.. என்ன சொல்லப் போகிறான்..? அவள் காதலை ஏற்றுக் கொள்வானா.. இல்லை.. காதலுக்கும் அவனுக்கும் காததூரம் என்று விலகிச் சொல்வானா..?

வீணாவைப் போன்ற ஒரு தேவதைப்பெண், தானாக காதல் சொல்லியும் பதிலைச் சொல்லாமல் நாள்களைக் கடத்தும் அவனது திடத்தில், அவள் மனதில், அவன் மீதான வசீகரம் பெருகியது..

"எனக்குக் கவிதை வராது.."

'அதான் தெரியுமே..'

"உங்களோட கேள்விக்கான பதில் எனக்கே தெரியலை.."

'நிஜமாகவா..?'

வியப்புடன் அவனைப் பார்த்தாள் வீணா.. அவன் பொய் சொல்கிறவனல்ல.. அவள் மீதான காதல் அவன் மனதில் இருக்கிறது என்றும் சொல்லாமல் இல்லையென்றும் சொல்லாமல் புரிபடவில்லை என்று அவனது குழப்பத்தைத் தயங்காமல் அவன் சொல்லியதில் அவன் மீது காதல் கொண்டாள் வீணா..

"நமது எண்ணங்கள், ரசனைகள், வாழ்க்கை முறைன்னு எல்லாமே எதிர் எதிரானவை.. நீங்க புத்திசாலி.. இயல்பான அபத்தங்கள் தான் வாழ்வை அழகாக்குகின்றனன்னு நினைக்கிறவங்க.. நான் அப்படியில்லை.. வியாக்கினம் பேசுகிறவன்.. மூர்க்கன்.. எதைக் கண்டு என்மேல அட்ராக்ட் ஆனிங்கன்னு எனக்கே தெரியலை.."

வெளிப்படையான அவனது பேச்சில் ஈர்க்கப்பட்ட வீணா..

"இந்த நியாயங்களைக் கண்டுதான் அட்ராக்ட் ஆனேன் ரவி.." என்றாள்..

பெயர் சொல்லி அவள் அழைத்ததில் அவன் கண்களில் தோன்றிய மின்னல் அவளுக்கான பிரத்யேக மின்னல் என்பதில் ஆனந்தம் கொண்டாள்..

"என்னோட எல்லா நியாயங்களும் உங்களை அட்ராக்ட் பண்ணிடாது வீணா.. உங்களுக்குப் பிடிக்காத நியாயங்கள் கூட என்னிடம் இருக்கலாம்.."

"இதைச் சொல்கிறதுகூட நியாய குணம்தான்.."

"ஐ.. ஸீ.."

அவன் எதைச் சொன்னாலும் அதில் அவனுக்கான பிளஸ் பாயிண்டைக் கண்டுபிடிக்கும் அவளது காதல் அவனைக் கவர்ந்தது.. அவளது காதலின் ஆழம் அவனை வசீகரித்தது.. அவனுக்கே அவனுக்கென்று அவள் பார்க்கும் பிரத்யேகப் பார்வைகள் அவனது வியாக்கினங்களை உடைத்து அவனுக்குள் ஊடுறுவுவதை அவன் உணர்ந்திருந்தான்.. அவளது காதலை பத்திரப்படுத்திக் கொள்ள அவன் மனம் விழைந்தாலும் ஏதோ ஒன்று குறுக்கே வந்து அவனைத் தடுத்துக் கொண்டிருந்தது.

சிந்தையை ஆட்கொள்ளும் அமிர்தம் போன்ற காதலை தன் விழிகளில் நிரப்பி அவனைச் சுற்றிச் சுற்றி வருகிறாள் ஒரு தேவதைப் பெண்..! அவளது காதலை அங்கீகரிக்காமல் ஊடுறுவும் அவளது காதலை தடுத்து நிறுத்தியபடி நாள்களை கடத்துகிறான் அவன் எனும் போது அவனுக்கே அவனுடைய செய்கை அதிகப்படி என்று தோன்றி வைத்தது.

எதனால் அந்தத் தயக்கம் என்று அவனுக்குத் தெரியும்.. அதை உடைத்து அவளிடம் சொல்வது எப்படி என்றுதான் அவனுக்கு யோசனையாக இருந்தது.

இதுபோன்ற தயக்கங்கள் அவனுக்கு வந்ததில்லை.. எதுவாக இருந்தாலும் எதிராளியின் மன உணர்வுகளைப் பற்றிக் கவலைப்படாமல் தேங்காயை உடைத்தைப் போலச் சொல்லி விடுவான்.. இப்போது அப்படிச் செய்ய அவனால் முடியவில்லை.. அவன் கூறப் போகும் செய்தி வீணாவின் மனதை உடைத்து விடலாம் என்பதில் அவன் நிறைய யோசிக்க வேண்டியிருந்தது..

"லண்டன்ல நாலு வருசம் இருந்தேன் வீணா.."

"தெரியுமே.."

"அங்கே இருந்தப்ப தனியாத்தான் இருந்தேன்.. சென்னை போல குடும்பச் சூழல் இல்லாத சூழல்.. என்னோட இயல்பான சுதந்திர குணம்.. ஸோ.."

சொல்ல வந்ததைச் சொல்லாமல் அவன் தயங்கி நிறுத்தியதில் அவளுக்குப் பிடிக்காத ஏதோ ஒன்றை அவன் சொல்லப் போகிறான் என்று வீணாவின் உள்ளுணர்வு சொல்லியது.

அடிவயிறில் திகில் மூள அவனைப் பார்த்தாள்.. அந்தப் பார்வையில் முதன் முறையாக குற்ற உணர்வு கொண்டான் அவன்.

"வீணா.."

"சொல்லுங்க.."

"மனம் போன போக்கில் வாழ்ந்தேன்.. என்னைப் பொறுத்தவரை அது குற்றமில்லை.. எனக்குப் பிடித்ததைச் சாப்பிட்டு பிடித்ததை உடுத்துவதைப் போலதான்

அதுவும்.. இந்த விளக்கத்தை நான் சொல்லனும்ங்கிறது அவசியமான்னுதான் நினைப்பேன்.. வேறு யாரிடமும் இந்த விளக்கத்தைச் சொல்லியிருக்க மாட்டேன்.. நீங்க ஸ்பெசல்.. என்னை ஸ்பெசலா நினைக்கிறவங்க... என்னோட நியாயங்கள் உங்களை வசீகரித்திருந்தா.. லண்டனில் நான் வாழ்ந்த வாழ்க்கையை நியாயப் படுத்தறதும் உங்களை வசீகரிக்குதா..?"

வீணாவின் மனதில் துயரம் கவிந்தது.. இப்போது அவள் என்ன செய்ய வேண்டும்..? தறிகெட்டு வாழ்ந்த நீ எனக்கு வேண்டாம் என்று விலகிச் செல்ல வேண்டுமா..? அவளால் அது முடியுமா..?

மௌனமாக கடலை வெறித்தாள்.. அலைகடல் போல அவள்மனம் ஆர்ப்பரித்தது.. அவள் முகத்தையே உற்றுப் பார்த்த ரவிவர்மனுக்கு இரக்கமாக இருந்தது.. முள்செடி மீது மெல்லிய பட்டுச் சேலையைப் போர்த்தியே தீருவேன் என்று அடம் பிடித்தாளே.. சேலைக்கு சேதம் வராமல் எப்படி அதை மீட்கப் போகிறாள்..?

"ரவி.." மெதுவான குரலில் கேட்டாள்..

"யெஸ்..?" அவன்குரல் அவளை ஊக்குவித்தது..

"இந்த விசயத்தை என்னிடம் சொல்லாம நீங்க மறைச்சிருக்கலாமில்ல..?" தொடுவானில் நிலைத்தது அவள் பார்வை..

"ஏன் மறைக்கனும்..?" அவனுக்குப் புரியவில்லை..

"இதுவும்கூட ஒர்வகையான நியாயம்தான்.. இதுவும் என்னை வசீகரிக்குது.. என் மனசுக்கு கஷ்டமாத்தான் இருக்கு.. இல்லைன்னு நான் சொல்லலை.. இன்னைக்கு நைட்ல தூக்கத்தை தொலைச்சிட்டு நீங்க சொன்ன இந்த விசயத்iத்தான் நான் நினைச்சுக்கிட்டு இருப்பேன்.. அதையும் இல்லைன்னு சொல்லலை.. ஆனா ரவி.. இதைச் சொல்கிறதினால என் மனசு கஷ்டப் படும்ங்கிறதையும் பொருட்படுத்தாம, என் மனசில உங்களைப் பத்தியிருக்கிற இமேஜ் உடைஞ்சு போயிருமேன்னும் நினைக்காம, உண்மை எதுவோ அதைச் சொல்லி இதுதான் நான்னு என் முன்னாலே நிற்கறிங்க பாருங்க.. இந்த நேர்மை என்னை வசீகரிக்குது.. என் காதலுக்கு நீங்க நியாயம் செய்துட்டிங்க.. அதை கௌரவப் படுத்திட்டிங்க.. ஐ லவ் யு.."

வீணாவின் குரல் தழைந்து ஒலித்ததில் அவள் விரல் பற்றினான் ரவிவர்மன்.

21

உன்னில் நிலைத்த மனதை
மீட்டெடுக்கும் பிரயத்தனங்களை
மேற்கொள்ளாமல் -- யாழ்
மீட்டுது எந்தன் மனம்..

மெலிதான வெளிச்சம் பரவியிருந்த திரையரங்கு..! திரையில் ஓடிக் கொண்டிருந்த சினிமாவைக் காணச் சகிக்கவில்லை ரவிவர்மனுக்கு.. படு அபத்தமான படம்.. கதாநாயகியைக் கவர்கிறேன் என்று கதாநாயகன் கிறுக்குத் தனமான வேலைகளைச் செய்து கொண்டிருந்தான்.. அதை ரசித்துச் சிரித்துக் கொண்டிருந்தாள் வீணா..

'எப்படி இவளால இதையெல்லாம் டைஜெஸ்ட் பண்ணிக்கிட்டு படம் பார்க்க முடியுது..?'

அவளிடம் கேட்ட போது செல்லமாக அவன் கையைக்கிள்ளி..

"எண்டர்டெயின்மெண்டில கேள்வியெல்லாம் கேட்கக் கூடாது.." என்று அதட்டினாள்..

"இது எண்டர்டெயின் மெண்டா..?"

விளக்கெண்ணையைக் குடித்ததைப் போல முகத்தை வைத்துக் கொண்டவனுக்கு அவளது அருகாமை சுகமாக இருந்தது.. அவன் தோளில் தலை சாய்த்து, அவன் விரல்களுடன் தன் விரல்களைப் பிணைந்து மெல்லிய குரலில் பேசியபடி படம் பார்த்தாள் வீணா..

படம் எப்படியிருந்தால் என்ன..? அவன் பக்கத்தில் வீணா இருக்கிறாள்.. படமா முக்கியம்..? அவளுடன் இருக்கும் மணித்துளிகள்தான் முக்கியம்..?

படம் முழுக்க சண்டைக் காட்சிகள் வந்தன.. லாரியில் வந்த நூற்றுக்கும் மேற்பட்ட வில்லனின் ஆள்களை ஒற்றை இளைஞனாய் பந்தாடினான் கதாநாயகன்.. ஒவ்வொரு சண்டைக் காட்சியின் முடிவிலும் டூயட் இருந்தது.. இரண்டு வசனங்களைப் பேசிக் காட்சிக்குள் நுழைந்து விட்டு கதாநாயகனுடன் வெளிநாடுகளில் போய் டூயட் பாடினாள் கதாநாயகி..

"நம்ம ஊர்களில டூரிஸ்ட் ஸ்பாட்டே இல்லையா..?" சந்தேகம் கேட்டான் ரவி-வர்மன்.

"சும்மாயிருங்க.. படத்தோட டைரக்டரும், ஆக்டர்ஸீம் ஃபாரின் பார்க்க வேணாமா..?" நியாயம் கேட்டாள் வீணா..

"அட..! இப்படியொரு ஆங்கிள் கூட இருக்கா..?"

வீணாவின் கன்னத்தில் கன்னம் வைத்துத் தேய்த்த ரவிவர்மன்..

"சும்மாயிருங்கன்னு சொல்கிறியே.. பக்கத்தில இருக்கிறவன் என்னைப் பத்தி என்ன நினைப்பான்..?" என்று கிசுகிசுத்தான்..

"என்ன நினைப்பான்..?"

"இவனே கேனை மாதிரி கையையும் காலையும் கட்டிக்கிட்டு தேமேன்னு உட்-கார்ந்திருக்கானே.. இந்தப் பொண்ணு இவன் கிட்டப்போய் சும்மாயிருங்கன்னு சொல்லுதேன்னு நினைப்பான்.."

"நீங்க இருக்கீங்களே.."

வீணா மறுபடியும் அவன் கையைக் கிள்ளினாள்.. படம் விட்டு வெளியே வந்தபோது உலகம் கொஞ்சம் இனிப்பாகத்தான் இருக்கிறது என்று நினைத்துக் கொண்டான் ரவிவர்மன்.. வீணாவுக்காக கார் கதவைத் திறந்து விட்டபடி.

"உனக்கு டிரைவராக்கிட்ட..." என்று சொல்லவும் செய்தான்..

"வேண்டும்னா நான் உங்களுக்கு டிரைவராகிறேன்.. காரை ஓட்டவா..?" தலைசாய்த்துக் கேட்டாள் வீணா..

"அது சரி.." ஒரு மார்க்கமாய் அவளைப் பார்த்தபடி காரைக் கிளப்பினான்..

"செம படம்ல்ல.. தூள்..!"

"படத்தை யார் பார்த்தா..? நீ மட்டும்தான் பார்த்த.. நான் ஊடும் பாடும் பார்த்-ததுதான்.. அதையே தாங்க முடியலை.. எப்படித்தான் இதைத் தூள்ன்னு சொல்-றியோ.. அபத்தமா இருந்துச்சு.."

"அபத்தங்கள் கூட அழகானவை ரவி.."

"என்ன பிலாசபியோ தெரியலை.. அரை நாள் வேஸ்டானதுதான் மிச்சம்.. நீ நேரத்தை வேஸ்ட் பண்ற வீணா.."

"இதை வேஸ்டுன்னு சொல்லாதீங்க ரவி.. எப்பப் பார்த்தாலும் வேலை, வேலைன்னு இருந்தா நம்மோட வாழ்வை எப்ப ரசிச்சு வாழ்கிறது..?"

"வாழ்ந்தா போதாதா..? ரசிச்சு வாழனுமா..?"

"ம்ம்ம்.. அதிலென்ன தப்பு..?"

"நேரம் விலை மதிக்க முடியாதது.. இந்த அரை நாளில நான் எத்தனை வேலைகளைப் பார்த்திருப்பேன் தெரியுமா..?"

"ஓ நோ.. இயந்திரமயமான வாழ்க்கையிலே நம்மை நாமே தொலைத்துக் கொண்டிருக்கிறோம்.. பணத்திற்குக் கொடுக்கிற முக்கியத்துவத்தை வாழ்க்கையை

என்ஜாய் பண்ணக் கொடுக்கிறதில்லை.."

"என்ஜாய் மட்டும் வாழ்க்கையாகிடாது வீணா.."

"ஷ்யூர்.. பட்.. அதுவும் இம்பார்டண்ட்தான் ரவி.. நாம என்ன ரோபோவா..?"

"நீ என்னை ரோபோன்னு சொன்னததாத்தான் ஞாபகம்.."

"ஓ நோ..! அதை இன்னமுமா நினைவில் வைத்திருக்கீங்க..? ஜஸ்ட் ஃபார் ஃபன்னுக்குச் சொன்னது அது.."

"நீ எதுக்காக சொன்னியோ எனக்குத் தெரியாது.. நாம் ரோபோவா இருந்தாத்-தான் முன்னேற முடியும்.."

"இல்லை ரவி.. இந்த மெண்டாலிட்டியை நீங்க மாத்திக்கனும்.."

"எதுக்கு மாத்திக்கனும்..? நான் நானாய்த்தான் இருக்க முடியும்.."

அவனுடைய முரட்டுப் பிடிவாதம் பழக்கமான ஒன்றென்றாலும் ஒவ்வொரு முறையும் மனம் சோர்வதைப் போல அன்றும் மனம் சோர்ந்தாள் வீணா..

அத்தி பூத்தாற் போலதான் அவளுடன் அவன் வெளியே வருகிறான்.. அப்-படிப்பட்டத் தருணங்களையும் அவன் கணக்குப் பார்த்தால் எப்படி..? காதலியு-டன் கழிக்கும் நேரத்தைக் கணக்குப் பார்க்கும் காதலனும் இருக்கிறான் என்பதை அவளுக்கு உணர்த்திக் கொண்டிருந்தான் ரவிவர்மன்..

"இப்பப் பாரு.. டயத்தை வேஸ்ட் பண்ணிட்டோ மேன்னு நான் கில்ட்டியா ஃபீல் பண்ண வேண்டியிருக்கு.."

"வாட்..? கில்ட்டியா ஃபீல் பண்றீங்களா..?"

விக்கித்துப் போனாள் வீணா... அழகான தருணங்களை அவளுக்குக் கொடுக்க அவனால் நேரம் ஒதுக்க முடியவில்லை.. அப்படியே ஒதுக்கினாலும் மனதில் குற்றஉணர்வு மண்டுகிறது என்றால் அவள் மனதின் காதலை அவன் உணரவே இல்லையா..?

"திஸ் இஸ் டூ மச் ரவி.."

"ஹண்ட்ரெட் மச்சாவே இருந்துட்டுப் போகட்டும்.. ஐ டோன்ட் கேர்.."

"பணத்துக்காக நம்ம நேரத்தை விட்டுக் கொடுக்கலாம்.. வாழ்க்கையை வாழ அதே நேரத்தை விட்டுக் கொடுக்கக் கூடாதுங்கிறது சரியில்லை.."

"எனக்கு இதுதான் சரி.."

"வாழ்க்கை முழுதும் பணத்தைத் துரத்தறதிலேயே கழிக்கப் போறிங்களா..?"

"பின்னே..? உன்னைத் துரத்தச் சொல்றியா..?"

அலட்சியமாக அவன் சொல்லிய விதத்தில் காயப்பட்டது வீணாவின் மனது.. அவனுடைய எண்ணம் அதுவாக இருக்காதுதான் என்றாலும் முள் போன்ற அவனது சுபாவத்தில் மென்மையான அவள் மனம் புண்படத்தான் செய்தது..

"ரவி.. இந்த நாளுக்காக நான் இந்த மன்த் முழுவதும் காத்திருந்தேன் தெரி-யுமா..?"

"ஸோ வாட்..? அதான் பிராமிஸ் பண்ணினபடி உன்கூட அபத்தமான சினிமாப் பார்க்க வந்தேனா இல்லையா..?"

"அப்புறம் ஏன் சொல்லிக் காட்டறிங்க..?"

"டயம் வேஸ்டாகிறதை நினைச்சுப் பார்க்க வேணாமா..?"

"என்னை நினைச்சுப் பாருங்க ரவி.. உங்ககூட நான் ஸ்பெண்ட் பண்ணின நேரம் எவ்வளவு சந்தோசமானதுன்னு தெரியுமா..? அது அழகான தருணம் ரவி.. அதை அனுபவிக்க நேரம் ஒதுக்க முடியலைன்னா எப்படி..? இதில வேற கில்டியா ஃபீல் பண்றதாச் சொல்றீங்க.. மனசு வலிக்குது ரவி.."

"ம்ப்ச்.. இது ஒன்னு இருக்கு உன்கிட்ட.. எதுக்கெடுத்தாலும் ஹர்ட் ஆகிற.. இப்படித் தொட்டாச் சிணுங்கியாய் இருக்கிறவ என் குணம் தெரிஞ்சும் என்னை லவ் பண்ணியிருக்கக் கூடாது.."

"ரவி.."

வீணாவுக்கு கண்ணீரே வந்து விட்டது.. ஒரு நாளில் ஓர் முறையாது இதைச் சொல்லி விடுகிறான்.. அதனால் வீணாவின் மனம் பாதிக்குமே என்று கவலைப்படுவதில்லை..

"தங்கம், வைரம், பணம் போல மனிதர்களின் சில உணர்வுகளும் மதிப்பு வாய்ந்தவை ரவி.." குமுறலோடு சொல்லிவிட்டு கண்களை மூடிக் கொண்டாள் வீணா..

"ஏய்ய்.."

அவன் காரை ஓட்டியபடியே அவள் பக்கமாக திரும்பி அழைத்தான்.. அவள் கண்களைத் திறக்கவில்லை.. மரத்தடியில் காரை ஓரம் கட்டி நிறுத்தி விட்டு அவள் கன்னம் தொட்டான். சூடான அவன் கைகளில் ஸ்பரிசத்தில் கண் விழித்தாள் வீணா..

"எனக்கு உன்மேல காதல் இல்லைன்னா நினைக்கிற..?"

"அப்படி நினைக்கலை.. காதல் இல்லாமலா நீங்க அபத்தம்ன்னு விமரிசனம் பண்ணின சினிமாவை பொறுமையா உட்கார்ந்து பார்த்தீங்க..?"

"பொறுமையா உன்கூட உட்கார்ந்திருந்தேன்னு சொல்லு.. பார்த்தேன்னு சொல்லாதே.. படமா அது..?"

வீணா சிரித்து விட்டாள்.. அவனால் ஏற்பட்டிருந்த மனவலி அகன்று புத்துணர்வு பரவியது.. எப்போதும் இவன் இதுபோல சிரித்த முகத்துடன் காதல் பண்ணுகிற காதலனாக இருந்தால் எப்படியிருக்கும் என்று அவள் மனம் ஏங்கியது.

"நீ என்னை உன் கண்ட்ரோலுக்குள்ள இழுக்கப் பார்க்கிற.. உனக்கும் எனக்குமான காதல் என் சுதந்திரத்தைக் கட்டுப்படுத்தக் கூடாது.." கண்டிப்புடன் சொன்னான்..

வீணாவின் முகம் வாடி விட்டது.. இழுத்துப் பிடித்துக் காதல் செய்வதைப் போல உணர்ந்தாள் அவள்.. மனம் உடைவதைத் தடுக்க முடியாமல் தவித்தாள்..

அவனுக்கான அவனது நியாயங்களில் அவன் தெளிவாக இருந்தான்.. அது-போல அவளால் ஏன் இருக்க முடியவில்லை என்று மனம் குமைந்தாள் வீணா..

அவன் மீதான காதலில் அவள் பைத்தியமாக இருந்தால்... அவனும் அவள்-மீது பைத்தியமாகியிருக்க வேண்டாமா..?

தாமரையிலைத் தண்ணீர் போல பட்டுக் கொள்ளாமல் காதலிக்க முடியுமா..? முடியும் என்பதை நிரூபித்துக் கொண்டிருந்தான் ரவிவர்மன்.

22

நீ ஒரு கரையில்..
நான் எதிர்க்கரையில்..
சேர நினைக்கும் எனக்கு நீந்தத் தெரியாது..
நீந்தத் தெரிந்த உனக்கு காதல் புரியாது..

"நீ என்ன மாதிரியான கேட்டகிரிடா..? இப்படியும் இருக்க... அப்படியும் இருக்க..." தலையிலடித்துக் கொண்டான் பாஸ்கரன்..

"தலை வலிக்கப் போகுதுடா பாஸீ.." அக்கறைப் பட்டான் ரவிவர்மன்..

"என் தலைதானே வலிக்கும்..? நீ ஒன்னும் காசலை காட்ட வேணாம்.. வந்-துட்டான் அக்கறைப்பட.."

"காசலையா..? அப்படின்னா..?"

"காசலைன்னா அக்கறைன்னு அர்த்தம்.."

"அதை நேராச் சொல்லித் தொலைக்கிறதுக்கென்ன..?"

"உன்கிட்ட நேராச் சொல்லிட்டாலும்.."

அலுத்துக் கொண்ட பாஸ்கரனை அடையாளம் பார்ப்பதைப் போல உற்றுப் பார்த்து வைத்தான் ரவிவர்மன்.. 'யார் நீ..?' என்று கேட்ட அந்தப் பார்வையைத் தாள முடியாமல் கையெடுத்துக் கும்பிட்ட பாஸ்கரன்..

"அப்பா சாமி.. ஆளை விடுடா.. சரக்குன்னா முன்னே பின்னே தெரியாத-வனைப் போலப் பார்த்து வைக்கிற.. தாங்க முடியலைடா.." என்று அழ மாட்டாத குறையாகச் சொன்னான்..

"நானும் அப்போப் பிடிச்சுப் பார்க்கிறேன்.. முறைப்பாவே பேசிக்கிட்டு இருக்க.. என்ன விசயம்..?"

"ஏண்டா.. உன்னையும் ஒருத்தி காதலிக்கிறான்னா அவளைப் பூப்போட்டு வணங்கனுமா வேண்டாமா..?"

"வேண்டாம்.."

"வேண்டாம்ன்னா விட்டுத்தொலை.. அவ மனசை நோகடிக்காமலாவது இருக்-கலாமில்ல..?"

லேப் டாப்பிலிருந்து தலை நிமிர்ந்த ரவிவர்மனின் முகத்தில் அனல் விரவியிருந்தது.. பாஸ்கரன் லேசாக வெலவெலத்தான்..

'சும்மாவே பந்தாடுவான்.. இதில வேற சொல்லிக் காட்டித் தொலைச்சிருக்கேன்.. சிக்சர் அடிக்காம விட மாட்டானே...'

வெடுவெடுப்பாக பாஸ்கரனைப் பந்தாடியது ரவிவர்மனின் பார்வை... கோபாக்னியில் கொழுந்து விட்டவனை..

"இப்ப நான் என்னடா சொல்லிட்டேன்.." என்று சமரசத்துடக்கு அழைத்துத் தப்பிக்க முனைந்தான் பாஸ்கரன்.

"அவ காதலிச்சுட்டா நான் அவளுக்கு அடிமையா கிரனுமா..?"

"அதுக்குத்தானேடா தவமிருக்கோம்..? அழகான பொண்ணுகிட்ட அடிமையாக கசக்குதா என்ன..?"

"எனக்குக் கசக்கும்.."

"எப்பவுமே விறைப்பா இருந்தா எப்படிடா மச்சான்.. காதலிக்கிறவ மனசு கோணாம நடந்துக்கனுமா வேண்டாமா..?"

"அவ மனசை நிமித்தி வைக்கிறதுதான் என் வேலை பாரு.. அவ ஏண்டா கோணல் மீனதோட இருக்கிறா..?"

"டேய்..! அவ மனசு ஒன்னும் கோணல் மனசில்லை.. உனக்குத்தான் கோணல் புத்தி.. எதைச் சொன்னாலும் விதண்டாவாதம் பேசிக்கிட்டு.. ச்சை.. பொம்பளைக மனசை புரிஞ்சுக்காத உனக்கெல்லாம் எதுக்குடா காதல்..?"

"நானாடா கேட்டேன்..?"

வியாக்கினம் பேசினவனை இழுத்து வைத்து நான்கு அறைவிட வேண்டும் போல இருந்தது பாஸ்கரனுக்கு.. இழுக்கும் போதே ரவிவர்மன் ஒன்றுக்கு பத்தாக அறைகளை அள்ளி வழங்கி விடுவான் என்பதால் இமைக்காமல் ஓர் பார்வை பார்த்து விட்டுப் பேசாமல் இருந்தான்..

'ம்ஹீம்.. கழுதைக்குத் தெரியாது கற்பூர வாசனை..! கழுதையை மேய்க்கும் இவனுக்கு மட்டும் அது தெரிந்து விடுமா என்ன..?'

ரவிவர்மன் சுழல் நாற்காலியில் சரிந்து நண்பனை ஒரு மார்க்கமாகப் பார்த்தபடி இப்படியும், அப்படியும் ஆடியபடி..

"மைண்ட் வாய்ஸ் என்ன சொல்லுது..?" என்று விசாரித்தான்..

"நீயே படிச்சுத் தெரிஞ்சுக்க.." எரிச்சலுடன் சொன்னான் பாஸ்கரன்..

"நிச்சயமா நல்ல விதமா சொல்லியிருக்காது.."

"தெரியுதில்ல.. அப்புறமும் எதுக்குக் கொஸ்டின் பண்ற..?"

"உனக்கு என்னதாண்டா பிரச்னை..?"

"உன்னைப் போல ஒரு பிரண்டு இருக்கிறதே பிரச்னைதாண்டா.."

"நான் என்னடா பண்ணினேன்..?"

"எதுதான் பண்ணலை..? ரைட்ல சிக்னல் போட்டுட்டு லெப்டில கையைக் காட்டி வைக்கிறவன் ரெண்டு பக்கமும் திரும்பாம ஸ்ட்ரெயிட்டா வண்டியை விட்டா ஆக்ஸிடெண்ட் ஆகிரும் மச்சான்.."

"அதுக்குத்தானே நீ காத்திருக்கே.."

"ஆபிஸே காத்திருக்கு.. ஏற்கனெவே உன்னோட சிடுமூஞ்சி இமேஜ், லேடிஸ் மத்தியில கொடி கட்டிப் பறக்குது.. வீணா உன்னைக் காதலிக்கிறதாய் கேள்விப் பட்டவுடனே ஒட்டு மொத்த ஆபிஸ் லேடிஸீம் மாறிமாறி அவளுக்கு கவுன்சிலிங் கொடுத்தாங்கன்னா பார்த்துக்கயேன்.."

"அதைப் பார்த்து எனக்கென்ன ஆகப் போகுது..?"

"உன்னை விடுடா மச்சான்.. நீ இரும்புக் குதிரை..! உன் காதலுக்கு ஏதும் ஆகாம பார்த்துக்க.. அவ்வளவுதான் நான் சொல்லுவேன்.."

"எனக்கு வேற வேலையே இல்லை பாரு.."

அசுவராஸ்யமாக சூள் கொட்டிவிட்டு லேப்டாப்பை நோண்ட ஆரம்பித்தான் ரவிவர்மன்.. எரிச்சல் மிகுந்தது பாஸ்கரனுக்கு.. ரவிவர்மனிடம் மோதுவதற்குப் பதில் கட்டாந்தரையில் மோதி விடலாம் என்று வெறுத்துப் போனது.. இவனெல்லாம் தேறாதகேஸ் என்று கழன்று கொள்ளத்தான் ஆசைப்பட்டான்.. கண்ணீர் விழிகளுடன் வீணாவின் முகம் நினைவில் வந்ததில் பொறுமையை இழுத்துப் பிடித்துக் கொண்டான்..

"என்ன வீணா.. உங்ககூட சினிமா பார்க்கப் போறேன்னு ரவி சொன்னானே.."

"தியேட்டரில இருந்துதான் வற்றோம் பாஸ்கரன்சார்.."

"அப்புறம் ஏம்மா சோர்ந்து இருக்கறிங்க..?"

"ம்ப்ச்.."

அந்த மூன்றெழுத்தில் ஒலித்த நிராசையில் மனம் வெந்து போனது பாஸ்கரனுக்கு.. வீணாவைப் போல ஒரு காதலி கிடைக்க கொடுத்து வைத்திருக்க வேண்டாமா..? அவள் மனதில் நினைப்பதை வாய் விட்டுக் கேட்பதற்கு முன்னால் சிருஷ்டித்து அவள் முன்னால் நிறுத்தியிருக்க வேண்டாமா..? இப்படியா அந்த தேவதைப் பெண்ணின் கண்களில் கண்ணீரை வரவழைப்பது.. பாஸ்கரனுக்கு அவள் காதல் கிடைத்திருந்தால் உள்ளங்கைகளில் வைத்துத் தாங்கியிருப்பானே.. போயும் போயும் சிடுமூஞ்சி ரவிவர்மனையா அவள் காதலித்துத் தொலைக்க வேண்டும்..?

அந்த வேக்காடுடன் அக்கினிப் பிழம்பாக ரவிவர்மனிடம் நியாயம் கேட்க வந்து விட்டான்.. நியாயம்தான் கிடைத்த பாடாக இல்லை..

"காதலிக்கிறவ ஆசைப்பட்டா கொண்டாட நேரம் வேணும்டா.."

"அதுக்கெல்லாம் எனக்கு நேரமில்லை.."

"அப்புறம் எதுக்குடா காதலிச்ச..?"

"இந்தக் கோராமைக்குத்தான் காதல்ங்கிற வெர்டைக்கூட நான் சொல்றதில்லை.. அவளா வந்தா.. பிடிச்சிருக்குன்னா.."

"விதி வலியது.. உன்கிட்ட மாட்டியிருக்கா பாரு.."

"ஓவரா சீன் காட்டாதே.. உனக்கெதுக்கு இவ்வளவு அக்கறை..?"

"மனசு கேட்கலைடா.."

"என்ன..? நெஞ்சில் ஓர் ஆலயம் கட்டறயா..?"

"கட்டினாத் தப்பில்லை.. அதில குடியிருக்க உன் வீணா வரமாட்டா.."

பாஸ்கரனின் பொறாமையில் மனதுக்குள் தாலாட்டை உணர்ந்தான் ரவிவர்மன்.. அவனைப் பார்க்கும் பார்வையை வேறு எவரை நோக்கியும் வீணா பார்க்க மாட்டாள் என்பதில் கர்வம் வந்தது.. பூவின் வாசனை போல அவளது நினைவு மனதை மயக்குவதாக இருந்தது.. தித்தித்த மனதை மறைத்துக் கொண்டு பாஸ்கரனைப் பார்த்து அதட்டினான் அவன்..

"தெரியுதில்ல.. அப்புறமும் எதுக்கு உருகித் தவிக்கிற..?"

"ஏண்டா மத்த பொண்ணுககிட்ட சிரிச்சுப் பேச நேரமிருக்கு.. காதலிக்கிறவகிட்ட சிரிச்சுப் பேச நேரமிருக்காதா..?"

"அப்படி எவகிட்டச் சிரிச்சுப் பேசினேன்.."

"எவளோ ஒரு ரோஸி அமெரிக்காவில இருந்து அடிக்கடி கால் பண்றாளே.. அவகிட்டப் பல்லைக் காட்டிக் கிட்டு மணிக்கணக்கா சிரிச்சுச் சிரிச்சுப் பேசற.. அது மட்டும் எப்படிடா முடியுது..?"

பொட்டில் அடித்ததைப் போன்ற பாஸ்கரனின் கேள்விக்குப் பதில் சொல்லாமல் மௌனம் சாதித்தான் ரவிவர்மன்.. மனதுக்குள் வந்த குற்ற உணர்வில் அவனுக்கு கோபம் வந்தது.

"இந்தக் கருமத்துக்குத்தான் காதலில அகப்படாம நிம்மதியா இருந்தேன்.." என்று வள்ளென்று விழுந்தான்.

"குற்றமுள்ள மனசு.. கோபப்படுது.." என்றான் பாஸ்கரன்.

"அடிபடப் போற பாஸீ.. என் வாழ்க்கையில நான் இப்படித்தான் இருக்கனும்னு கண்டிசன் போட யாருக்கும் ரைட்ஸ் இல்ல.."

"வீணாவுக்குக் கூடவா..?"

பாஸ்கரனின் ஆழ்ந்த கேள்விக்கு ரவிவர்மனிட மிருந்து பதில் வரவில்லை..

"இது ஒன்னைக் கண்டு பிடிச்சு வைச்சிருக்கடா மச்சான்.. எசகுபிசகான கொஸ்டின்னா வாய்க்கு பூட்டைப் போட்டுக்கறது.."

"இந்தப் பொண்ணுங்க இருக்காங்களே.. காதலிச் சுட்டா நம்ம மேலே ஓவரா உரிமை கொண்டாடறாங்கடா.. இவங்க விரும்பற அத்தனை குணங்களும் காதலிக்கிறவன் கிட்ட இருக்கனும்னு ஆசைப்படுவாங்க.."

"நியாயமான ஆசைதானே..?"

"என்னை கோட் சூடடில் பார்க்க ஆசைப்பட்டா போட்டுக் காட்டலாம்.. குற்றமில்லாத பார்வையோடு நானிருக்கனும்னு ஆசைப்பட்டா என்னடா செய்கிறது..?"

"அது உன்னால முடியாத காரியம்தான்.."

போலியாக அனுதாபப் பட்டான் பாஸ்கரன்.. போடா என்பதைப் போல நண்பனைப் பார்த்துவிட்டு உதட்டைப் பிதுக்கினான் ரவிவர்மன்..

"இந்த தக்காளிரசம், மிளகுரசம், எழுமிச்சை ரசம் மாதிரி காதல்ரசத்தையும் பிழிந்து கொண்டு வாடான்னு சொன்னா நான் என்னத்தடா செய்யறது..?"

"ஐயோ பாவம்.. உனக்கெல்லாம் காதல்ன்னாலே என்னன்னு தெரியாது.. இதில காதல் ரசத்தை எங்கேயிருந்து பிழிவ..?"

"பாஸீ.."

"அலட்டிக்கிட்டது போதும்டா மச்சான்.. உன் மேல ஒருத்தி ஆசைப்பட்டு காதல் சொல்லியிருக்கா.. அந்தக் காதலை தக்க வைச்சுக்கிற வழியைப் பாரு.. அப்புறம் உன் இஷ்டம்.. உன் காதல் ஊத்திக்குச்சுன்னா பாதயாத்திரை வந்து சாமி கும்பிடறோம்ன்னு ஆபிசில இருக்கிற ஒட்டு மொத்த லேடிஸீம் வேண்டிக்கிட்டு இருக்காங்களாம்.. அவங்க வேண்டுதலை நிறைவேத்திராதே.."

23

நிலவின் அழகைக் காட்ட
நெருங்கி வந்தேன் - நீயோ
சுட்டெரிக்கும் சூரியனின் பிம்பமாய்
சுட்டுப் பொசுக்கினாய்..

அசரீரி வாக்குப் போலச் சொல்லிவிட்டு, கேட்டால் கேள், கேட்காவிட்டால் போ என்று தன் கடமையை முடித்தவனாகப் போய் விட்டான் பாஸ்கரன்..

யோசனையுடன் டேபிள் வெயிட்டை உருட்டிக் கொண்டிருந்த ரவிவர்மன் செல்போனை எடுத்து வீணாவைக் கூப்பிட்டான்..

"என் கேபினுக்கு வா.."

சற்றுப் பொழுதில் கதவைத் திறந்து உள்ளே வந்தவளின் முகத்தில் தெரிந்த சோர்வில் அவனுக்கு கோபம் வந்தது..

'இவளே ஊர் முழுக்க தண்டோரா போட்டிருவா..'

அவனது துளைக்கும் பார்வையில் கன்னங்கள் சிவந்தவளைக் கண்டபோது அவனுக்கு கோபம் மறந்து போனது..

"வொர்க் முடிஞ்சுருச்சா..?"

"ம்ம்ம்.."

"ஈவினிங் காபி ஷாப்புக்குப் போகலாமா..?"

"ஓ.."

அவள் முகம் மலர்ந்து போனதில் காலையில்தான் அவனும் அவளும் சினிமா பார்க்கப் போனார்கள் என்பதை அவள் மறந்து போனாளா என்று ஆச்சரியம் கொண்டான் அவன்..

அவனுடைய அருகாமையில் இருக்க அவள் மனம் துடிப்பதை அவனால் புரிந்து கொள்ள முடிந்தது.. அதில் அவன் மனமும் கனிந்தது..

"ஏன் உம்முன்னு இருக்க..?"

"ஒன்னுமில்லையே.."

"நிஜம்மா..?"

"நிஜம்மா...!"

தலைசாய்த்து அவள் சிரித்த விதம் அவனை வசீகரித்தது.. காதலனுடன் பேசும் பெண்களின் முகத்தில் கொட்டிக் கவிழும் ஒருகோடி சூரியன்களின் ஒட்டு மொத்த வெளிச்சத்திற்கான தாத்பர்யம்தான் என்ன என்று விளங்காமல் திகைத்-தான் அவன்..

அவனுடன் உரையாடுவது என்பது அவளுக்கு அவ்வளவு பிடித்தமானதா..?

இதுபோன்ற கயிறுகளால்தான் அவனை அவள் கட்டிப் போடுகிறாள் என்று நினைத்துக் கொண்டான்..

தீர்க்கமாக அவளையே பார்த்தான்.. அவளது மேனியில் ஊர்ந்து ஊடுறுவிய அவனது பார்வையில் அவள் இமைகள் படபடக்க தலையைக் குனிந்து கொண்-டாள்.. தலையில் ஒருகூடை ஈரப்பூக்களைக் கொட்டியதைப் போல சிலிர்த்துப் போனான் அவன்..

இப்படித்தான் கொட்டும் மழையிரவில் அவனுடன் அவள் நடந்து வந்து கொண்டிருந்த போது ஐஸ்கிரிம் வண்டி அவர்களைக் கடந்தது..

"ரவி.. எனக்கு ஐஸ்கிரிம் வேணும்.. வாங்கித் தாங்களேன்.."

குழந்தையாகக் கெஞ்சியவளை விசித்திரமாக பார்த்தான் அவன்.. இதுபோன்ற பைத்தியக்காரத்தனமான ஆசையை வேறொருவள் சொல்லியிருந்தால் கண்டு கொள்ளாமல் நகர்ந்து விடலாம்.. கேட்பது அவன் காதலியாயிற்றே..

அது மார்கழி மாதம் வேறு.. விரைவில் இருட்டி விடும் பருவக்காலம்.. அலு-வலகத்தில் வேலை பார்த்த நளினியின் குழந்தைக்குப் பர்த்டே...! இரவில் வீடு திரும்ப நேரமாகும் என்று சுகந்தியிடம் அவள் காலையிலேயே சொல்லியிருந்தத-தால் ஓர்விதமான விடுதலையுணர்வோடு மார்கழிப் பனியின் மழை நிறைந்த குளிர் இரவில் அவனோடு சாலையில் நடக்கும் விருப்பத்தைத் தெரிவித்தாள் வீணா..

"இந்த மழையிலா ரோட்டில் நடக்கலாம்ங்கிற..?"

வினோதமாக கேட்டான் ரவிவர்மன்.. குழந்தை போலத் தலையாட்டியவளின் விருப்பத்தை மறுக்க முடியாமல் காரை சாலையோரமாக நிறுத்திவிட்டு மழைநிரில் கால் வைத்து இறங்கினான்.. குளிராக இருந்தது.. அவள் சேலை முந்தானையை இழுத்துப் போர்த்திக் கொண்டு..

"ஸ்ஆ.. என்ன குளிர்..!" என்று அதையும் ரசித்தாள்..

கோட் சூட்டில் இருந்த ரவிவர்மனை குளிர் தாக்கவில்லை.. மழையின் ஈரத்-தில் ஷீ அணிந்து நடப்பதுதான் சிரமமாக இருந்தது அவனுக்கு..

'நசநசன்னு இருக்கு..'

மனதுக்குள் நினைத்துக் கொண்டான்.. வாய் விட்டுச் சொல்லவில்லை.. அதெல்லாம் போதாதென்று அவள் ஐஸ்கிரிம்மீதும் ஆசை கொண்டாள்.. வேறு வழியின்றி ஐஸ்கிரிம் கப்பை வாங்கினான்..

‘ரோட்டில் போற வண்டி.. ஹை ஜீனிக்கா இருக்குமா..?’

சொல்ல முடியாது.. சொன்னாலும் கேட்டுக் கொள்ள மாட்டாள்.. அரிதாக அவனருகில் இருக்கும் பொழுது களைக் கொண்டாட வேண்டும் என்பாள்..

"உங்களுக்கு..?"

"நீ ஒருத்தி சாப்பிட்டா போதும்.. இன்பெக்சன் ஆச்சுன்னா ஹஸ்பிடலுக்குக் கூப்பிட்டுக்கிட்டுப் போக நான் உருப்படியாய் இருக்க வேணாமா..?"

"ஜோக்கடிக்காதீங்க.."

"ஜோக்கா..? இதுதான் குட் ஜோக்..!"

அவனது தெளிவான பேச்சில் இன்னொரு ஐஸ்கிரிம் கப் விற்பனையாகாது என்பதைப் புரிந்து கொண்ட ஐஸ் வண்டிக்காரன் நகர்ந்து விட்டான்.. ஐஸ்கிரிமைச் சுவைத்தவள் அவன் வாயிலும் ஒரு ஸ்பூன் ஐஸ்கிரிமைத் திணித்தாள்.. மறுக்க முடியாமல் சுவைத்தவனின் உதட்டோரமாகத் தீற்றியிருந்த ஐஸ்கிரிம் துளிகளை விரலில் எடுத்து சுவைத்தாள்..

"ஏய்ய்.." அவன் கிளர்ந்தான்..

அவளது உதட்டில் அப்பியருந்த ஐஸ்கிரிமை அவனது உதடுகள் சுவைத்ததில் ஐஸ்கிரிமின் இனிப்பு அதிகமானது.. அதன் பின்னால் எப்போது அவன் ஐஸ்கி-ரிமைப் பார்க்க நேர்ந்தாலும் அந்த மார்கழி மாதக் குளிர் மிகுந்த மழையிரவில் அவளது உதடுகளில் படிந்திருந்த ஐஸ்கிரிமை சுவைத்த ஞாபகம்தான் அவனுக்கு வருகின்றது..

‘இவ மேலே எனக்குக் காதலில்லையா..?’

துல்லியமாக கணிக்கக் கூடியதல்ல காதல்..! அது நுணுக்கம் நிறைந்தது.. உணர்வு பூர்வமானது.. கணக்கீட்டிற்கு அப்பாற்பட்டது..

அந்தக் காதலில் விழுந்து விட்ட ரவிவர்மன் அவனது குணாதிசியத்துக்கும் காதலுக்குமிடையே இங்கும் அங்குமாக தாவிக் கொண்டிருந்தான்..

அவன் முகத்தையே ஆசையுடன் பார்த்துக் கொண்டிருந்த வீணாவின் முகம் பளிச்சென்று இருந்தது.. களங்கமில்லாத நிர்மலமான முகம்.. அந்த முகத்தோடு முகம் வைத்துக் கொஞ்ச விழைந்தது அவன் மனம்.. அவனது இச்சையைத் தெரி-வித்த அவனது பார்வையில் முகம் சிவந்து போன வீணா கையிலிருந்த பேனாவை அவனை நோக்கி வீசினாள்..

"கேட்ச்.."

பேனாவைப் பிடித்து இருந்த இடத்தில் வைத்து விட்டு எழுந்தான் ரவிவர்மன்.. அவளுடன் பேசியபடி இணைந்து அவன் நடந்தபோது எதிரில் வந்த ரமிலா..

"இது எத்தனை நாளைக்கு..?" என்றாள் செல்போனில்..

யாருடனோ பேசிக் கொண்டிருக்கிறாளாம்.. அவள் கையில் இருக்கும் செல்-போனை பிடுங்கிப் பார்த்து விட்டால் என்ன என்ற கோபம் ரவிவர்மனின் முகத்தில்

வந்த அதே நொடியில் ரமிலா பேசிக் கொண்டிருந்த செல்போனின் மணியடித்தது..

"இதப் பாருடா.. பேசிக்கிட்டு இருக்கறப்பவே ரிங் வருது.. எந்த நாட்டில இப்படியொரு செல்போனை கண்டு பிடிச்சிருக்காங்க..? எங்கே.. கொடுங்க.. பார்க்கலாம்.."

ரவிவர்மன் கை நீட்ட அவசரமாக ஓடிப் போனாள் ரமிலா..

"லேடி கேடி..!" கோபத்துடன் சொன்னான் ரவிவர்மன்.

"விடுங்க.. அவளுக்குத் தெரிந்தது அவ்வளவுதான்.." சமாதானம் செய்தாள் வீணா..

"என்னவோ அவளை நான் பிடிச்சு வைச்சிருக்கிறதைப் போல விடுங்கன்னு சொல்றியே..?" என்று கேட்டான் ரவிவர்மன்..

"மனசுக்குள்ள இருக்கிற ஆசைதான் இப்படி பேச வைக்குது.." முறைத்தாள் வீணா..

"அவமேல ஆசை வைச்சுட்டாலும் கழுதையில.."

"ஃபாரின் போனாலும் கழுதையை விடலை போல.."

"பாஸீம் இதைத்தான் சொல்றான்.." என்ற ரவிவர்மனுக்கு அவன் அதை மட்டுமா சொன்னான் என்ற சிந்தனை வந்தது..

'வீணாவைப் பற்றி அவனுக்கென்ன அக்கறை..?'

பாஸ்கரன் நல்லவன்தான் என்றாலும் வீணாவைப் பற்றி அவன் பேசுவதை ரவிவர்மன் விரும்பவில்லை..

'பொஸஸிவ்..!' நினைத்துக் கொண்டவனுக்கு சிரிப்பு வந்தது..

வீணாவைப் பார்த்தான்.. தென்றலைப் போல மனதை வருடும் அழகுடன் இருந்தாள்.. அவனைக் கண்டதும் கண்களில் மயக்கத்தைத் தேக்கினாள்.. அதில் கிறங்கிப் போனான் ரவிவர்மன்..

'இவள் என்னுடையவள்..' நினைவே அவனுக்குத் தித்தித்தது..

"உன்னைத்தானே.. தஞ்சமென்று
நம்பிவந்தேன் நானே..
உயிர் பூவெடுத்து.. ஒரு மாலையிட்டேன்
விழிநீர் தெளித்து ஒரு கோலமிட்டேன்.."

கடற்கரையில் கால் நனைய நின்றபோது காற்றில் பறந்து வந்த அவளின் முந்தானைச் சேலை அவன் முகத்தை மூட.. அதன் வாசனையில் அவன் கிளர்ந்த போது மெல்லிய குரலில் பாடி அவன் மனதை வசப்படுத்தினாள் வீணா..

"மலரின் கதவொன்று திறக்கின்றதா..?
மௌனம் வெளியேறத் தவிக்கின்றதா..?
பெண்மை புதிதாகத் துடிக்கின்றதா..?

உயிரில் அமுதங்கள் சுரக்கின்றதா..?"

வரிசை கட்டி வந்த கேள்விகளில் அவன் மனதின் கதவு திறந்தது.. அந்தி மயங்கி இருள் சூழ்ந்த வேளையில் படகின் மறைவில் சரிந்தவன் அவளை இழுத்து மடியில் போட்டுக் குனிந்து அவள் இதழ்களில் இதழ் பதித்தான்.

"முத்தம் கொடுத்தானே - இதழ்
முத்துக் குளித்தானே..
இரவுகள் இதமானதா..?
கட்டிப்பிடித்தால் தொட்டு இழுத்தால்
வெட்கம் என்ன சத்தம் போடுதா..?"

சத்தமின்றிப் பாடியவளின் வெட்கம் சத்தம் போட வில்லை.. சந்தடியின்றி அவன் கைகளுக்குள் ஒடுங்கியது..

24

கோடை மழைச் சாரலிலே..
கூட வரும் இடியைப் போல..
காதல் சொன்ன மனதை உடைத்தாய்..
கடும்பாறை மனதைக் கொண்டாய்...

"இந்த போட்டோவைப் பாரு வீணா.."

சக்திவேல் மகளிடம் நீட்டிய போட்டோவில் சிரித்துக் கொண்டிருந்த வாலிபன் கவர்ச்சிகரமான அழகோடு இருந்தான்.. எந்தப் பெண்ணாலும் மறுக்க முடியாத தோற்றம்..

"ஐ.ஏ.எஸ் ஆபிசர்.. நம்ம விக்ரம் சிவில் சர்வீஸ் எக்ஸாம் எழுதினப்ப கூட எழுதியவன்.. நல்ல பிரண்டாம்.. இவனுக்கு ஐ.பி.எஸ் கிடைக்க அவனுக்கு ஐ.ஏ.எஸ் கிடைச்சிருச்சு.. லாஸ்ட் மன்த் விக்ரமோட நம்ம வீட்டுக்கு வந்திருந்தான்.. உன்னைப் பார்த்திருக்கான்.."

"ஈஸிட்..? எனக்கு நினைவில்லையே டாடி.."

"நீதான் மின்னலைப் போல அவங்களைக் கடந்து ஆபிஸ் போயிட்டயாமே.. விக்ரம் கூப்பிட்டானாம்.. உன் காதில் விழுகலையாம்.."

"அர்ஜண்ட் வொர்க் இருந்திருக்கும்.. அதனால கவனிக்காம போயிருப்பேன்.. ஸாரிண்ணா.."

"அதை விடும்மா.. பையன் எப்படியிருக்கான்.. அதைச் சொல்லு.."

"ம்ம்ம்.. ஹேண்ட்சம்தான்.."

வீணா போட்டோவைத் திருப்பிக் கொடுத்தாள்.. சக்திவேலின் கண்களும் விக்ரமின் கண்களும் சந்தித்துக் கொண்டன.. சுகந்தி டி.வியைக் கவனிப்பதைப் போல மகளின் முகத்தைக் கவனித்துக் கொண்டிருந்தாள்..

ஹேண்ட் சம்தான் என்ற வார்த்தை இயல்பான ஒன்றாக இருந்ததை அவளது மனம் குறித்துக் கொண்டது.

"ஊர் திருச்சி.. அப்பா லாயர்.. அம்மா என்ஜினியர்.. அண்ணன் எல்.ஐ.சியில அட்மினிஸ்ட்ரேட் ஆபிசர்.. அவனுக்கு மேரேஜ் ஆகி ஒரு வயசில பையன்

இருக்கானாம்.."

இதையெல்லாம் எதற்காக அவளிடம் சொல்கிறார் என்று புரியாமல் சக்திவேல் சொன்னதற்கு..

"அப்படியா டாம்.." என்று கேட்டு வைத்தாள் வீணா.

"ஏம்மா.. நானென்ன கதையா சொல்றேன்..?"

‘பின்னே..? இது கதையில்லையா..?’

"இந்தப் பையனுக்கு உன்னைப் பிடிச்சிருக்காம்.."

‘ஸோ வாட்..’

மனதுக்குள் கேட்டுக் கொண்டிருந்தவளுக்கு அப்போதுதான் விவரம் உறைத்தது..

"டாட்..?" கலவரத்துடன் நிமிர்ந்தாள்..

சுகந்தியின் மனம் மகளின் அந்தக் கலவரத்தையும் குறித்துக் கொண்டது..

"யெஸ் வீணா.. இவங்க வீட்டில இருந்து உன்னைப் பெண் கேட்டுப் போன் பண்ணினாங்கம்மா.. பையனோட அப்பாதான் பேசினார்.. நறுக்குத் தெறித்ததைப் போல அளவான பேச்சு.. எங்களுக்கு பையனையும் அவனோட பேமிலியையும் பிடித்திருக்கு.. உனக்கும் பிடித்திருக் கான்னு தெரியனும்.."

"டாட்.."

"பையன் ஹேண்ட்சம்ன்னு நீயே சொல்லிட்ட.. ஐ.ஏ.எஸ் ஆபிசர்.. அருமையான சம்பந்தம்.. தாசில்தார் மாமனாருக்கு கலெக்டர் மாப்பிள்ளை.. நினைச்சே பார்க்கலை.."

உற்சாகமாக பேசிக் கொண்டிருந்த சக்திவேலை மறுத்துப் பேச முடியாமல் திணறிப் போனாள் வீணா.. ரவிவர்மனிடம் காதல் சொல்லி ஆறு மாதங்களுக்கு மேல் ஆகியிருந்தாலும் அவனுடன் மனம் விட்டுப் பேசும் சந்தர்ப்பங்கள் அவளுக்குக் குறைவாகவே கிடைத்துக் கொண்டிருந்தன.. முற்றுப் பெறாத கோலத்தைப் போல ஏதோ ஒன்று பாக்கியிருப்பதைப் போலவே உணர்வு.. அவனுக்கும் அவளுக்குமான பேச்சில் திருமணத்தைக் குறித்த பேச்சு இடம் பெற்றதேயில்லை.. அவளை அவன் முழுமையாக புரிந்து கொண்டிருக்கிறானா என்றுகூட அவளுக்குத் தெரியாது எனும்போது திருமணப் பேச்சை எப்படிப் பேசுவாள்..?

வீணாவிடமிருந்து பதில் வராததில் சக்திவேலின் பேச்சு நின்றது.. மகனுடன் பார்வையைப் பரிமாறிக் கொண்டவர் மனைவியைப் பார்த்தார்.. அவள் இமை மூடிப் பொறுக்கும்படி சமிக்ஞை செய்தாள்.. அழகும், அதிகார பூர்வமான பதவியும் கொண்ட இளைஞனை மகள் மறுப்பாளா என்று திகைப்பாக இருந்தது சக்திவேலுக்கு..

"நீ என்ன சொல்கிறம்மா..?"

மனைவியின் எச்சரிக்கையையும் மீறி மனம் தாங்காமல் கேட்டு விட்டார்..

"எனக்கு டைம் வேணும்ப்பா.."

நலிந்த குரலில் கோரிக்கை வைத்தத் தங்கையை கூர்மையாக பார்த்து வைத்தான் விக்ரம்.. துளைக்கும் தமையனின் பார்வையை எதிர்கொள்ள முடியாமல் தலை கவிழ்ந்த வீணாவின் முகத்தில் இருந்த கலக்கத்தில் அவன் முகத்தில் சிந்தனை படர்ந்தது..

"விடுங்க டாட்.. திடிர்ன்னு கேட்டா இவளும்தான் என்ன செய்வா..? யோசிச்சுப் பதில் சொல்லட்டும்.." என்று சொல்லி விட்டான்..

"பட் விக்ரம்.. ஹி இஸ் எ ஐ.ஏ.எஸ் ஆபிசஸ்.."

"ஸோ வாட்..? வீணாவும் ஒரு கம்பெனியோட பெர்சனல் மேனேஜர்தான்.. டெஸிக்னேசனைச் சொல்லி இவளை நாம ஃபோர்ஸ் பண்ணினதா இருக்கக் கூடாது.. இவ மனசுக்குப் பிடிச்சிருக்கனும்.."

"ஹேண்ட்சம்முன்னு சொன்னாளேடா.."

"பொதுவாச் சொல்லியிருப்பா.. உடனே கல்யாணம் பண்ணிக்கன்னு நாம கட்டாயப் படுத்த முடியுமா..? இவ கேட்கிற டயத்தைக் கொடுங்க டாட்.."

விக்ரம் அழுத்தம் திருத்தமாகச் சொல்லி விட்டதில் சக்திவேல் மௌனமாகி 'குட் நைட்' கூடச் சொல்லாமல் தூங்கப் போய் விட்டார்.. குற்ற உணர்வுடன் பார்த்த தங்கையிடம் சமாதானமாக புன்னகைத்தான் விக்ரம்.

"தாசில்தாரில்ல.. ஐ.ஏ.எஸ் மாப்பிள்ளையை விட மனசில்லை.. யு டோன்ட் வொர்ரி.. போய் தூங்கு.."

பரிவுடன் பேசிய தமையனை நன்றியுடன் பார்த்து விட்டுத் தூங்கப் போய் விட்டாள் வீணா.. தூக்கம்தான் வரவில்லை.. கொட்டக் கொட்ட விழித்துக் கொண்டு ஏதேதோ யோசித்தபடி விட்டத்தைப் பார்த்தபடி படுத்திருந்தாள்.. அறைக் கதவு தட்டப்பட்டது.. எழுந்து போய் கதவைத் திறந்தாள்.. சுகந்தி உள்ளே வந்தாள்..

"தூக்கத்தில டிஸ்டர்ப் பண்ணிட்டேனா..?"

"நோ மாம்.. ஆக்சுவலா எனக்குத் தூக்கமே வரலை.."

"ஓ..! அப்ப கொஞ்சநேரம் நாம பேசிக்கிட்டு இருக்கிறதில உனக்கொன்னும் அப்ஜெக்சன் இல்லையே.."

"நத்திங்.."

வீணா மடியில் தலையணையை வைத்துக் கொண்டு கட்டிலில் சாய்ந்து உட்கார்ந்தாள்.. அருகில் அமர்ந்த சுகந்தி பொதுவாக பேசிக் கொண்டிருப்பதைப் போல ஆரம்பித்து, அங்கே சுற்றி இங்கே சுற்றி வீணாவின் திருமணப் பேச்சுக்கு வந்து நின்றாள்..

"உனக்கே தெரியும் வீணா.. நானும், உங்க டாடியும் எந்த ஒரு விசயத்திலயும் பிள்ளைகளை ஃபோர்ஸ் பண்ண மாட்டோம்ன்னு.. எக்கச்சக்க ஃப்ரீடம் கொடுத்து வைச்சிருக்கோம்.. ஸேம் டைம் நீயும் விக்ரமும் அந்த ஃபீரிடத்தை மிஸ்யூஸ் பண்-

ணினதேயில்லை.. அதில எங்களுக்கு பெருமையும், கர்வமும் நிறைய இருக்கு.."

"ஐ நோ மாம்.."

"டாட் ரிட்டயர்மெண்ட் பீரியடை நெருங்கிக்கிட்டு இருக்கார்... சர்வீஸ் முடியற-துக்குள்ள உனக்கும், விக்ரமுக்கும் மேரேஜ் பண்ணி முடிச்சிரனும்ங்கிறது அவரோட ஆசை.. ஒரு தகப்பனா அவரோட கடமைகளை செய்து முடிக்கிற அவரோட அந்த ஆசையை நம்மால தப்புன்னு சொல்ல முடியுமா..?"

இதமான வீணாவுக்கான பொறுப்பை உணர்த்தும் வார்த்தைகள்.. சிநேகிதமான தொனி..! இப்படிப் பேச சுகந்தியால் மட்டுமே முடியும்.. பிள்ளைகளிடம் அன்-னையாக இல்லாமல் தோழியைப் போலப் பேசிப் பழகுபவள் அவள்.. அவளிடம் மறைத்த எந்தவொரு ரகசியமும் ஆறுமாத காலத்திற்கு முன்பு வீணாவிடம் இருந்-ததில்லை.. ஆனால் இப்போது..?

அவளது உள்ளத்தில் கள்ளம் புகுந்து விட்டதே..

"ம்மா.." தயக்கத்துடன் அழைத்தாள்..

"சொல்லு வீணா.." தோழமையுடன் தூண்டினாள் சுகந்தி..

"எங்க கம்பெனிக்கு புது ஜி.எம் வந்திருக்காருன்னு சொன்னேனே.. நினைவி-ருக்கா..?"

"இருக்கே.. லண்டன்ல இருந்து வந்திருக்கிறதாச் சொன்ன.."

"அவரேதான்.. பேரு ரவிவர்மன்.. செம கிளவர்.."

"ம்ம்ம்..?"

"வி லவ் ஈச் அதர்ம்மா.."

சொல்லி விட்டாள்.. மனதிலிருப்பதை மறைக்காமல் வீணா சொல்லி விட்-டாள்.. இதுபோல எதுவோ இருக்கும் என்று எதிர்பார்த்து வந்தவள்தான் சுகந்தி.. இருந்தும் மனதுக்குள் ஓர் ஏமாற்றம் கவில்வதை அவளால் தடுக்க முடியவில்லை..

அமோகமான வாழ்வு மகளைத் தேடி வந்தும் அவள் அதை மறுதலிக்கிறாளே என்ற வேதனை அந்தத் தாய் மனதில் எழுந்தது.. மனதின் ஏமாற்றத்தை மறைத்-துக் கொண்டு மகளின் முடிகோதி பரிவாக புன்னகை செய்தாள்.

"டாடிகிட்ட நான் பேசறேன்.. நீ நிம்மதியாத் தூங்கு.."

வீணா நிம்மதியாகத் தூங்கிப் போனாள்.. அந்த வீட்டிலிருந்த மற்ற மூன்று ஜீவன்கள்தான் தூக்கத்தைத் தொலைத்து விட்டு விடிய விடிய ஆலோசித்தார்கள்.. மறுநாள் காலையில் டைனிங் டேபிளுக்கு வந்த மகளிடம்..

"மிஸ்டர் ரவிவர்மனை நாங்க மீட் பண்ணனும் வீணா.. வரச் சொல்கிறயா..?" என்று கேட்டார் சக்திவேல்.

"ஓகே டாட்.." உற்சாகமாக தலையை ஆட்டினாள் வீணா..

"ஐ.ஏ.எஸ் ஆபிசரைவிட ஜெனரல் மேனேஜர் குறைந்தவரில்லை.." பரிவுடன் சொன்னான் விக்ரம்.

"தேங்க் யு அண்ணா.."

புதுவெள்ளம் போல புத்துணர்வுடன் ஓடிய தங்கையின் ஓட்டத்தில்..

"இவளோட இந்த சந்தோசம்தான் நமக்கு வேணும் டாட்.." என்றான் விக்ரம்..

பெருமூச்சுடன் ஒப்புதலாக தலையசைத்தார் சக்திவேல்.. ஒரு காலக்டரின் மாமனாராக முடியாத ஏமாற்றம் அவர் முகத்தில் அப்பட்டமாகத் தெரிந்தது..

25

தொலைந்து போக வைக்கும்
வாழ்க்கையின் சூழலிடமிருந்து என்னை
மீட்டெடுக்கும் வகை தெரியாமல்
மீண்டும் மீண்டும் தொலைந்து கொண்டிருக்கிறேன்.

ரவிவர்மனின் அறைக் கதவைத் திறந்து வீணா உள் நுழைந்த போது அவன் அதி முக்கியமாக யாருடனோ செல்போனில் பேசிக் கொண்டிருந்தான்..

சுழல் நாற்காலியில் சுழன்று திரும்பி வீணாவுக்கு முதுகு காட்டி அமர்ந்திருந்-தவன் வீணா வந்ததைக் கவனிக்கவில்லை.. குடும்பத்தாரின் அனுமதி கிடைத்து விட்டதில் உற்சாக வெள்ளத்தில் நீந்திக் கொண்டிருந்த வீணாவின் மனது 'தாம், தரிங்கினத்தோம்..' என்று நர்த்தனமிட்டுக் கொண்டிருந்தது.. எவ்வித எதிர்ப்பும் இல்லாமல் அவளுடைய காதல் நிறைவேறப் போகிறது என்பதில் அலாதியான-தொரு ஆனந்தத்தில் திளைத் திருந்தாள்.. பூனை போல பாதம் பதித்து சப்தம் எழுப்பாமல் அவன் பின்னால் போய் கழுத்தைக் கட்டிக் கொள்ள வேண்டும் போல அவளுக்கு இருந்தது.. அதி மெதுவாக நடந்தவளைத் தேக்கி வைத்தது அவனது பேச்சு..

"நோ ஸ்வீட் ஹார்ட்.. இந்தியாவுக்கு வந்திட்டா உன்னை மறந்திட்டேன்னு அர்த்தமாகுமா..?.. ஊஹீம்..? எப்போது..? அர்ஜன்ட் மீட்டிங்கில் இருந்தேன் ரோஸி..! உன்னைப் பார்க்க ஹோட்டல் ரூமுக்கு வந்தேனா இல்லையா..? அது போதாதா..? ஓகே.. ஓகே.. ஈவினிங் வர்றேன்.. நிச்சயமா வர்றேன்.. இப்ப வேலை பார்க்க விடுவியா..? என்ன..? நீ பக்கத்தில் இல்லையா..? ஹா.. ஹா.. அதுதான் போனில் இருக்கிறாயே.."

ஸ்தம்பித்துப் போனவளாக நின்று விட்டாள் வீணா.. ஒரு யுகத்துக்குண்டான கோபாக்னி அவள் மனதில் கொழுந்து விட்டு எரிந்தது.. பிரளயம் நேர்ந்து விட்ட-தைப் போல அவள் மனம் கொதித்தது.. சிரித்தபடியே சுழன்று திரும்பிய ரவிவர்-மன் அவளைக் கண்டதும் முகம் மாறினான்..

"மேனர்ஸ்ன்னா கிலோ என்ன விலைன்னு கேட்பியா..? ரூம் கதவைத் தட்டிப் பெர்மிசன் கேட்டுட்டு உள்ளே வரனும்ங்கிறது கூடவா தெரியாது..? இப்படிச் சத்தமில்லாமல் வந்து ஒட்டுக் கேட்கிறயே.. வெட்கமா இல்லை..?" என்று கடுகடுத்து விட்டான்..

"ஷட் அப் ரவி.." வீணாவும் வெடித்து விட்டாள்..

"இதே மேனர்ஸ் இல்லாத ஆக்டிவிட்டிஸை பலதரம் நீங்க பண்ணியிருக்கீங்க.. என் ரூமுக்கு வர்றப்ப மட்டும் கதவைத் தட்டிப் பெர்மிசன் வாங்கனும்ங்கிற மேனர்ஸ் உங்களுக்கு மறந்து போயிருச்சா..? எந்தக் காலத்திலேயும் நீங்க பெர்மிசன் கேட்டதே இல்லை.. நீங்க வர்றப்ப நானும் போன் பேசியிருக்கேன்.. ஒட்டுக் கேட்க வந்தீங்கன்னு நினைச்சதில்லை.."

வீணா சுட்டிக் காட்டியதில் ரவிவர்மனின் கடுகடுத்த முகம் கருத்தது.. கண்கள் இடுங்க அவளை முறைத்துப் பார்த்தான்..

"சொல்லிக் காட்ட வந்தியா..?" என்று கேட்டான்.

"இல்லை.. நான் வந்தது வேற ஒன்னுக்காக.."

வீணாவின் விழியோரம் நீர் திரண்டு விட்டது.. இமைகளைச் சிமிட்டி அவை உதிராத வண்ணம் பார்த்துக் கொண்டாள்.. சற்றுமுன் அவள் மனதுக்குள் குடி கொண்டிருந்த உற்சாக வெள்ளம் வடிந்து விட்டது.. கைக்கு வந்த கனியை யாரோ தட்டிப் பறித்து விட்டதைப் போல துயர் கொண்டாள்..

'யார் அந்த ரோஸி..?'

அவள் வெறும் சிநேகிதியாக மட்டும் இருப்பாள் என்று வீணா நம்பத் தயாராக இல்லை.. சிநேகிதத்தையும் தாண்டிய ஈர்ப்பு அந்த ரோஸியிடம் இருப்பதை ரவிவர்மனின் வார்த்தைகள் வெளிப்படுத்தி விட்டனவே..

"என்ன..?" எதிரியிடம் கேட்பதைப் போல விரோதமாக கேட்டு வைத்தான் ரவிவர்மன்.

வீணாவை அது பாதித்தது.. ஒரு மங்களகரமான சுபயோக சுபதினத்தில் நீயும் நானும் இணையப் போகிறோம் என்பதைச் சொல்வதற்காக ஓடோடி வந்தாள்.. சொல்ல நினைத்ததை அவளால் சொல்லி விட முடிந்ததா..? தொண்டைக் குழியில் கூடாரமிட்டிருக்கும் வார்த்தை களைச் சிறை மீட்டு அவன் முன்னால் சிதற விடும் எண்ணக்கீற்றைத்தான் அவன் பேச்சு பிடுங்கியெறிந்து விட்டதே..

"ஈவினிங் ஃப்ரீயா..?" ஒட்டுதல் இல்லாமல் கேட்டாள்..

அவள் எதிர்பார்த்த பதில்தான் வந்தது.. இல்லை யென்றான் ரவிவர்மன்... 'எப்படி ஃப்ரியா இருப்பான்.. ரோஸியைப் பார்க்கப் போகனுமில்ல..' புழுங்கினாள் வீணா..

"தென்..?"

அவன் புருவங்களை உயர்த்திய விதம் 'போய் வா' என்றது..

கழட்டி விடுகிறானா என்று புத்தி புகைந்ததில்..

"நான் போனதும் என்ன செய்கிறதா உத்தேசம்..? அந்த ரோஸியுடன் போனில் கொஞ்சிக் குழாவுகிறதாய் உத்தேசமா..?" என்று நறுக்கென்று கேட்டு விட்டாள் வீணா..

அவளை சுட்டெரிப்பதைப் போல முறைத்துப் பார்த்தான் ரவிவர்மன்.. போடா என்று அவன் கோபத்தை அலட்சியப் படுத்தினாள் வீணா..

ஐ.ஏ.எஸ் மாப்பிள்ளையை உதறி விட்டு அவன்தான் வேண்டும் என்று அவள் ஓடி வருவாளாம்.. அவன் எவளோ ஒரு ரோஸியிடம் உன்னை மறப்பேனா என்று உருகிக் கொண்டிருப்பானாம்..

'யாருகிட்ட..?' கருவினாள் வீணா..

"ஒட்டுக் கேட்கிறன்னு சொன்னா மட்டும் ரோசம் பொத்துக்கிட்டு வருதே.. இப்ப நீ கேட்கிறதுக்கு அர்த்தம் என்ன..?"

"எனக்குத் தெரியலை.. நீங்களே சொல்லுங்க.."

"நான் போனில் பேசினதை ஒட்டுக் கேட்டதினால் தானே நீ யாரு அந்த ரோஸிங்கறே..?"

"ஆமாம்.. அதுக்கென்ன இப்ப..? இன்னைக்கு ஈவினிங் என்கூட வர்றீங்க.."

ஆணையிடுவதைப் போல அவள் பேசியதில் அவனது புருவங்கள் முடிச்சிட்டன.. தீர்க்கமாக அவளைப் பார்த்தான்.. குற்றம் செய்தவனின் பார்வையைப் போல இல்லாமல் குற்றம் சாட்டிய அவன் பார்வையில் வீணா திகைத்துப் போனாள்..

"கமாண்ட் பண்ணாதே.. எனக்கு அது பிடிக்காது.."

அழுத்தமாக அவன் சொன்ன விதத்தில் மனதில் அடி வாங்கினாள் வீணா... கட்டளையிட அவளுக்கு உரிமையில்லையா..? அவனிடம் அதைக் கேட்டபோது..

"ஆமாம்.." என்றான் உறுதியாக..

"ரவி.. நான் உங்களைக் காதலிப்பவள்.."

"ஸோ வாட்..? நீ என்னைக் காதலித்தால் நான் உன்னோட நாய்க்குட்டியாகிடனுமா..? என் கழுத்தில சங்கிலியைக் க்டடி நீ போகிற இடத்துக்கெல்லாம் இழுத்துக்கிட்டுப் போக நினைக்காதே.. என்னிடம் அது நடக்காது.."

"ஓ..! நீங்க அப்படி வர்றீங்களா..? என்கூட வர உங்களுக்கு நேரமிருக்காது.. அந்த ரோஸியைப் பார்க்கப் போக மட்டும் நேரமிருக்குமா..?"

"லுக்.. நான் யாரை வேண்டுமானாலும் போய்ப் பார்ப்பேன்.. அதைக் கேட்க நீ யார்..?"

"நான் யாரா..?"

விக்கித்துப் போய் விட்டாள் வீணா.. சுருண்டு விட்ட மனதை தட்டியெழுப்பினாள்.. இது சுருண்டு விழும் நேரமல்ல.. நிமிர்ந்து நிற்க வேண்டிய நேரம்.. அவன்

பேசுவதில் அவள் மிரண்டு விட்டால் மிக எளிதாக அவன் வென்று விடுவான்.. தன் போக்கில் வாழ ஆரம்பித்து விடுவான்.. அதுதான் அவனது நிலைப்பாடா என்பதை அவள் தெரிந்து கொண்டாக வேண்டும்.. அதன் பின்தான் தன் வாழ்வைப் பற்றிய தெளிவான முடிவை அவள் எடுக்க முடியும்..

"ஓகே மிஸ்டர் ரவிவர்மன்.. நான் யாரோவாகவே இருந்து விட்டுப் போகிறேன்.. அந்த ரோஸியே உங்களுக்கு எல்லாமுமாக இருக்கட்டும்.. ஐ டோன்ட் கேர்.."

"அவள் எல்லாமுமாக இருக்கிறேன்னு சொன்னவள் தான்.. நான்தான் முடியாதுன்னு சொல்லிட்டேன்.. அது தெரியாமல் பேசாதே.. லண்டனில் பார்த்தோம்.. டைம் பாஸீக்கு பழகினோம்.. அவ அதைக் கண்டினியூ பண்ணனும்னு நினைச்சா.. நான் அகப்படலை.."

"கெட்டிக்காரர்தான் அவளை யூஸ் பண்ணிக்குவீங்க.. ஆனா ரிலேசனில மாட்டிக்க மாட்டிங்க.."

"இதையே நானும் சொல்லலாம் வீணா.. என்னைப் பத்தி நல்லவிதமா நான் சொல்லிக்கிட்டதே இல்லை.. புதுசாத் தெரிஞ்சதைப் போல கொஸ்டின் பண்ணாதே.. ரோஸியிடம் நான் காதல் சொன்னதில்லை.. என்கூடப் பழகினப்ப அவ ஸ்டிபனோட ஸ்டே பண்ணியிருந்தா.."

"வெரிகுட்..! உங்க பாசையில சொல்கிறதா இருந்தா கழுதைக்கு கழுதை ஆசிர்வாதம்.."

"ஏய்ய்.. பல்லைக் கழட்டிருவேன்.. பார்த்துப் பேசு.."

"உங்களைப் பார்த்துத்தான் பேசிக்கிட்டு இருக்கேன் மிஸ்டர் ரவிவர்மன்.. லண்டன் பழக்கம் லண்டனோட இருந்திருக்கனும்.. சென்னைக்கு ஏன் துரத்திக்கிட்டு வந்திருக்கு..?"

"என்னடி..? என்கொயரி பலமாயிருக்கு.. இந்த ரவிவர்மன் யாருக்கும் கட்டுப்படாதவன்.. உன் வீட்டுக் கட்டுத்தறியில கட்டிப் போட நினைக்கிறயா..?"

"அடங்கியிருக்கிறவங்களைக் கட்டிப் போடலாம்.. உங்களைப் போலக் கட்டை அறுத்து எறிகிறவங்கள கட்டிப் போடறதில என்ன பிரயோஜனம் இருக்கப் போகுது..? அந்த வெட்டி வேலையை நான் செய்ய மாட்டேன்.."

ரவிவர்மனுக்கு எக்குத்தப்பாக கோபம் வந்தது.. கை நீட்ட வேண்டும் என்ற வேகத்தைக் கட்டுப் படுத்திக் கொண்டாள்.. மூச்சை இழுத்து விட்டு நிதானப் படுத்திக் கொண்டு..

"வேண்டாம் வீணா... என் பொறுமையை சோதிக்காதே.." என்று எச்சரித்தான்..

"எனக்கும் பொறுமை இருக்குது ரவிவர்மன்.. நீங்க அதைச் சோதிச்சுக்கிட்டு இருக்கீங்க.. அது ஏன் உங்களுக்குப் புரியலை..?"

"சொன்னாக் கேளுடி.. அவ என்னைத் துரத்திக்கிட்டு வரலை.. சென்னையில் ஒரு வேலையாய் வந்திருக்கா.. புது ஊர்ங்கிறதினால அவ போக வேண்டிய இடங்களுக்கு கூப்பிட்டுக்கிட்டுப் போய் வர்றேன்.. இதுமட்டும்தான் இப்ப எனக்கும் அவளுக்கும் நடுவில இருக்குது.. வேற எதுவும் இருந்தா நானே சொல்லியிருப்பேன்.. எதையும் நான் மறைச்சதில்லையே.. உன்னோட காதலுக்கு நான் உண்மையாகத்தான் இருக்கிறேன்.. நெக்ஸ்ட்..?"

கறாராகப் பேசினாலும் அவன் உண்மையைத்தான் பேசினான்.. விழி மூடி யோசித்தாள் வீணா.. பொங்கிய கோபம் சற்றுக் குறைந்தது..

"என் பேமிலி உங்களைப் பார்க்கனுமாம்.. ஈவினிங் கூப்பிட்டுக்கிட்டு வர்றதா சொல்லியிருக்கேன்.." எங்கோ பார்த்தபடி சொன்னாள்..

அவன் முடியாது என்று சொல்லப் போகிறான் என்று அவள் நினைத்துக் கொண்டிருக்கையில் அவன் வெகு இலகுவாக "ஓகே.." என்றான்..

26

வெளிச்சப் புள்ளிகளைத் தேடி
இருள் வெளியில் அலைந்து கொண்டிருக்கிறேன்
ரட்சிக்க எவருமில்லை..
தேடி வரும் தேவதைக்காக காத்திருக்கிறேன்..

'ஹப்பா..! என்ன ஒரு அழகு..'

அவள் மனம் கிடந்து தவித்தது.. காரை ஓட்டிக் கொண்டிருந்த அவனது லாவகத்தின் மீது அவள் மனம் லயித்தது.. கலைந்த முடியும் இன்சர்ட் பண்ணாமல் விட்டிருந்த அலட்சியமும் அவளை சுண்டியிழுத்து சூறையாடின.. நேர்த்தடத்தில் பயணிக்காத அவனது நேர்த்தியற்ற தன்மையில் அவள் சலனப்பட்டுக் கொண்டிருந்தாள்..

அங்கிங்கெனப் படிந்த அவனது துறுதுறுப்பான பார்வையில் மின்னிய அறிவுக்களையில் தன்னை இழந்தாள்..

'எப்படி ஓகே சொன்னான்..?'

அவளால் நம்பத்தான் முடியவில்லை.. ரோஸியிடம் அன்று மாலை வருவதாகச் சொன்னவன் வீணாவின் குடும்பத்தினர் சந்திக்க விரும்புவதாகச் சொன்னதும் சரியென்று சொல்லிக் கிளம்பி விட்டானே..

"நிஜமகத்தான் சொல்றீங்களா..?"

அப்போதும் நம்பாமல் கேட்டு வைத்தாள் வீணா.. கூர்மையாக படிந்த அவனது பார்வையில் அவளது முகம் சிவந்தது.. அவனுடன் வழக்காடிக் கொண்டிருந்ததை மறக்க வைத்து அவன் பார்வை.. சொக்குப் பொடியைத் தூவும் உத்தேசமில்லாதவன் அவன்.. வசியம் செய்வதை விரும்பாதவன்..

அப்படிப்பட்டவனின் பார்வை சொக்குப் பொடியைத் தூவிச் சொக்க வைத்து அவளை வசியம் செய்கிறது என்பதை அந்த வசியக்காரன் அறிவானா என்று தனக்குள் கேட்டுக் கொண்டாள் வீணா..

ஓர்நொடி அவன் பார்வை அவள்மீது பட்டுத் தெறித்தது.. அவளது கண்களின் தேடலைக் கவனித்தான் அவன்.. மின்னல் கீற்றாக அவன் கண்களில் காதல்

வந்து போனது.. கடிகாரச் சுழற்சியைப் பற்றிய கவலையில்லாமல் இவருவரும் தனிப்பட்டதொரு உலகில் உலவிக் கொண்டிருந்தார்கள்.. அவன் பார்வையில் இருந்த மின்சாரம் அவளுக்குள் இறங்கியது.. ஜிவ்வென்ற ஓர் உணர்வில் திளைத்-தாள் வீணா.. என்னதான் புத்தி முகம் திருப்பச் சொன்னாலும் மனசு முழுவதும் அவன் பெயரைச் சொல்லியே அரற்றிக் கொண்டிருந்தது..

அவளையே பார்த்தபடி அவன் எழுந்து அவள் பக்கத்தில் வந்தான்.. வசியக்-காரன் வந்து விட்டான், ஓடி விடு என்று எச்சரித்தது அவள் மனம்.. தளைக-ளிட்டுத் தடுத்தது அவன் மீதான காதல்..

அவள் தோளில் படிந்த கரங்களைத் தட்டிவிட் முடியாமல் தொய்ந்து அவன் கைகளில் தலை சாய்த்தாள் வீணா.. அவளது உச்சந்தலையில் சூடான அவனது உதடுகள் படிந்தன.. முத்தத்தின் ஸ்பரிசத்தில் சிலிர்த்துப் போனாள்.. அவளது தலைமீது தலை சாய்த்து டேபிளில் அமர்ந்து கொண்டவனின் மடியில் தன்னையு-மறியாமல் தலை சாய்த்தாள்..

"நான் பொய் சொல்வேனாடி..?"

இல்லை என்பதில் அவள் மனம் பெருமிதம் கொண்டது.. பொய்களின் மூலம் தப்பிக்க நினைக்காதவன் அவன்.. அந்தக் குணாதிசியத்தில்தானே அவள் ஈர்க்கப் பட்டாள்..!

"அந்த ரோஸியிடம் ஈவினிங் வர்றேன்னு சொன்னீங்களே.."

"போன் பண்ணி வர முடியாதுன்னு சொல்லிட்டாப் போச்சு.. இன்றைக்குப் பார்க்க வேண்டிய வேலையை நாளைக்கு அவள் பார்த்துக்கலாம்.. உன் பேமி-லியை மீட் பண்றதை தள்ளிப் போடக் கூடாதில்லையா..? நீ அவங்களிடம் என்னை அழைத்துக்கிட்டு வரப் போறதா சொல்லியிருக்க.. அவங்களும் எனக்காக காத்திருப்பாங்க.. நான் வராம இருந்தா நல்லாயிருக்காது.. ஐ நோ தி பர்ஸ்ட் இம்ப்ரெசன் இஸ் பெஸ்ட் இம்ப்ரெசன்.."

இதமாக உணர்ந்தாள் வீணா.. இதுபோன்ற புரிந்து கொள்ளலுடன் மிக அபூர்-வமாகத்தான் அவன் பேசுவான்.. எந்த ஒரு முக்கியமான முடிவும் உன்னதமான ஓர் மணித்துளியில் எடுக்கப்பட்டு விடும்.. அந்த உன்னதத்தை அவன் அவளுக்-குத் தருவானா...? அவளுடைய குடும்பத்தாரிடம் அவளைத் திருமணம் செய்து கொள்வதற்கான நாளைக் குறிக்கச் சொல்வானா..?

படபடத்தது அவள் மனம்.. கணக்கீடுகளில் அடங்காதவனைக் காதலித்து விட்டு இம்சை கொண்டாள் வீணா.. அவனுடைய முள் போன்ற சுபாவத்தை அவளது வீடு புரிந்து கொள்ளுமா என்று கவலை கொண்டது அவள் மனது..

அவளுடைய வீடு அவளை நேசிக்கிறது.. சமுகத்தில் அதிகாரம் நிறைந்த உயர்ந்த பதவியில் இருக்கும் வரனைக் கொண்டு வந்தது.. அவள் அதை மறுத்து ரவிவர்மனை முன்னிருத்தினாள்.. ஏமாற்றத்தை மறைத்துக் கொண்டு அதற்கென்ன

என்றது வீடு.. அவனை அழைத்து வரச் சொன்னது.. அவை எத்துணை மதிப்பு வாய்ந்தவை என்று வீணா அறிவாள்.. ரவிவர்மன் அறிவானா..? அவளுக்காக அவளுடைய வீடு அவனுடன் கை குழுக்கக் காத்திருக்கிறது.. அந்த மேன்மையை புரிந்து கொள்வானா..? பதிலுக்கு மேண்மை கொடுத்து அவள் வீட்டை கௌர-விப்பானா..?

காதலனை முதன் முதலாக வீட்டிற்கு அழைத்துப் போகிறாள்.. அதற்கான ஆனந்தம் ஏதுமின்றி ஒரு கலவரப் பந்து அவளது தொண்டைக் குழிக்குள் உருண்டு கொண்டிருந்தது.. அவளது நிலையைப் புரிந்தவனைப் போல அவன் பேசாமல் கார் ஓட்டி வந்தான்.. அவளது வீடு இருக்கும் பகுதிக்குள் நுழைந்ததும்..

"எந்த ஸ்ட்ரீட்..?" என்றான்..

'வீட்டை நெருங்கி விட்டோமா..?' வீணாவிற்குள் திகில் போன்ற ஏதோ ஒன்று புகுந்து கொண்டது..

நடுங்கும் விரல்களைக் கட்டுக்குள் கொண்டு வர முயன்றபடி விலாசம் சொன்-னாள்..

"வாட்'ஸ் ராங் வித் யு..?" அவனது புருவங்கள் நெரிந்தன..

'அடப் போடா..' என்றிருந்தது அவளுக்கு..

'உனக்குக் காதலிக்க வேறு ஆளே கிடைக்க வில்லையா..?'

அவளது தோழிகள் அனைவரும் மாறி மாறி இதே வார்த்தைகளைத்தான் கேட்டு வைத்தார்கள்.. ஒன்று போல எப்படிப் பேச முடியும் என்று திகைத்துப் போனாள் வீணா.. அதற்கான விடை இப்போதுதான் அவளுக்குக் கிடைத்தது.

வீட்டின் முன்னால் கார் நின்றது.. வீணா இறங்கி கேட்டை திறந்து விட்டாள்.. ரவிவர்மனின் கார் உள்ளே நுழைந்து போர்டிகோவில் நின்றது.. வீணா கேட்டை மூடிவிட்டு வருவதற்கும் ரவிவர்மன் காரை விட்டு இறங்குவதற்கும் சரியாக இருந்-தது.. அவளுடன் சேர்ந்து அவன் வீட்டுப் படியேறியதில் மனம் குளிர்ந்து போன-வளுக்கு பயம் விலகியது..

அழைப்பு மணியை அழுத்தினாள்.. கதவைத் திறந்த சுகந்தியின் பார்வை மகளுடன் நின்றிருந்த ரவிவர்மனின் கம்பீரத் தோற்றத்தை ஆராய்ந்தது.. மெலி-தான புன்னகையுடன் கை குவித்தவள்..

"வாங்க.." என்று வரவேற்றாள்..

பதிலுக்கு ரவிவர்மனும் கை குவித்ததில் ஆச்சரியப் பட்டுப் போனாள் வீணா..

'அட.. இவனுக்கு இது கூடத் தெரியுமா..?'

வெற்றிகரமான பல வியாபார ஒப்பந்தங்களை பேசி முடித்தவன் அவன் என்பது அவளது ஞாபகத்திற்கு வந்தது.. கிடைக்காது என்று அவ நம்பிக்கை கொண்ட ஒப்பந்தங்களைக்கூடக் கைப்பற்றி சாதித்துக் காட்டியவன்.. கம்பெனியின் ஸ்டார்..! எம்.டியின் செல்லப்பிள்ளை..! இந்த இளம்வயதில் ஜெனரல் மேனேஜ-

ராக உயர்ந்திருப்பவன்.. இத்தகையவன் காதலைத் திருமணத்தில் கொண்டு சேர்ப்பிக்காமல் இருந்து விடுவானா என்ன..?

தனக்குத்தானே தைரியம் சொல்லிக் கொண்டாள் வீணா..

வரும்போதே விக்ரமின் காரும், சக்திவேலின் காரும் நிற்பதைக் கவனித்திருந்தாள்.. வீணாவின் காரை கம்பெனியிலேயே நிறுத்தியிருந்தாள்.. முதன் முதலாய் ரவிவர்மன் அவளது வீட்டிற்கு வரும்போது சேர்ந்து வரவேண்டும் என்று ஆசைப்பட்டாள்..

அவளுடைய தந்தையும், தனயனும் அரசாங்கத்தில் அதிகாரமான உயர் பதவியில் இருப்பவர்கள்.. ரவிவர்மனுக்காக நேரம் ஒதுக்கி வந்து காத்திருக்கிறார்கள்..

ஹாலில் இருந்த சக்திவேலும், விக்ரமும் ரவிவர்மனைக் கண்டதும் எழுந்து வந்தார்கள்.. விக்ரம் முன்னே வந்து வாய் நிறையப் புன்னகையுடன்..

"ஹலோ.. ஐ ஆம் விக்ரம்.. வீணாவோட அண்ணன்.." என்று கை நீட்டினான்..

மறந்தும் தான் ஒரு ஐ.பி.எஸ் ஆபிசர் என்பதைச் சொல்லிக் கொள்ளாத தமையனை வாஞ்சையுடன் பார்த்தாள் வீணா.. அவளுடைய அண்ணன்தான் எத்துனை இனிமையானவன்..

"கிளாட் டு மீட் யு.. ஏ.ஸி.பி. சார்.."

அவளுடைய காதலன் மிக அழகாக அவளது தமையனைக் கௌரவித்ததில் மகிழ்ந்து போனாள் வீணா..

"வாங்க.." என்றார் சக்திவேல்..

விக்ரமின் உற்சாகத்தை அவரது முகம் பிரதிபலிக்க வில்லையென்றாலும்.. மகளுக்காக சாதாரணமாக இருக்க முயன்றார்.. அதை உணர்ந்து கொண்ட வீணாவின் மனம் வேதனையடைந்தது.. பார்த்துப் பார்த்து வளர்த்த தந்தை.. அவளுக்குப் பிடித்ததைச் செய்ய அனுமதித்தவர்.. இன்று அவருக்குப் பிடித்த மாப்பிள்ளையை அவள் மறுத்து விட்டாள்..

ஹாலில் இருந்த சோபாக்களில் ஆண்கள் அமர.. சுகந்தி காபி கொண்டு வர உள்ளே போனாள்.

சுகந்திக் கென்றும் ஓர் அடையாளம் இருந்தது.. கைநிறைய சம்பாதிக்கும் தலைமை ஆசிரியை அவள்.. ஒரு பள்ளியே அவளின் கட்டுப்பாட்டின் கீழ் இருந்தது.. இப்பினும் வீட்டிற்கு விருந்தினர் வரும்போது அவர்களுடன் உட்கார்ந்து உரையாடுவது சக்திவேல்தான்.. அவர்களுக் கான காபி கலக்கும் வேலை வெகு இயல்பாக சுகந்தியின் தலையில் சுமத்தப்பட்டு விடும்.

காபி கலந்து கொண்டிருந்த சுகந்திக்கு அவளது ஆரம்பப் பள்ளிப் பாடம் நினைவுக்கு வந்தது.. அதில் அப்பா சாய்வு நாற்காலியில் சாய்ந்து பேப்பர் படித்துக்

கொண்டிருப்பார்.. அம்மா தரையில் உட்கார்ந்து காய்களை நறுக்கிக் கொண்டிருப்பாள்.. அவர்களின் மகன் பம்பரம் விட்டு விளையாடிக் கொண்டிருப்பான்.. அவர்களின் மகளோ பெருக்குமாறால் வீட்டைப் பெருக்கிச் சுத்தம் பண்ணிக் கொண்டிருப்பாள்..

27

பெண்களை தேவியென்றார்..
வீட்டைக் கோவிலென்றார்..
சிறை வைத்து தேவியரின்
சிறை மீட்பை மறந்து விட்டார்..

'அப்பா பேப்பர் படிக்கிறார், அம்மா சமைக்கிறாள், அண்ணன் விளையாடுகிறான், அக்கா வீடு பெருக்கிறாள்..'

ராகம் போட்டுப் படித்த பாடத்தின் வரிகள் சுகந்தியின் காதுகளில் ஒலித்தன.. இரண்டுக்கு மேல் எப்போதும் வேண்டாம் என்ற முக்கோணச் சின்னம் வராத காலம் அது.. மூன்று பிள்ளைகள் போதுமே என்று இறைஞ்சிய காலம் அது.

அதனால்தான் அண்ணனுக்கான விளையாடும் உரிமையையும், அக்காவுக்கான வீட்டைக் கவனிக்கும் கடமையையும், பால்யகாலத்தின் ஆரம்பப் பாடத்தின் அரிச்சுவடியிலேயே மழலைக்குக் கற்றுத் தந்தார்கள்.. அதற்குப் பின்னால் காலம் மாறினாலும் இந்த அடிப்படை எண்ணங்கள் மட்டும் நாகரிகப் பூச்சுடன் அனைத்துக் குடும்பங்களிலும் ஒட்டிக் கொண்டன..

சரோஜாவை வேறு வேலை சொல்லி வெளியில் அனுப்பியிருந்தாள்.. வீணாவின் திருமணத்தை முடிவு செய்யாமல் அது பற்றிய பேச்சுக்கள் பரவுவதை சுகந்தி விரும்பவில்லை.. சரோஜா நல்லவள்தான்.. பேச வேண்டுமென்று எதையும் பேச மாட்டாள்தான்.. ஆனாலும் நான்கு வீடுகளில் வேலை செய்பவளின் வாய் அடங்கியிருக்குமா..? தன்னையுமறியாமல் அவள் வாய் விட்டு விட்டால் வீணாவின் திருமணத்தை மற்றவர்கள் நிச்சயித்து விட மாட்டார்களா..?

"என்ன சுகந்தி.. நெக்ஸ்ட் வீக்கில உன் டாட்டருக்கு மேரேஜாமே.. எங்களுக்கு இன்விடேசன் வைக்கலையே.." என்று கேள்வி கேட்டு சுகந்திக்கு மயக்கத்தை வரவழைத்து விடுவார்களே..

அந்த வம்பு எதற்கு என்றுதான் ரவிவர்மன் வரும் நேரம் பார்த்து சரோஜாவிற்கு மாவரைத்து வரும் வேலையைக் கொடுத்து பற்றி விட்டிருந்தாள்..

காபி கப்புகளுடன் சுகந்தி ஹாலுக்கு வந்தபோது அயல்நாட்டு வர்த்தகத்தைப் பற்றிய பேச்சு நடந்து கொண்டிருந்தது.. பொதுவாக அரசியலைப் பற்றித்தான் விக்ரமும், சக்திவேலும் பேசுவார்கள்.. அன்று அதை மறந்து விட்டு அயல்நாட்டு வர்த்தகமும் உள்நாட்டு வர்த்தகமும் எப்படிக் கை குலுக்கி கரை சேர வேண்டும் என்ற பேச்சில் அவர்கள் ஆழ்ந்திருந்ததைக் குறித்த ஆச்சரியம் சுகந்திக்கு வந்தது..

புன்முறுவலுடன் காபிக் கப்புகளை வழங்கும் வேலையை ஏற்றுக் கொண்டாள் வீணா.. வர்த்தகம் பற்றிய பேச்சை விக்ரம்தான் பேசித் தள்ளுகிறான் என்பதைக் கவனித்தாள் சுகந்தி.. சக்திவேலை அவன்தான் பேச்சில் இழுத்து விட்டான்.. சக்திவேல் தானாக பேச்சில் இணைய முற்படவில்லை..

‘இவர் இருக்கிறாரே..’ கணவரின் அழும்பில் ஆயாசம் வந்தாலும் கூடவே சிரிப்பும் தொற்றிக் கொண்டு வந்தது சுகந்திக்கு..

"வேலை முடிஞ்சாச்சுன்னா உட்காரலாமே.."

ரவிவர்மன் சோபாவைக் கை காட்டினான்.. தனது வீடு போல அவன் உபசரித்ததை வியந்து போனாள் சுகந்தி..

"எங்க வீட்டிலும் இப்படித்தான்.. கெஸ்ட்டை ரிஸீவ் பண்ணின உடனே அம்மா கிச்சனுக்கு பறந்துருவாங்க.. எல்லா நேரமும் சர்வண்ட்ஸ் வீட்டில இருக்க மாட்டாங்கள்ல..? இத்தனைக்கும் அம்மா உங்களைப் போலவே நல்ல பொஸிசனில் இருக்கிறவங்க.. ஸ்டேட் கவர்ண்மெண்டில ஆபிசர் போஸ்ட்.. இருந்தும் என்ன பண்ண..? ஹவுஸ் கீப்பிங் எப்பவும் பெண்களின் தலையில்தான்.."

புரிந்து கொள்ளலுடன் அவன் பேசிய விதம் சுகந்தியைக் கவர்ந்தது..

‘பெண்களுக்கு ஜால்ரா போட்டு காரியத்தை சாதிக்கிறவன்..’ என்ற கடுப்பு சக்திவேலுக்கு வந்தது..

அவர் இப்படியெல்லாம் நினைக்கக் கூடியவரல்ல.. ஐ.ஏ.எஸ் மாப்பிள்ளை கை நழுவிப் போன ஏமாற்றம் அவரை இப்படியெல்லாம் நினைக்க வைத்தது... ரவிவர்மனின் மீது அவருக்கு பிடிப்பு வரவில்லை.. அவருக்கு வர இருந்த உயர்ந்த அந்தஸ்துள்ள மாப்பிள்ளையை ஓட்டி விட்டவனாகத்தான் ரவிவர்மனை சக்திவேல் பார்த்து வைத்தார்..

"இவர் இப்படித்தான் மாம்.."

தாயின் காதோரமாக சரிந்து கிசுகிசுத்தாள் வீணா.. மகளின் தோழமையை சுகந்திக்குப் பிடித்திருந்தது.. மகளுடன் எதிர் சோபாவில் உட்கார்ந்தாள்.. அவளுக்கு ரவிவர்மனின் குடும்பத்தைப் பற்றித் தெரிந்து கொள்ள வேண்டியிருந்தது..

"அப்பா என்ன செய்கிறார்ன்னு சொன்னீங்க..?" பேச்சை ஆரம்பித்து வைத்தாள்..

"நான் எதுவும் சொல்லவே இல்லையே ஆண்ட்டி.." என்றான் ரவிவர்மன்..

மகனைப் பார்த்த சக்திவேலின் பார்வை இவனுக்கு இருக்கும் கொழுப்பைப் பாரேன் என்றது.. தந்தையின் கையின் மீது தன் உள்ளங்கையை வைத்து அழுத்தம் கொடுத்து அவரை அமைதி காக்கும்படி சமிக்ஞை அனுப்பினான் விக்ரம்..

"ஸோ வாட்..? இப்போச் சொல்லுங்களேன்.."

இலகுவாக சுகந்தி பேசியதில் நன்றியுடன் தாயைப் பார்த்தாள் வீணா.. மகளின் பார்வைக்கு நானிருக்கிறேன் பயப்படாதே என்று அபயம் தந்து தைரியம் சொல்லியது சுகந்தியின் பார்வை..

சுகந்தியின் இலகுவான பேச்சில் ஈர்க்கப்பட்ட ரவிவர்மன்..

"சொல்லிட்டாப் போச்சு.." என்று சிரித்தான்..

பேச்சு சரியான திசையில்தான் பயணிக்கிறது என்று நிம்மதியாக இருந்தது வீணாவுக்கு.. சுகந்தி இருக்கிறாள்.. விக்ரம் இருக்கிறான்.. பிடித்தமில்லாமல் உட்கார்ந்திருந் தாலும் சக்திவேல் எந்தவொரு முடிவையும் ஆட்சேபிக்கப் போவதில்லை..

'அப்புறம் என்ன..?'

"அப்பா பிஸினெஸ்.. எலக்டிரிக் குட்ஸ் விற்கும் பெரிய ஸ்டோர் ஒன்றை ரன் பண்ணிக்கிட்டு இருக்கார்.. பெயர் லோகநாதன்.. அம்மா பெயர் தேவிகா.. ஸ்டேட் கவர்ன்மெண்ட் ஆபிசர்னு இப்பத்தான் சொன்னேன்.." ரவிவர்மன் சொல்ல ஆரம்பித்தான்..

"கூடப் பிறந்தவங்க..?" என்று விசாரித்தாள் சுகந்தி..

"ஒரே தங்கை.. ராதிகான்னு பெயர்.. பேங்கில் ஆபிசர்.. படு சுட்டி.." தங்கையைப் பற்றிப் பேசிய ரவிவர்மனின் முகம் கனிந்திருந்தது..

"தங்கை மேல ரொம்ப பிரியம் போல.."

"அவளும் என்மேல பிரியமாத்தான் இருப்பா.. என்ன ஒன்னு.. ரெண்டு பேருமே அதை வெளியே காட்டிக் கொள்ள மாட்டோம்.."

விசித்திரமாக இருந்தது சுகந்திக்கு.. மனதில் உள்ள பாசத்தை மறைத்து வைக்க வேண்டிய அவசியமென்ன..? கொட்டிக் கவிழ்த்தால்தானே பூக்களின் நறுமணம் எங்கும் பரவும்..?

"அது ஆர்ட்டிபிஷியலாத் தோணும்.." தோள்களைக் குலுக்கினான் ரவிவர்மன்..

சுகந்தியும், விக்ரமும் ஒருவரையொருவர் பார்த்துக் கொண்டார்கள்.. இவன் மீதா வீணா காதல் கொண்டிருக்கிறாள் என்ற வியப்பு அவர்களுக்குள் எழுந்தது.. சக்திவேலோ சித்தன் போக்கு சிவன் போக்கு என்பதைப் போல விட்டத்தை வேடிக்கை பார்த்துக் கொண்டிருந்தார்..

‘இந்த வீட்டைக் கட்டினப்பக் கூட இவர் இப்படி உத்து உத்துப் பார்த்ததில்ல..’ சுகந்திக்கு தலையில் அடித்துக் கொள்ளலாம் போல இருந்தது..

"பேமிலியை எப்ப கூப்பிட்டுக்கிட்டு வர்றீங்க..?"

வாயைத்திறக்காத கணவரின் சார்பாக தானே கேட்டாள்..

"எதுக்கு..?" என்ற ரவிவர்மனின் கேள்வியில் அவளுக்குத் தூக்கி வாரிப் போட்டது..

‘என்னடி இது..?’ மகளைப் பார்த்தாள்..

"ரவி.." நடுக்கத்துடன் வீணா பேச ஆரம்பித்தாள்..

"பொறு வீணா.." கையமர்த்தி தங்கையைத் தடுத்த விக்ரம் ரவியிடம் பேச ஆரம்பித்தான்..

"வீணாவுக்கு அலையன்ஸ் வந்தது ரவிவர்மன்.. ஐ.ஏ.எஸ் மாப்பிள்ளை.. இவகிட்ட சம்மதமான்னு கேட்டப்பதான் உங்களோட காதலைப் பற்றிச் சொன்னா.. இதுவரைக்கும் உங்க இரண்டு பேருக்கும் இடையில் காதல் இருக்குன்னு எங்க பேமிலிக்குத் தெரியாது.. தெரிந்தவுடன் வீணாவின் மனதுக்குப் பிடிக்காத மேரேஜை அவளுக்குப் பண்ணி வைக்கக் கூடாதுன்னு டிசைட் பண்ணிட்டோம்.."

"குட் டிசிசன்தான்... யாரையும்... ஃபோர்ஸ் பண்ணக்கூடாது.."

"தேங்க் யூ.. இப்ப உங்க இரண்டு பேரோட மேரேஜை பிக்ஸ் பண்ணிரலாம்ன்னு நினைக்கிறோம்.. அதைத்தான் எப்ப பேமியோடு வந்து வீணாவைப் பெண் கேட்கப் போறிங்கன்னு அம்மா கேட்டாங்க.."

"வாட்..?"

ரவிவர்மனின் முகம் மாறியதில் அதிர்ந்து போனாள் வீணா..

"யாரைக் கேட்டு மேரேஜ் வரைக்கும் பேச ஆரம்பிச்சிருக்கீங்க..? இதில் என்னை ஏன் கமிட் பண்றீங்க..?"

அவனது கேள்வியில் சக்திவேல் எழுந்து விட்டார்.. அவரது கையைப் பிடித்து இழுத்து உட்காரவைத்த விக்ரம் கோபத்தில் கொந்தளித்தான்.. சுகந்தியால் அவளது செவிகளை நம்ப முடியவில்லை..

‘இந்தக் கேள்விக்கு என்ன அர்த்தம்..?’

அவளது மகளைக் காதலித்தவன் திருமணத்தை விரும்பவில்லையா..? அப்படியெனில் அவன் வெறும் பொழுது போக்கிற்காக சுகந்தியின் மகளைக் காதலித்திருக் கிறானா..? அதையும் அவர்களிடமே நேரில் வந்து சொல்ல அவனுக்கு எத்தனை நெஞ்சழுத்தம் இருக்க வேண்டும்..?

"உங்களைத்தான் கமிட் பண்ணணும் மிஸ்டர் ரவிவர்மன்.." விக்ரமின் குரல் உயர்ந்திருந்தது..

அவனுடைய தங்கையைப் பற்றி அவனுக்குத் தெரியும்.. அவள் எல்லையைக் கடந்து பழகியிருக்க மாட்டாள்.. ஆயினும் மனது என்ற ஒன்று இருக்கின்றதே..

அவள் மனதில் ரவிவர்மனுக்கு இடம் கொடுத்துத் தொலைத்து விட்டாளே..

"நீங்க போலிஸ் ஆபிசரா இருக்கலாம் மிஸ்டர் விக்ரம்.. அதுக்காக என்னைக் கமாண்ட் பண்ண நினைக்காதீங்க.. நான் ரவிவர்மன்.. கட்டுப் படாதவன்.."

"என் தங்கையை நீங்க காதலிக்கலையா..?"

"காதலித்தேன்.. காதலிக்கிறேன்.."

"உங்களை ஏன் கமிட் பண்றோம்ன்னு கேட்டிங்களே.. திஸ் இஸ் தட் ரீசன் மிஸ்டர் ரவிவர்மன்.."

"வாட் இஸ் திஸ் இடியாடிக் ரீசன்..? காதலித்தா மேரேஜ் பண்ணிக்கனுமா என்ன..?"

பிரளயம் என்றால் என்னவென்பதை அந்த நொடியில் உணர்ந்தாள் வீணா.. அவளது காலுக்கு அடியில் பூமி நழுவியது.. குற்றம் சாட்டும் தந்தையின் பார்வைக்கும், கொந்தளிப்பில் இருக்கும் தமையனின் பார்வைக்கும் பதில் சொல்ல முடியாமல் நடுங்கினாள்.. நடுங்கியவளின் கைபற்றிய சுகந்தியின் காருண்யப் பார்வை வீணாவைக் கொன்று தின்றது..

28

ஆரண்யத்தின் அவலத்தினை நானறியேன்..
அதன் அழகை மட்டும் ஆராதித்தவள் நான்..
இருள் நுழையா கானகத்தின் வெருட்சியினை
எனக்கு உணர்த்தவா அழைத்து வந்தாய்..?

"உங்கள் நோக்கம்தான் என்ன..?"

சுட்டுவிரல் நீட்டிக் கேட்ட விக்ரமின் விழிகளுக்குள் பிரபஞ்சத்தில் அடங்காத பெருங்கோபம் அடங்கியிருந்தது.

பொன்னை நிகர்த்த மேனி கொண்டவள் அவன் தங்கை.. பூவைப் போன்ற மனத்தைக் கொண்டவள்.. அழகியலின் மறு உருவம்.. அவளைக் காதலிப்பவன் கேட்டும் கேள்வியா இது..?

"உங்களுடைய அப்ரோச்சே சரியில்லை விக்ரம்.."

"உங்களுடைய நடவடிக்கையே சரியில்லையே.."

"ஷட் அப்..! கிரிமினல்களிடம் பேசிப் பேசி என்னையும் ஒரு கிரிமினல் போலவே ட்ரீட் பண்றீங்க.."

"நீங்க பண்ணுகிறதும் ஒரு கிரைம்தான்.."

"ஹ..! இதுபோல வருமென்றுதான் நான் காதல் கத்தரிக்காய்ன்னு எதிலும் சிக்கிக் கொள்ளவில்லை.. மேரேஜ் பத்தி எந்தவித ஐடியாவும் இல்லாதவன் கிட்ட மேரேஜ் பண்ணிக்கன்னு கட்டாயப் படுத்தலாமா..?"

"அப்படியே இருந்து தொலைத்திருக்க வேண்டியது தானே.. எதுக்காக என் தங்கையின் மனதில் ஆசையை வளர்த்தீங்க.."

"நான் வளர்க்கலை விக்ரம்.. உங்க தங்கைதான் வளர்த்துக்கிட்டா.. என்மேல ஆசைப்பட்டா.. காதல் சொன்னா.. நான் அவளிடம் காதல் சொல்லலை.. அவ காதலை ஏத்துக்கிட்டேன்.. தட்ஸ் ஆல்.."

ரவிவர்மன் பேசிய வார்த்தைகள் ஒவ்வொன்றும் குத்தூட்டிகளாய் வீணாவின் இதயத்தில் செறுகின.. அவன் குணம் தெரிந்திருந்தும் காதலித்து விட்ட கொடுமைக்கு இது தேவைதான் என்று துடித்துப் போனாள்..

"எனோஃப்.." காதுகளைப் பொத்திக் கொண்டு கத்தினாள்..

ரவிவர்மனின் சட்டையைப் பிடிக்க யத்தனித்து விட்ட விக்ரம் தேங்கினான்.. தங்கையின் தோளைப் பிடித்துக் குலுக்கினான்..

"வீணா.. ஆர் யு ஆல்ரைட்..?"

"அவரைப் போக விடு அண்ணா.."

"என்ன சொல்ற வீணா..? காதல் பண்ணுவானாம்.. மேரேஜ் பண்ணிக்க மாட்டானாம்.. கமிட்மெண்டில் சிக்காத காதல் வேண்டுமாம்.. அதற்கு நீதான் கிடைத்தாயா..?"

"ப்ளீஸ் அண்ணா.. எனக்காக விட்டு விடு.. உன்னைக் கெஞ்சிக் கேட்கிறேன்.. அவர் வழியில் அவரைப் போக விடு.."

வீணா உடைந்து போனவளாக சோபாவில் சுருண்டு விழ பதறிப் போனவனாக அவளது கை தொட முயன்றான் ரவிவர்மன்.. அதைத் தட்டி விக்ரம் ரவிவர்மனின் முதுகில் கை கொடுத்து வாசலைப் பார்த்துத் தள்ளி விட்டான்..

"கெட் லாஸ்ட்.."

வாசல் நோக்கி நீண்டது அவனது ஆள்காட்டி விரல்..

பல்லைக் கடித்த ரவிவர்மனின் முகத்தில் ரத்தம் பாய்ந்தது.. ரௌத்ரமானான் அவன்.. பதிலுக்கு விக்ரமின் மென்னியில் விரல் வைத்து அழுத்தினால் என்ன என்ற வேகம் பிறந்தது.. சோபாவில் சுருண்டு கிடந்த வீணாவின் நிலைமை அவனைத் தடுத்து நிறுத்தியது.. வேகமாக வெளியே போய் விட்டான்.. படாரென்று அறைந்து சாத்தப்பட்ட கார் கதவின் ஒலி அவனது கோபத்தைக் கட்டியதில்..

"கோபப்பட வேண்டியது நான்.. இவன் கோபப் படறான்.. எல்லாமே தலைகீழாய் இருக்கு.." என்று பொறுமினான் விக்ரம்..

எதுவும் பேசாமல் வெளியில் போய் விட்டார் சக்திவேல்.. பார்க்குக்கு போவாராயிருக்கும் என்று நினைத்துக் கொண்டாள் சுகந்தி.. ஆண்களுக்கு அமைதி கொடுக்க ஆயிரம் மார்க்கங்கள்.. அமைதியைத் தேடும் பெண் எங்கு செல்வாள்..? சுகந்தி மகளின் முடி கோதினாள்.. அவள் மடியில் அடைக்கலம் புகுந்த மகளின் தோள் தடவி அமைதிப் படுத்தினாள்..

விக்ரம் நகரவில்லை.. ஒலித்த செல்போனை துண்டித்து அணைத்துத் தூரப் போட்டான்.. தங்கையைப் பார்த்தபடி அசையாமல் உட்கார்ந்து விட்டான்.. ரத்தக் கண்ணீர்தான் விடவில்லை.. கலங்கிச் சிவந்திருந்த அவன் விழிகளில் ரௌத்ரம் குடி கொண்டிருந்தது.. ரவிவர்மனைப் பந்தாடி விட அவன் மனம் துடித்தது.. வீணாவின் வேண்டுகோள் அவனைத் தடுத்து நிறுத்தியிருந்தது..

வெகுநேரம் கழித்து எழுந்து உட்கார்ந்த வீணாவின் முகத்தில் லேசான தெளிவு வந்திருந்தது..

"ஸாரிண்ணா.." என்றாள்..

"பைத்தியம் போல பேசாதே.."

"நான் அவரிடம் தெளிவாப் பேசியிருக்கனும்.. அதுக்குப் பின்னாலே வீட்டுக்கு கூப்பிட்டுக்கிட்டு வந்திருக்கனும்.."

"இப்பவும் அவன் பக்கம்தான் பேசற..? என்ன பெண் நீ..? உன்னைக் காதலிக்கிறவன் மேரேஜைப் பத்தின பேச்சை ஏன் அவாய்ட் பண்றான்..? இதுக்கான கான்க்ரீட் ரீசனைச் சொல்லு.."

"அதுபத்தின ஐடியாவே இல்லைன்னு சொல்கிறாரே.."

"வேணாம் வீணா.. அப்புறம் நான் ஏதாச்சும் சொல்லிறப் போறேன்.. தங்கையாச்சேன்னு பார்க்கிறேன்.. நல்லவேளை.. டாடி இங்கே இல்லை.. காதலிக்கிறவனுக்கு கல்யாணம் பத்தின ஐடியா இல்லைன்னா எப்படி..?"

"நான்தான் அவரைக் காதலித்தேன்னு சொல்கிறாரே.."

"அவன் உன்னைக் காதலிக்கலையா..?"

"அதான் சொன்னாரே.. என் காதலை அக்செப்ட் பண்ணிக்கிட்டாருன்னு.." உதட்டைக் கடித்து கொண்டாள் வீணா..

உடைய முனைந்த அவள் குரலில் இரக்கம் கொண்டான் விக்ரம்..

"ம்ப்ச்..! விட்டுத் தொலை.. இப்போதாவது அவன் குணம் தெரிந்ததே.. திலிபிடம் நான் பேசிக்கறேன்.. அவன் புரிஞ்சுக்குவான்.. டாடி சந்தோசப்படுவார்.. எல்லாத்தையும் மற வீணா.."

திலிபன்தான் சக்திவேல் பார்த்து வைத்திருந்த ஐ.ஏ.எஸ் மாப்பிள்ளை.. விதிர்த்துப் போனாள் வீணா.. அவளது முகத்தில் தெரிந்த அதிர்வலைகளில் குழம்பிப் போனான் விக்ரம்..

"வேண்டாம்ண்ணா.. ரவிவர்மனுக்கும் எனக்கும் நடுவில இருக்கும் காதல் இன்னமும் காணாமல் போகலைன்னு நான் நம்பறேன்.."

"இத்தனைக்கும் பிறகுமா..?"

"யெஸ்..! அவர் முரண்பாடுகள் நிறைந்த மனிதர்.. முள் மாதிரி சுபாவம்.. புரிஞ்சுக்கிறது கஷ்டம்.."

"நீ புரிஞ்சுக்கிட்டயா..?"

"இல்லைன்னு இப்பத்தான் தெரியுது.. ஒருநாள் டைம் கொடு.. அவரிடம் பேசிட்டு முடிவைச் சொல்றேன்.."

அன்று இரவு உணவை அவர்கள் பெயருக்குத்தான் சாப்பிட்டார்கள்.. ஒருவருக்காக மற்றவர் சாப்பிட்டதாய் பெயர் பண்ணியதில் அந்தக் குடும்பத்தினரின் பாசமும் பந்தமும் வெளிப்பட்டது..

"எல்லாம் நல்லதுக்குன்னு நினைம்மா.." மகளுக்கு ஆறுதல் சொன்னார் சக்திவேல்..

இப்படிப்பட்டவனைக் காதலித்து விட்டாயே என்று அவளுடைய குடும்பம் அவளைக் குற்றம் சாட்டவில்லை.. அந்தத் தன்மையில் மனம் நைந்தாள் வீணா.. அவளை நேசித்த அவளுடைய குடும்பத்தினர்க்கு அவள் கொடுத்த பரிசு இது-தானா..? அவள் செய்யும் அனைத்துச் செயல்களும் மிகச் சரியானதாகவே இருக்-கும் என்று நம்பினார்களே.. அந்த நம்பிக்கையை அவள் சிதைத்து விட்டாளே..

மறுநாள் கம்பெனிக்குப் போனதும் ரவிவர்மனைப் பார்க்கப் போகாமல் அன்-றைய அலுவல்களைப் பார்க்க ஆரம்பித்தாள்.. அவனே போன் பண்ணினான்.. நலம் விசாரித்தான். ஒரு கேடும் இல்லையென்று பதில் சொன்னாள்.. அவளது கோபத்திற்கு எந்த விதமான அர்த்தமுமில்லை என்றான்.. அப்படியா என்றாள்.. மதிய உணவிற்கு வெளியில் செல்லலாம், இதைப் பற்றிப் பேசலாம் என்றான்.. சரியென்றாள்..

மதிய உணவுக்காக ரவிவர்மனின் காரில் ஏறிய போது அவன் அவளுடைய காதலன் என்ற உரிமையோடு ஏறுவது இதுவே கடைசித்தடவையாக இருக்கலாம் என்று அவளது மனம் சொல்லியது.. மனம் கனத்ததை வெளியில் காட்டிக் கொள்-ளாமல் ஜன்னல் வழியே வேடிக்கை பார்த்தபடி பேசாமல் இருந்தாள்..

அவளது மௌனத்தில் புருவங்களை உயர்த்தினான் ரவிவர்மன்.. ஹோட்டலின் ஏஸி ரெஸ்ட்டாரெண்டில் உணவு வகைகளை ஆர்டர் செய்து விட்டு காத்திருந்த வேளையில் பேச ஆரம்பித்தார்கள்..

"உன் வீட்டுக்கு வான்னுதான் கூப்பிட்ட.. மேரேஜ் பத்திப் பேசக் கூப்பிட்டிருக்-காங்கன்னு சொன்னியா..? இது உன்னோட மிஸ்டேக்.."

பட்டுக் கொள்ளாமல் பேசியவனின் முகத்திலிருந்த கம்பீரம் அவளைக் கவர-வில்லை.. மாறாக இந்த முகத்தையா நேசித்தேன் என்ற கோபமும், ரோசமும்தான் வந்தது..

"எல்லா மிஸ்டேக்கும் என்மீதுதான்.. உங்களைக் காதலித்தது முதல் மிஸ்டேக்.. அதை உங்களிடம் சொன்னது இரண்டாவது மிஸ்டேக்.. உடனே பதில் கிடைக்-கலைன்னதும் அதைத் தூக்கி எறியாம உங்களோட பதிலுக்காக வெயிட் பண்-ணிக்கிட்டு இருந்தது மூன்றாவது மிஸ்டேக்.. பதில் கிடைச்சதும் என் காதல் கெட்டி யானதுன்னு நினைச்சு உங்களைத்தான் மேரேஜ் பண்ணிக்குவேன்னு என் வீட்டில் போராடினேன் பாருங்க.. அதுதான் நான் செய்த கடைசி மிஸ்டேக்.."

"இப்பவும் உன் பக்கம் கரெக்டுங்கிறதைப் போலதான் நீ பேசற.."

"யெஸ்.. ஐ ஆம் ஆல்வேஸ் கரெக்ட்.."

"என்னை மேரேஜிக்குப் ஃபோர்ஸ் பண்றது கரெக்டா..?"

"பின்னே.. இல்லையா..? காதலுக்கு அடுத்தபடி கல்யாணம்தானே..?"

"முதலில் காதலில் நாம ஸ்டியாவே இல்லை.. இந்த லட்சணத்தில் கல்யாணம் பண்ணிக்கிட்டா விளங்கிரும்.."

"என்னதான் சொல்ல வர்றீங்க..?"

"ப்ராங்காவே சொல்றேன் வீணா.. எனக்குக் கண்ட்ரோல் பண்றவங்களைக் கண்டாலே பிடிக்காது.. உன் காதலை அக்செப்ட் பண்ணினதுக்குப் பின்னாலே நீ அதிகமா அட்வாண்டேஜ் எடுத்துக்கிட்டு என்னைக் கண்ட்ரோல் பண்றதைப் போல நான் ஃபீல் பண்றேன்.."

இமைக்காமல் அவனையே பார்த்தாள் வீணா.. அவனளவில் மிகத் தெளிவாகவே இருந்தான்.. அவளது பார்வையைச் சந்திக்கத் தயங்கவில்லை.. நேர்கொண்ட அவனது பார்வையில் யோசித்தாள் வீணா.. அவளைக் காதலிப்பதாய் அவன் சொன்னதை விட அவளது காதலை ஏற்றுக் கொண்டதாய் சொன்னதுதான் அதிகம் என்பது நினைவுக்கு வந்தது..

"இதைத்தவிர வேற எதையும் நீங்க ஃபீல் பண்ணினதே இல்லையா..?"

அலைபாயும் மனதோடு அவள் கேட்டாள்.. அவளுடைய காதலை அவன் உணர்ந்ததில்லையா என்ற கண்ணீரை அவளது இதயம் சுரந்தது.. அவனும் சொன்னான்.. அவளது இதயத்தைக் கோடாரி கொண்டு பிளப்பவனாக..

"ஏன் ஃபீல் பண்ணினதில்லை..? பிரண்ட்ஷிப்புக்கு ஒரு குட்பை சொல்ல முடிவதைப் போல இந்தக் காதலுக்கும் ஒரு குட்பை சொல்லித் தொலைக்க முடிந்தால் நன்றாக இருக்கும்ன்னு ஃபீல் பண்ணியிருக் கிறேன்.. இப்பவே இத்தனை கொஸ்டின் பண்றவ மேரேஜீக்கு அப்புறம் எத்தனை கொஸ்டின் பண்ண மாட்ட..? தளை போடுகிற எந்த உறவும் எனக்கு வேண்டாம்.." என்று சொல்லிவிட்டான்..

கண்களை இறுக மூடிக் கொண்ட வீணா அனைத்தும் முடிந்துவிட்டது என்பதை உணர்ந்தாள்.. ஒரு இனிய கனவு கலைந்து விட்டது..

29

இந்திரபிரஸ்தத்திற்காக எரிக்கப்பட்ட வனத்தில்
குஞ்சுகளை விட்டுச் சுதந்திரவானில் சிறகடித்துப் பறந்தது ஆண்பறவை..!
தணலின் நாக்குகள் குஞ்சுகளைத் தீண்டாத வண்ணம்
சிறகினில் மூடி அக்கினியை எதிர்கொண்டது பெண் பறவை..!

இது ஆண்டாண்டு காலமாக நடந்து வருவதுதான்..

மனைவியை இழந்தவன் மறுமாதமே மறுமணம் செய்து தன் பிள்ளைகளுக்கு ஒரு சித்தியைக் கொண்டு வந்து அன்னியமாவான்..

கணவனை இழந்தவளோ கைம்பெண் பட்டத்தைச் சுமந்து வாழ்க்கையுடன் போராடி தன் பிள்ளைகளைக் குறை தெரியாமல் வளர்த்து அனைத்துமாவாள்..

என்ன ஒன்று.. ரவிவர்மன் இதுபோன்ற நியாயங்களைப் பேசுபவன் அல்ல.. அவன் வாழ்ந்த தடையற்ற சுதந்திர வாழ்வை வீணா வாழ்ந்திருந்தாலும் ஏனென்று கேட்டிருக்க மாட்டான்.. அவள் காதல் சொன்னால் அவளது கட்டுப்பாடற்ற வாழ்வைக் காரணம் காட்டி நிராகரித்திருக்க மாட்டான்..

அவனுடைய சுதந்திரத்தைப் பற்றி மட்டுமே அவன் பேசினான்.. அவளுடைய சுதந்திரத்தைப் பறிக்க முயலவில்லை.. ஒடுக்க நினைக்கவில்லை.. வீணா இயல்பிலேயே கட்டுப்பாடுகளுடன் வாழ்ந்தவள்.. தளைகளில் கட்டுண்டவள்.. அவற்றின் அழகியலை நேசித்தவள்.. வாழ்க்கையென்றால் இப்படித்தான் இருக்க வேண்டுமென்ற வரையறைகளுக்குள் ஆட்பட்டவள்.. அவளால் மனம் போனபடி வாழவும் முடியாது.. மனம் போனபடி ரவிவர்மன் வாழ நினைப்பதை அனுமதிக்கவும் முடியாது..

காதலைத் தளையாக ரவிவர்மன் நினைத்து விட்ட பின்னால் அவனுக்கான விடுதலையைக் கொடுத்து விட வேண்டுமென்று வீணா நினைத்தாள்.. அவன் சொல்லிய வார்த்தைகளில் அவளது மனம் உடைந்து சுக்கு நூறாக சிதறிக்கிடந்தது.. ஒன்று சேர்க்கத் தெம்பில்லாமல் குற்றுயிரானாள்..

"இந்தக் காதல் கல்யாணத்தில் முடியக் கூடாது.." அவளது உதடுகள் முணுமுணுத்தன..

"ஐ அக்ரி வித் திஸ் வெர்டுஸ்.." உடனடியாக ரவிவர்மன் ஆமோதித்ததில் அவள் மனம் வலித்தது..

"யெஸ்.. யு ஆர் கரெக்ட்.. நீங்க எப்படியோ.. நான் கல்யாணங்கிறது வாழ்க்கையில் ஒரேயொரு தடவைதான் வந்து நிற்கிற வசந்தம்ன்னு நினைக்கிறவ.."

"ஐ ஸீ..! நான் இதைப் பத்தி யோசித்ததேயில்ல.."

"நாம மேரேஜ் பண்ணிக்கிட்டா நிச்சயம் அது ஃபெயிலியராகிரும்.."

"ஷ்யூர்.. ஷ்யூர்.. இந்தக் காதல் கல்யாணத்தில் முடிந்தால் நிச்சயமா அது தோல்வியில்தான் முடியும்.."

இந்த ஒன்றில் மட்டும் அவளுடன் ஒன்று பட்ட மனதுடன் பேசுகிறான்... விரக்திச் சிரிப்பு வந்தது வீணாவுக்கு..

"ஸோ..?" என்றாள்..

"நமது லவ் பிரேக்-அப்பாகுது.." ரவிவர்மன் அறிவித்தான்..

"ஓகே.. பை.."

அவன் கேட்ட 'குட்பை'யை சொல்லி விட்டு எழுந்து கொண்டாள்.. ஆர்டர் செய்த உணவு வகைகளுடன் பேரர் வந்து விட்டான்..

"லன்ச் சாப்பிடலை..?" ரவிவர்மன் தடுத்தான்..

"நோ தேங்க்ஸ்.. எனக்குப் பசியில்லை.."

அவன் முகம் பார்க்காமல் சொல்லிவிட்டு வெளியேறி விட்டாள் வீணா.. அவள் போவதையே பார்த்துக் கொண்டிருந்த ரவிவர்மனால் அந்த விடுதலையில் மனம் மகிழ முடியவில்லை.. அவனில் பாதி பிரிந்து சென்று விட்டதைப் போன்ற உணர்வு அவனைத் தாக்கியது.. முதன் முதலாக உணர்ந்த அந்த உணர்வில் திகைத்துப் போனான்.. வீணா சாப்பிடாத உணவைச் சாப்பிட அவனுக்கு மனம் வரவில்லை.. கொண்டு வந்த உணவு வகைகளில் எதையும் தொடாமல் பில்லைக் கொண்டு வரச் சொன்னவனை விசித்திரமாகப் பார்த்தான் அந்த பேரர்..!

ரவிவர்மன் கம்பெனிக்குப் போனபோது வீணா அவளுடைய கேபினில் இல்லை.. மருத்துவ விடுப்பில் சென்று விட்டதாகச் சொன்னார் எம்.டி.

"லாங் லீவ்.. இதுவரைக்கும் இப்படி சேர்ந்தாற்போல அவங்க லீவ் எடுத்ததில்லை.. லாஸ் ஆஃப் பே வரலாம்.. அதையெல்லாம் மைண்ட் பண்ணிக்காம லீவு போடறவங்க இல்ல.. கேரியரில கவனமா இருக்கிறவங்க.. வாட் ஹேப்பன்னு தெரியலையே ரவிவர்மன்.."

அவர் தெரிந்து கொண்டே பேசுவதைப் போலதான் இருந்தது.. மற்றவர்களைப் பற்றி என்னிடம் ஏன் கேட்க வேண்டும் என்று கேட்க முடியாமல் மௌனமானான் ரவிவர்மன்.. வீணாவை எவளோ ஒருத்தி என்று நினைக்க அவனால் முடியவில்லை..

வீணா தொடர் விடுப்பில் இருந்தாள்.. நாள்கள் வாரங்களாகி மாதங்களாயின.. பாஸ்கரன் தற்காலிக பெர்சனல் மேனேஜராக பொறுப்பேற்றான்.. வேறு கிளைக்கு வீணா மாறுதல் கேட்டிருப்பதாக எம்.டி சொன்னார்.. துளைக்கும் அவரது பார்வையின் குற்றச்சாட்டில் ரவிவர்மன் முகம் கருத்தான்..

"நாம நினைக்கிறோம்.. இப்படியே இளமையா இருந்துருவோம்ன்னு.. கண்ணை மூடித் திறக்கிறதுக்குள்ள வாழ்க்கை ஓடிரும்.. திரும்பிப் பார்க்கிறதுக்குள்ள கிழவனா நிற்போம்.. அப்ப துணைக்கு வர யாரும் இருக்க மாட்டாங்க."

ரவிவர்மனிடம் சொல்வதைப் போல இல்லாமல் பொதுவாக பேசுவதைப் போல அவர் பேசி வைத்த போது என்னடா இது என்று நொந்து விட்டான் அவன்..

இப்படியா மனிதர் பிலாசபி பேசி அவன் கழுத்தை அறுப்பார்..?

"வீணா அருமையான பெண்..! அவள் மனைவியாக் கிடைக்கக் கொடுத்து வைச்சிருக்கனும்.. வாழ்க்கையில் எதை வேண்டுமானாலும் கை நழுவ விடலாம்.. நல்ல வாழ்க்கைத் துணையை நழுவ விட்டுவிடக் கூடாது.. அப்படி நழுவ விட்டா அவனைப் போல முட்டாள் வேறு யாருமில்லை.."

எம்.டியின் பார்வை அவனை முட்டாள் என்றது.. இதற்குப் பயந்து அவரை அடிக்கடி பார்ப்பதை தவிர்க்க ஆரம்பித்தான்..

"எத்தனை தூரத்துக்குத்தான் உன்னால ஓடி ஒளிய முடியும்டா..?" பாஸ்கரன் கேட்டான்..

"நீயெல்லாம் என்னை நிற்க வைச்சுக் கேள்வி கேட்கிற பாரு.. அதைத்தாண்டா என்னால தாங்கிக்க முடியலை.." என்று அதற்கும் கடுப்படித்தான் ரவிவர்மன்.

வீணாவுக்கு கொடைக்கானல் பிரான்ச்சிற்கு மாறுதல் கிடைத்து விட்டது.. அந்தக் கம்பெனியின் முழுப் பொறுப்பும் அவளுடையதுதான் என்று பாஸ்கரன் சொன்னான்..

"குவார்ட்டர்ஸ், கார், வேலையாள்கள்ன்னு கம்பெனி செமத்தியா படியளக்குது.. வீணா போகப் போகிற பர்ஸ்ட் கிளாஸ் பிளைட் டிக்கெட் உட்பட அத்தனையும் கம்பெனியின் செலவுதான்.. இதையெல்லாம் உன்கிட்டப் போய் சொல்கிறேனே.. ஆல்ரெடி இதுபோல சலுகைகளில மூழ்கி முக்குளித்துக்கிட்டு இருக்கிறவன்தானே நீ.."

"நீயும் உருப்படியா வேலை செய்.. உன்னையும் கம்பெனி மூழ்கி முக்குளிக்க வைக்கும்.."

"என்ன தேவைக்கு..? வந்தோமா.. வேலையைப் பார்த்தோமான்னு இருந்துட்டுப் போயிரனும்.. மத்ததில தலை கொடுக்கக் கூடாது.. அப்படிக் கொடுத்தா இருபத்தி நாலு மணி நேர அடிமைச் சாசனம் எழுதி வாங்கிக்குவாங்க.. எனக்கிருக்கு ஆயிரம் வேலை.."

"உனக்கிருக்கிறது இந்த ஒரே வேலைதான்.. அதை தக்க வைத்துக்கிற வழியைப் பாரு.."

"தேவதை போல ஒரு பொண்ணு உன்னைத் தேடி வந்தா.. அவளைத் தக்க வைத்துக்க முடியாத நீ.. வேலையைத் தக்க வைத்துக் கொள்ளச் சொல்ற.. காலம்டா.. நீயெல்லாம் பேச நான் கேட்டுக்க வேண்டியிருக்கு பாரு.. இதுதாண்டா விதி..! ஆபிசில வேணும்னா நீ என்னை ஓவர்டேக் ப்ணணி முன்னுக்குப் போயிருக்கலாம்.. வாழ்க்கையிலே நான்தாண்டா ஜெயிச்சவன்.. உன்னை ஓவர் டேக் பண்ணி முன்னுக்குப் போய் விட்டவன்.."

"உளருகிறயா..?"

"இல்லைடா மச்சான்.. படு ஸ்டடியா இருக்கேன்.. எனக்கும் தீபாவுக்கும் மேரேஜ் பிக்ஸ் ஆகிருச்சு.."

"பாருடா.. யாருடா அந்த தீபா.."

"எதிர் வீட்டுப் பைங்கிளி.. இனிமேல் என் வீட்டுப் பைங்கிளி.."

பாஸ்கரனுக்கெல்லாம் கவிதை வருகிறதே என்று ஆச்சரியப்பட்டுப் போனான் ரவிவர்மன்.. அதை அவனிடம் சொன்னபோது..

"காதல் வந்தால் கவிதை தானா வரும்டா.." என்றான்

"எனக்கு வரலையே.."

"உனக்குக் காதலே வரலையே.. அப்புறம் கவிதை எங்கேயிருந்து வரும்..? உண்மையாக் காதலிக்கிறவன் நம்ம கல்யாணம் தோத்துப் போயிரும்னு சொல்லி காதலில தோத்துப் போய் நிற்க மாட்டான்.. நீயெல்லாம் காதல்ங்கிற வார்த்தையையே சொல்லக் கூடாது.. உனக்கும் காதலுக்கும் ராக்கெட் விட்டாக்கூட எட்டாது.."

"உதைபடப் போகிறடா.."

"இதை விட்டா உனக்கு வேற என்ன தெரியும்.. சொல்லு.."

அஞ்சாமையுடன் பாஸ்கரன் போய்விட்டான்.. அந்த அஞ்சாமை சமீப காலத்தில்தான், அதுவும் அவன் எதிர்வீட்டுப் பைங்கிளியை காதல் பண்ண ஆரம்பித்த பின்னால்தான் அவனிடம் தென்படுகிறது என்பதைக் கவனித்தான் ரவிவர்மன்..

"ஊத்திக்கும்னு தெரியும்.. இத்தனை சீக்கிரமா ஊத்திக்கும்னு தெரியாது.." அவன் காதுபடச் சொன்னாள் ரோஜா..

"நீ வேற.. இத்தனை நாள் எப்படித் தாக்குப் பிடிச்சதுன்னு நான் ஆச்சரியப்பட்டுப் போயிருக்கேன்.." அவனைப் பார்த்தபடி பதில் சொன்னாள் ரமிலா..

ரவிவர்மனின் முறைப்பில் அவர்கள் வேலை செய்வதைப் போன்ற பாசாங்குகளைச் செய்தாலும் அவன் முதுகிற்குப் பின்னால் அந்தப் பேச்சைத் தொடரத்தான் செய்தார்கள்..

"உனக்கு எதிர்கள் கூட்டம் அதிகமாகிக்கிட்டே வருதுடா ரவி.." என்றான் பாஸ்கரன்..

"சிங்கத்துக்கு எதிரி சிங்கம்தான்.. நரியில்லை.. நரியே இல்லைன்னும் போது நாயைப் பற்றிய பேச்சே இல்லை.." என்று சொல்லிவிட்டான் ரவிவர்மன்..

அதற்கு மேலும் அவனிடம் வாயைக் கொடுத்து வாங்கிக் கட்டிக் கொள்ள பாஸ்கரனுக்கு என்ன பைத்தியமா பிடித்திருக்கிறது..?

சென்னைக்கு வந்தும் ரவிவர்மனை அடிக்கடிப் பார்க்க முடியவில்லையென்று குறைசொல்லி விட்டு ரோஸி அமெரிக்காவுக்கு பறந்து விட்டாள்.. வழியனுப்ப ரவிவர்மன் போகவில்லை..

அந்த மாத இறுதியில் பிஸினெஸ் லன்ச்சிற்காக ஸ்டார் ஹோட்டலுக்குப் போனவன் அங்கிருந்த டேபிள்களில் ஒன்றில் வீணாவும் இன்னொருவனும் ஆழ்ந்து பேசியபடி சாப்பிட்டுக் கொண்டிருப்பதைப் பார்த்து விட்டான்..

30

புத்தி பகைத்தது, மனசு அழைத்தது..
இது யுகம் யுகமாய்
அறிவுக்கும் அன்புக்கும் இடையில் நடக்கும்
ஆயுள்கால யுத்தம்..!

ரவிவர்மனிடமிருந்து விலகி விட்டதாக வந்து நின்ற வீணா உயிரில்லாத வெறும் கூடாக நின்றதை உணர்ந்த அவளது குடும்பம் பதறியது..

வேலை, வேலையென்று இறக்கை கட்டிப் பறப்பவள் வேலைக்கு விடுப்பு போட்டாள்.. சம்பளத்தையும் இழந்து வீட்டின் நான்கு சுவர்களுக்கு மத்தியில் முடங்கினாள்.. தனக்குத்தானே இருளை சிருஷ்டித்துப் புதையுண்டவளை மீட்க அவளது குடும்பம் பிரயத்தனங்களை மேற்கெண்டது..

ஒரு மாதம் அமைதி காத்தார்கள்.. மெதுவாக சக்திவேல் மகளிடம் திருமணப் பேச்சை ஆரம்பித்தார்.. அவளது மனம் வலிக்காமல் எடுத்துச் சொன்னார்..

"காதலிச்ச.. நாங்க மறுக்கலை.. அவரைக் கூப்பிட்டுக் கொண்டு வா, கல்யாணம் பேசலாம்ன்னுதான் சொன்னோம்.. என்ன நடந்ததுன்னு உனக்கே தெரியும்.. நீயே அவர் வேண்டாம்ன்னு முடிவு பண்ணி விலகி வந்துட்ட.. இப்பவாவது டாடி சொல்கிறதைக் கேளு வீணா.. அந்தப் பையன் திலிப் அமைதியானவர்.. கண்ணியமானவர்.. ஐ.ஏ.எஸ் ஆபிசர்.. இத்தனைக்கும் மேலா கல்யாணத்தை மதிக்கிறவர்.. அதிலிருந்து தப்பித்து தன் போக்கில் வாழ நினைக்கிறவரில்லை.."

வாழைப்பழத்தில் ஊசியேற்றும் வார்த்தைகள்.. வீணாவின் இதயத்தில் 'சுருக்' கென்று தைத்தன.. குருதி கொப்பளிக்கும் இதயத்தின் வலி தாங்காமல் மனதுக்குள் அவள் அரற்றினாள்..

"அவர் அண்ணனோட பிரண்டுதானே..? அண்ணாகிட்ட பேசனும் டாட்.."

விக்ரம் தங்கையை அழைத்துக் கொண்டு கோவிலுக்குப் போனான்.. ஈசனையும், அம்பிகையையும் வணங்கிய பின்னால் பிரகாரத்தை வலம் வந்தார்கள்.. மௌனமாக நடந்து வந்த தங்கையின் மோனதவத்தைக் கலைக்காமல் அமைதி காத்தான்.. மண்டபத்தில் அமர்ந்த போது வீணா கேட்டாள்..

"மிஸ்டர் திலிபனுக்கு ரவிவர்மனைப் பற்றித் தெரியுமாண்ணா..?"

"தெரியாது.."

"சொல்லிரு.."

"ம்ம்ம்.."

அடுத்த நாள் வீணாவின் அறைக்கு வந்த விக்ரம்..

"திலிப் உன்னுடன் பேசனும்ங்கிறான்.." என்றான்..

"சரி.."

"இங்கேயில்லை.. நாளைக்கு லன்ச்சுக்கு கூப்பிட்டிருக்கான்.."

"ஓகே.. பிஸினெஸ் லன்ச்சை அட்டெண்ட் பண்ணியிருக்கேனில்ல.. அதைப் போல இதையும் நினைச்சுக்கறேன்.."

"இது பிஸினெஸ் இல்லை வீணா.. வாழ்க்கை..!"

வீணா பதில் சொல்லாமல் பெருமூச்சு விட்டாள்.. அவள் மனதின் காயம் ஆற நாளாகும் என்று நினைத்துக் கொண்டான் விக்ரம்.. தங்கையை குற்றுயிராக்கி விட்ட ரவிவர்மனை துவம்சம் செய்யும் வெறி அவனுக்குள் கிளர்ந்தது..

மறுநாள் மதிய வேளையில் ஸ்டார் ஹோட்டலின் ரெஸ்டாரெண்டுக்கு திலி-பனுடன் மதிய உணவு சாப்பிடச் சென்றாள் வீணா.. அதுபோன்ற சூழலில்தான் ரவிவர்மனும் அவளும் காதலை விட்டுக் கொடுத்துப் பிரியும் முடிவை எடுத்தார்கள் என்ற நினைவில் அவள் மனதில் துயரம் வந்தது..

"என்ன சாப்பிடறிங்க..?" திலிப் மெனுகார்டை அவள் பக்கமாக நகர்த்தினான்..

"நான் சாப்பிட வரலை.. நீங்க பேசனும்ன்னு சொன்னீங்களாம்.. அண்ணன் சொன்னான்.. அதுக்காக வந்தேன்.."

"சாப்பிட்டுக்கிட்டேப் பேசலாமே.."

"ஜீஸ் போதும்.."

ஆழ்ந்த பார்வையுடன் மெனுகார்டை தன்பக்கமாக இழுத்துக் கொண்ட திலிப் பேரரை அழைத்து ஆர்டர் செய்தான்.. பேரர் நகர்ந்ததும் வீணாவை பார்த்தான்..

"ஸோ.. நீங்க ரவிவர்மனைக் காதலிச்சிருக்கீங்க.."

இப்போதும் காதலிக்கிறேன் என்று சொல்ல வேண்டும் போல இருந்தது.. அது முடியாததில் வெறுமையாக தலையை மட்டும் அசைத்து வைத்தாள் வீணா..

"விக்ரம் சொன்னான்.. உங்கப்பா மேரேஜ் பத்தின பேச்சைத் திரும்ப எடுத்ததும் என்னிடம் உண்மையைச் சொல்லி விடச் சொல்லி அவனிடம் சொன்னீங்களாம்.. உங்களோட இந்த நேர்மை எனக்குப் பிடிச்சிருக்கு.."

"ம்ம்ம்.."

"இது காதல் காலம்.. காதலில் விழாம கடக்கிறது ரொம்பக் கஷ்டம்.. காலேஜ் டேஸில நானும் காதலிச்சிருக்கேன்.. ஸில்லியான வாக்குவாதங்களில அது பிரேக்-அப்பாகிருச்சு.. அதுக்கப்புறம் அந்தப் பெண்ணை நான் நினைச்சுக் கூடப் பார்த்-

ததில்ல.. அப்புறம் டிரெயினிங் பீரியடில மராத்திப் பெண் மேல காதல் வந்தது.. அவளும் ஓகே சொன்னா.. சுத்தினோம்.. வேற, வேற மொழி, பழக்க வழக்கம்ன்னு அதுவும் ஊத்திக்குச்சு.. நண்பர்களா பிரிஞ்சுட்டோம்.. கல்யாணத்துக்கு இன்விடே-சன் வைத்தா.. போயிட்டு வந்தேன்.. இதைப் போலதான் உங்க காதலும்ன்னா நோ பிராப்ளம்.. இது ஒரு பிரச்னையே இல்லை.. மேரேஜை பிக்ஸ் பண்ணிரலாம்.."

'என்னது..!' நடுங்கிப் போனாள் வீணா..

திலிபனின் பார்வை அவளது நடுக்கத்தை ஸ்கேன் செய்தது.. அவன் நிதான-மாகச் சொன்னான்..

"பட்.." வீணாவின் சுவாசம் சீரானது..

"அந்தக் காதல்கள் என்னைப் பாதிக்காததைப் போல உங்களுடைய காதல் உங்களைப் பாதிக்காமலிருக்குமா..? ஐ மீன்.. ரவிவர்மனைப் பற்றிய எண்ணங்-களை உங்களால் வேரோடு பிடுங்கி எறிந்து விட முடியுமா..? இதுக்கான ஹானஸ்ட் ஆன்சரை நான் எதிர்பார்க்கிறேன் வீணா.."

நடுக்கத்துடன் இமைகளை உயர்த்தி திலிபனைப் பார்த்த வீணாவின் பார்வை இறைஞ்சியது.. என்னை விட்டுவிடு என்றது.. அவன் அமைதியாக அவளையே பார்த்துக் கொண்டிருந்தான்..

"முடியலையே.." வீணாவின் குரல் தேம்பியது..

"மறக்கனும்னு நினைக்கிறேன்.. முடியலை.. இந்த மனநிலையோட உங்களை மேரேஜ் பண்ணிக்கிறது கஷ்டம்.. உங்க வாழ்க்கையே வீணாகிரும்.."

"ஐ நோ.. ஐ நோ.. தேங்க் யு வீணா.. ஹானஸ்டா ஆன்சர் பண்ணினீங்க.. உங்களை எப்படி மிஸ்டர் ரவிவர்மன் மிஸ் பண்ணினார்ன்னுதான் எனக்குப் புரி-யலை.. டோன்ட் வொர்ரி.. நாம் பிரண்ட்ஸா இருக்கலாம்.. விக்ரமிடம் நான் பேசிக்கறேன்.. ஆக்சுவலா வீணா, விக்ரமுக்கு என்னோட ஒன்று விட்ட தங்-கையைக் கொடுப்பதாக பேசியிருந்தோம்.. சித்தப்பாவோட பொண்ணு.. கஸ்டம்ஸ் ஆபிசர்.. விக்ரம் தங்கைக்கு முதலில தான் மேரேஜ் பண்ணிக்க மாட்டேன்னு சொல்லிட்டான்.. இந்த மேரேஜ் நடக்கலைன்னா என்ன..? அவனோட மேரேஜ் நடக்கட்டுமே.. அப்ப நாம ரிலேட்டிவ்ஸ் ஆகிடலாமில்ல.."

"ஈஸிட்..? இதைப்பத்தி யாரும் எண்ணிடம் சொல்லலையே.."

"உங்களை ஃபோர்ஸ் பண்ண வேண்டாம்ன்னு நினைச்சிருப்பாங்க.. தே ஆர் ஸோ குட்.."

"ஆமாம்.."

மனநெகிழ்வுடன் சொன்னாள் வீணா.. எப்படிப்பட்ட குடும்பம் அவளுடையது..! அவளுக்காக அவர்கள் யோசிக்கும் போது அவர்களுக்காக வீணா யோசிக்க வேண்டாமா..?

"அண்ணனிடம் நான் பேசறேன்.."

"தேங்க் யூ.. சாப்பிடலாமா..?"

அவர்கள் பொதுவாக சினிமா, விளையாட்டு என்று பேசியபடி சாப்பிட்டார்கள்.. வீணாவின் மனதில் பாரம் குறைந்திருந்தது.. திலிபனுடனான அவளது திருமணம் நடக்கப் போவதில்லை என்பதில் சிட்டுக் குருவியைப் போல உணர்ந்தாள்..

"எக்ஸ்யூஸ்மி.."

புன்னகையுடன் கை கழுவ எழுந்து சென்றாள்.. வாஷ் பேசினில் கை கழுவி விட்டுத் திரும்பியவளின் மீது மோதுவதைப் போல நின்று கொண்டிருந்தான் ரவிவர்மன்.

'இவனா..?..!' வீணாவின் மனம் பொங்கியது..

"ஜஸ்ட் டூ மன்த்ஸ்.. அதற்குள் வேற ஆளைப் பிடித்து விட்ட போல.. கான்க்ரீட் காதல்தான் உன் காதல்..!"

"ஷட் அப்.."

விலகி நடந்த வீணாவின் மனதில் கோபம் வரவில்லை.. லேசான சந்தோசம் வந்தது.. காதலை மதிக்காதவன் காதலைப் பற்றிப் பேசுகிறான் என்றால் அதற்கு என்ன அர்த்தம்..?

வீணா உதாசீனப்படுத்தி விட்டுப் போகிறாள் என்ற கோபத்தில் நம்பியாரைப் போலக் கைகளைப் பிசைந்தான் ரவிவர்மன்..

"நீங்கதான் அந்த துரதிர்ஷ்டசாலியா..?"

திலிபன் வந்த நின்றதில் வெறியே வந்து விட்டது ரவிவர்மனுக்கு,

"என்ன..? லேடிஸ் முன்னாலே சீன் காட்டறியா..?" என்றான்..

"அதெல்லாம் எதுக்கு வேஸ்டா..? நான் யாரையும் கரெக்ட் பண்ண நினைக்கலை.. வீணாவை எனக்கு மேரேஜ் பண்ணிக் கொடுக்கனும்னு அவங்க வீட்டில நினைச்சாங்க.. வீணா என்னிடம் அவங்க லவ் பெயிலியர்ங்கிறதைச் சொல்லச் சொல்லிட்டாங்க.."

"நீ உடனே தியாகி போல அவளுக்கு வாழ்க்கை கொடுக்கப் போறதா சொல்லிட்டே.. அதுதானே..?"

"கிவ் ரெஸ்பெக்ட் அண்ட் கெட் ரெஸ்பெக்ட் மிஸ்டர் ரவிவர்மன்.. ஐ ஆம் எ ஐ.ஏ.எஸ் ஆபிசர்.. யு நோ.. வீணாவால் உங்களை கம்ப்ளீட்டா மறக்க முடியுமான்னு கேட்கத்தான் லன்ச்சுக்குக் கூப்பிட்டேன்.. அவங்க வீட்டிலே பெர்மிசன் வாங்கிட்டு அவங்க வந்தாங்க.."

"என்ன சொன்னா..?"

அவளது பதிலை அறிய ஆர்வம் காட்டினான் ரவிவர்மன்.. அவனையே தீர்க்கமாகப் பார்த்த தீலிபன் உதட்டைச் சுழித்தபடி சொன்னான்..

"முடியலைன்னு சொல்லிட்டாங்க... கேட்க சந்தோசமா இருக்கில்ல..? அவங்க மனசைக் காயப்படுத்தி லவ்வை பிரேக் அப் பண்ணியிருக்கீங்க.. அப்படிப்பட்ட

உங்களை அவங்களால மறக்க முடியலை.. இப்படிப் பட்டவங்களை இழந்துட்ட நீங்க என்ன லக்கி மேனா..? நகருங்க.."

ரவிவர்மனை லட்சியம் செய்யாமல் கை கழுவி விட்டுப் போய் விட்டான் திலி-பன்.. அவனும் வீணாவும் ஒருவருடன் ஒருவர் பேசியபடி நடப்பதைப் பார்த்தபடி அசையாமல் நின்றிருந்த ரவிவர்மனுக்கு வீணாவின் கையைப் பிடித்து இழுத்து நிறுத்த வேண்டும் போல இருந்தது..

ரெஸ்டாரெண்டை விட்டு வெளியேறும் முன்னால் அவனைத் திரும்பிப் பார்த்த வீணாவின் பார்வையில் என்ன இருந்தது..?

31

பிரத்யேகமான உனது வார்த்தைகளை
சேகரித்து மனப்பெட்டகத்தில் பூட்டி வைக்கிறேன்..
என்றேனும் ஓர்நாள் அவை சிந்திச் சிதறலாம்
அவ்வாறு நேரும்போது அவற்றைச்
சேகரிக்க நான் இருக்க மாட்டேன்..

பாஸ்கரனுக்குத் திருமணம்.. கம்பெனியிலிருந்த அனைவருக்கும் விநியோகம் செய்யும் போது மறக்காமல்..

"இது லவ் மேரேஜாக்கும்.." என்ற பறைசாற்றிக் கொண்டான்..

"பரவாயில்லையே.. உங்க பிரண்டோட காத்து உங்க பக்கம் வீசலை போல இருக்கே.."

ரவிவர்மனைப் பார்த்தவாறே சொல்லி வைத்தாள் ரமிலா.. அவள் கன்னத்தில் நான்கு அப்பு அப்பினால் என்ன என்று கிளர்ந்த கோபத்தை அடக்கிக் கொண்டான் ரவிவர்மன்.. உன்னையா சொன்னேன்..? பொதுவாகச் சொன்னேன் என்பாள்.. தப்பிப்பவர்களுக்கு ஆயிரம் வழிகள்.

ரவிவர்மனுடன் செலவிட்ட நேரத்தைக் குறைத்துக் கொண்டான் பாஸ்கரன்.. கேட்டால் 'நான் பேமிலி மேனாகப் போகிறேண்டா..' என்றான்.. நான் மட்டும் யார் என்று கேட்கத் துடிக்கும் ரவிவர்மனின் நாக்கு.. அவனுக்கே அவன் யார் என்று பிடிபடாத போது பாஸ்கரனுக்கு மட்டும் பிடிபட்டு விடுமா என்ன..?

மூழ்கடிக்கும் வேலைகளையும் தாண்டிப் போக்கு வதற்கு நிறையப் பொழுது இருந்து தொலைத்தது.. வழக்கப்படி தன்னிச்சையாக சுற்ற முடியாமல் தவித்துப் போனான் ரவிவர்மன்.. தளைகளிட்ட காதலை வெட்டி விட்டேன், இனி நீ சுதந்திரப் பறவை என்று வீணா விலகிச் சென்ற பின்னாலும் எந்தத்தளை ரவிவர்மனைக் கட்டுப் படுத்தி காவலில் வைக்கிறது..? ஏன் அவனால் தன்னிச்சையாக ஊர் சுற்ற முடியவில்லை..?

வழக்கப்படி செல்லும் இடங்களுக்கு அவனால் செல்ல முடியவில்லை.. வீணாவோடு அவன் போன கோவில்களுக்கும் பூங்காக்களுக்கும் கால்கள் இழுத்துக்

கொண்டு போனதில் களைத்துப் போனான்.. கடற்கரைக்குப் போனாலாவது ஆறுதல் கிடைக்குமென்று போனால் அங்கே பாஸ்கரன் வருங்கால மனைவியாகப் போகும் காதலியுடன் ஒட்டி உரசிப் பேசிக் கொண்டிருந்தான்..

"பாஸ்.."

கை உயர்த்தி அழைத்தபடி அவன் நெருங்கினான்.. அழைப்புச் சப்தத்தில் திரும்பிப் பார்த்த பாஸ்கரன் பேயைக் கண்டதைப் போல முகம் வெளுத்தான்..

"என்னங்க ஆச்சு..?" தீபா விசாரித்தாள்..

"வாடி.. ஓடிப் போகலாம்.." அவள் கையைப் பிடித்து இழுத்தான் பாஸ்கரன்..

"என்ன தேவைக்கு..? இதுக்குத்தான் அதிகமாக சினிமாப் பார்க்காதீங்கன்னு அடிச்சுக்கிட்டேன்.. நம்ம காதலுக்குத்தான் எந்த எதிர்ப்புமில்லையே.. எங்க வீட்டில் சம்மதிச்சுட்டாங்களே.."

"சம்மதிக்காம என்ன செய்வாங்க..? எம்.ஈ முடிச்சு எம்.பி.ஏ படிச்சு மல்ட்டி இண்டர் நேசனல் கம்பெனியில பெர்சனல் மேனேஜரா உத்தியோகம் பார்த்து லகரக் கணக்கில் சம்பளம் வாங்கற இளிச்சவாயன் கிடைச்சா கோழிய அமுக்கறதைப் போல அமுக்கிற மாட்டாங்களா..?"

"அடேங்கப்பா..! பெருமையில வாய் கிழியுது.. வீணா விலகினதாலதானே பெர்சனல் மேனேஜரா பிரமோசன் கிடைச்சது.."

"உனக்கு எப்படிடீ தெரியும்..?"

"உங்க ஆபிசில வேலை பார்க்கிற ரமிலா சொன்னாங்க.."

"ஒரேயொரு தடவை அகஸ்மாத்தா தியேட்டரில பார்த்தப்ப இன்ட்ரொடுயூஸ் பண்ணி வைச்சேன்.. அந்த கேப்பில வத்திக் குச்சியைக் கொளுத்திப் போட்டுட்டாளா..? மகராசி..! நல்லாயிருப்பா.."

"வாழ்த்தாச் சொல்றீங்களா.. வசவா சொல்கிறீங்களா..?"

"அவளை வாழ்த்திட்டாலும்.."

"எங்க வீட்டிலதான் உங்களை கோழிய அமுக்கினதைப் போல அமுக்கிப் பிடிச்சாங்க.. உங்க வீட்டில ஏன் சம்மதிச்சாங்களாம்..?"

"அது வந்து.. ஹி.. ஹி.."

"உங்கப்பா நீட்டின ஒரு முழ நீள லிஸ்டில இருந்த சீர்வரிசை அத்தனையையும் செய்கிறேன்னு எங்கப்பா சொல்லிட்டாரு.. அதனால வெற்றிலை பாக்கை மாத்தி நிச்சயம் பண்ணினாங்க.."

"விடுடி.. அதுவா இப்ப முக்கியம்..?"

"வேற எது முக்கியம்..?"

"அவன்கிட்டயிருந்து தப்பிச்சு ஓடிப் போகனும்டி.. அதுதான் முக்கியம்.. வா.. வா.."

பாஸ்கரன் தீபாவின் கைபிடித்து ஓடிப் போவதற்குள் ரவிவர்மன் அவர்களை சமீபித்து விட்டான்.. தப்பித்துப் போக முடியாத தவிப்பு பாஸ்கரனின் முகத்தில் படர்ந்தது.

"என்னடா பாஸீ.. இவங்கதான் உன்னோட வுட்பியா..?"

"ஆமாண்டா ஆமாம்.."

வேறு வழியில்லாமல் தீபாவை அறிமுகப் படுத்தி வைத்த பாஸ்கரன் சும்மா கிடந்த செல்போனை காதுக்குக் கொடுத்து..

"இதோ.. வந்திட்டோம்மா.. வந்துக்கிட்டே இருக்கோம்.." என்று உரக்கக் கூவி-னான்..

"யாருடா போனிலே..?"

"அம்மாடா ரவி... தீபாவோட அம்மா சப்தம் போடறாங்களாம்.."

"எதுக்கு..? உன் கூடல்லாம் அவுட்டிங் வந்துட்டாங் களேன்னா..?"

ரவிவர்மன் சிரிக்காமல் விசாரித்ததில் சிரித்தாள் தீபா.. பாஸ்கரன் அவளை முறைத்தான்.

"நீ சொன்னாலும் சொல்லாட்டியும் அதுக்குத்தான் கோபப் படறாங்களாம்.. கல்யாணத்தைப் பக்கத்திலே வைச்சுக்கிட்டு அவுட்டிங் போகலாமான்னு கேட்கிறாங் களாம்.. பைடா ரவி.."

ஏறக்குறைய தீபாவை இழுத்துக் கொண்டு ஓடினான் பாஸ்கரன்.. பேய் துரத்-துவதைப் போல ஏன் இப்படி ஓடுகிறான் என்று தாடையைத் தடவியபடி யோசித்-தான் ரவிவர்மன்.. அதற்கான பதிலாக பாஸ்கரனுடன் தீபா நடத்திய சம்பாசனை தெளிவாக அவன் காதுகளில் விழுந்து தொலைத்தது..

"இப்படியா டீசன்ஸி இல்லாம ஓடி வருவீங்க..?"

"டீசன்ஸி பார்த்தா வாழ்க்கையைக் காப்பாத்திக்க முடியாது.."

"அம்மாதான் நாம அவுட்டிங் போகிறதுக்கு ஓகே சொல்லி டாட்டா சொன்-னாங்களே.. அப்புறமும் ஏன் பொய் சொன்னீங்க..?"

"இதுக்கும் அதே பதில்தான்.. பொய் சொல்லியாவது என் வாழ்க்கையைக் காப்பாத்தியாகனும்டி.."

"புரியும்படி சொல்லித் தொலைங்களேன்.."

"அவன் இருக்கானே.."

"எவன்..?"

"என் பிரண்டு.."

"அவருக்கென்னவாம்..?"

"செம வில்லன்டி அவன்.."

"சேச்சே..! அவர் எத்தனை ஹேண்ட்சம்மா ஹீரோ போல இருக்காரு.. அவராவது.. வில்லனாவது.. நோ சான்ஸ்.."

தீபா மறுத்த விதத்தில் அவள் கழுத்தில் நான்கு அறைகளை விட்டு கடலுக்-குள் தள்ளி விட்டாலென்ன என்ற ஆத்திரம் பொத்துக் கொண்டு வந்தது பாஸ்-கரனுக்கு.. காலம் காலமாக களவாணிப் பயல்களை மட்டும் பெண்கள் மாய்ந்து மாய்ந்து ரசிப்பதற்கான தாத்பர்யம் என்னவென்று மண்டை முடியைப் பிய்த்துக் கொண்டு யோசித்தான்.. ஒரு மண்ணும் புலப்படவில்லை..

"உன்னோட ஹீரோ நான்தான்டி.. அவனைப் பத்திப் பேசாதே நிறுத்து.. ஐ டோன்ட் லைக் இட்.."

"நீங்கதான் அவரைப் பத்திப் பேசினீங்க.. நானில்லை.."

"இவனையும் ஒருத்தி ஆத்மார்த்தமா காதலிச்சா.. ஐ.ஏ.எஸ் மாப்பிள்ளையைத் தூக்கியெறிஞ்சுட்டு இவனைக் கொண்டு போய் அவ குடும்பத்தார் முன்னாலே நிறுத்தினா.."

தீபா ஓட்டத்தை நிறுத்தி விட்டு நின்று விட்டாள்.. கதை கேட்கும் சுவராஸ்யம் அவள் விழிகளில் பிரகாசித்தது.

"அப்புறம்..?" என்றாள் ஆவலாக..

‘அப்பாமால் விட மாட்டேங்கிறாளே..’ துறுதுறுத்த கையை மடக்கிப் பிடித்துக் கட்டுப் படுத்திக் கொண்டான் பாஸீ..

‘கல்யாணத்துக்கு முன்னாலேயே கை நீட்டறவன்.. கல்யாணத்துக்குப் பின்-னாலே என்ன பாடுபடுத்து வானோன்னு இவ வீட்டில கல்யாணத்தை நிறுத்தி-னாலும் நிறுத்திருவாங்கடா பாஸீ..’ அவனது மனச்சாட்சி எச்சரித்து அவனைத் தடுத்தாட் கொண்டு காப்பாற்றியது..

பக்கத்தில் நின்றிருக்கும் ரவிவர்மன் எந்த நொடியும் அவர்களை நெருங்கி வந்து விடலாம் என்பதில் பதட்டம் கொண்டான் அவன்..

"கதை கேட்க இதுவாடி நேரம்..?"

"சொன்னாத்தான் வருவேன்.."

அவள் வேண்டுமென்றே அடம் பிடிக்கிறாளோ என்ற சந்தேகம் வந்தது பாஸ்-கரனுக்கு.. ரவிவர்மன் பக்கத்தில் வந்து விட்டால் பேச்சைத் தொடரலாம் என்று நினைக்கிறாளோ..

‘சேச்சே..’ தன்னைத்தானே திட்டிக் கொண்டான்..

‘இந்தப் பயலாலே என்ன பாடா இருக்கு..’

ரவிவர்மன் வருகிறானா என்று ஓரக் கண்ணால் பார்த்தபடி கதையைத் தொடர்ந்தான்.. சொல்லாவிட்டால் தான் தீபா வந்து தொலைக்க மாட்டாளே..

"காதலிச்சா கல்யாணம் பண்ணிக்கனும்னு கட்டாயமா என்னன்னு இவன் கேட்டு வைச்சுட்டான் தீபா."

"என்னது.."

ரவிவர்மனைத் திரும்பிப் பார்த்த தீபாவின் பார்வை ‘அடப்பாவி..!’ என்றது.. ரவிவர்மனின் மீதான தீபாவின் மதிப்பு சரிவதை உணர்ந்த பாஸ்கரனுக்கு கொண்டாட்டமாக இருந்தது..

"வீணா பாவம்.. அருமையான பொண்ணு.. உன்னைக் கட்டுப் படுத்தலை.. என்னைக் காதலிச் சுட்டேங்கிறதுக்காக கல்யாணம் பண்ணிக்கோன்னு கேட்கலைன்னு சொல்லி லவ்வை பிரேக்-அப் பண்ணிக்கிட்டு பிரிஞ்சு போயிட்டா.."

"ஐ.ஏ.எஸ் மாப்பிள்ளையை மேரேஜ் பண்ணிக் கிட்டாங்களா..?"

"அதையெல்லாம் இவன்தான் செய்வான்.. அவங்க செய்ய மாட்டாங்க.. கல்யாணத்தை மறந்துட்டாங்க.. வேலையில டிரான்ஸ்பர் வாங்கிக்கிட்டாங்க.. கொடைக் கானலுக்குப் போகப் போறாங்க.."

"பாவம்.."

ரவிவர்மனை வெறுப்புடன் பார்த்தாள் தீபா.. நீ பாவமில்லை என்று சொல்லிய அவளது பார்வையில் அவன் கோபமானான்.. இவளென்ன அவனை முறைப்பது..?

"அதுக்குத்தான் உன்னை இழுத்துக்கிட்டு ஓடறேன்.. புரியுதா..? இவன்கிட்ட மாட்டினா அது, இதுன்னு எதையாச்சும் சொல்லி உன்னையும் என்னையும் பிரிச்சு வைச்சுருவாண்டி.."

"ஆமாமாம்.. இந்த மாதிரி ஆளு சொல்கிறதைக் கேட்டுட்டுத்தான் நான் வேற வேலை பார்ப்பேன் பாருங்க.. காதலிப்பாராம்.. கல்யாணம் பண்ணிக்க யோசிப்பாராம்.. என்ன மாதிரியான கேட்டகிரிங்க உங்க பிரண்டு..?"

"ரைட்ல சிக்னல் போட்டு, லெப்டில கையைக் காட்டி நேராப் போய் ஆக்ஸிடெண்டை உண்டு பண்ணுற கேட்டகிரி.."

"இவர் உங்க பிரண்டு..? இருக்குங்க உங்களுக்கு.. இவரைப் போலதானே உங்க புத்தியும் இருக்கும்..?"

"ஐயோ தீபா..! அவசரப் பட்டுராதேடி.. இவன் வேற.. நான் வேற.."

தீபா தபக்தபக்கென்று மணலில் கால் புதைய கோபமாய் முன்னால் போக கெஞ்சிக் கொண்டே தொடர்ந்து போனான் பாஸ்கரன்.. அலைகள் போதும் கடலோரம் நெடுநேரம் நடந்து விட்டு அலையடிக்கும் மனதோடு வீடு திரும்பினான் ரவிவர்மன்.

32

ஆதி முதல் அந்தம் வரை
அனைத்திலும் நிறைந்து நின்றும்
என் மனதைக் கிள்ளிச் சென்றாய்..
இடிபாடுகளாய் சிதைந்து நின்றேன்..

"பாக்காத என்னைப் பாக்காத..
கொத்தும் பார்வையாலே
என்னைப் பார்க்காத.."

மேடையில் பாடிக் கொண்டிருந்தாள் வீணா.. ரிசப்சனுக்காக வந்திருந்த அலுவலகத் தோழமைகள் ஆரவாரத்தை நிறுத்தி விட்டு அவள் பாடலைக் கூர்ந்து கேட்டுக் கொண்டிருந்தார்கள்.. அவளது பார்வை மேடையின் ஓரமாக நின்றிருந்த ரவிவர்மனின் மீது நிலைத்திருந்தது..

பாஸ்கரனின் திருமண வரவேற்பில் கலந்து கொள்ள வந்திருந்தவளை மேடையேற்றிப் பாடச் சொல்லி விட்டார்கள்.. ரவிவர்மன் வருவான் என்று தெரிந்தே வந்தவள் அவனை நேரில் கண்டதும் பொடிப்பொடியாக உதிர்ந்து கொண்டிருந்தாள்..

முள்போன்ற தாடியும் அவளைத் தேடும் பார்வையுமாக நின்றிருந்தவனைக் கடந்து மேடையில் ஏறச் சிரமப்பட்டாள்.. மணமக்களை வாழ்த்திப் பரிசைக் கொடுத்தபோது தீபாவின் இரக்கம் நிரம்பிய பார்வை அவளைப் பாதித்தது.. சீக்கிரமாக அந்த இடத்தை விட்டு ஓடி விட வேண்டும் போல அவளது மனம் துடித்தது.

அலுவலக நண்பர்களும் தோழிகளும் காட்டிய அதிகப்படியான அன்பு அவள் மனதை வாள் கொண்டு அறுத்தது... அவளைப் புறக்கணித்து பரிதாபத்துக் குரியவளாக நிறுத்தி விட்டு அவளைத் தேடும் பார்வையுடன் அவள் போகுமிடமெல்லாம் பின் தொடர்ந்து வந்து கொண்டிருந்த ரவிவர்மனின் அருகாமையில் வீணாவின் உயிர் துடித்தது..

‘ஏன் இப்படிச் செய்கிறான்..? என்னைத் தொலைத்தது இவன்தானே.. நான் ஒன்றும் இவனைத் தொலைக்கவில்லையே..’

இமையோரம் அரும்பு கட்டியது கண்ணீர்.. ஆழமான மனக் குளத்தில் அமிழ்ந்து கிடக்கும் உணர்வுகளை அவன் அறிவானா..?

அந்தக் கூட்டத்தில் அவள் எங்கு சென்றாலும் அங்கு வந்து நின்று பார்க்கும் ரவிவர்மனின் பார்வை அவளைக் கொன்று தின்று கொண்டிருந்தது..

"பாக்காத என்னைப் பாக்காத..

கொத்தும் பார்வையாலே

என்னைப் பாக்காத..

போகாதே.. தள்ளிப் போகாதே..

என்னை விட்டு விட்டு

தள்ளித்தள்ளிப் போகாத.."

ஆழ்ந்த குரலில் அவள் பாடிய பாடலில் அமைதியின்றித் தவிக்கும் அவளது ஆழ்மனது வெளிப்பட்டது.. இனிமை நிறைந்த குரலில் இருந்த இறைஞ்சலில் ரவிவர்மன் காயப்பட்டான்..

"கொடுத்ததைக் திருப்பி நீ கேட்க..

காதல் கடனுமில்ல..

கூட்டத்தில் நின்று பார்த்துக் கொள்ள

நடப்பது கூத்துமில்ல.."

பொட்டில் அடிப்பதைப் போன்ற அறிவுறுத்தல்.. விட்டு விலகச் சொன்னாயே.. ஏன் என் கண் முன்னால் நின்று உயிரைக் குறைக்கிறாய் என்று கேட்கும் மனக்குமுறல்..!

"வேணாம் வேணாம்ன்னு நினைக்கலையே..

நானும் உன்னை வெறுக்கலையே..

காணோம் காணோம்ன்னு நீ தேட

காதல் ஒன்னும் தொலையலையே.."

மனதை வருடும் வார்த்தைகள்.. எல்லாவற்றுக்கும் வியாக்கினம் பேசும் ரவிவர்மனால் இந்த வார்த்தைகள் உண்டாக்கிய உணர்வுகளுக்கு காரணம் தேட முடியவில்லை.. அவனது இதயத்தை ஊடுறிவித் தைத்து நின்றன அவளது வார்த்தைகள்..

தொலையாத காதலைத் தொலைத்து விட்டு, இருள் நிறைந்த கானகத்தில் வழி தேடும் துரதிர்ஷ்டசாலி அவன்.. வழிகிடைக்குமா..? அவன் மனதின் வலி தீருமா..?

அந்த வலி அவனுக்கானது என்று அவன் மறுக.. அவளுக்கானது என்று அவள் மறுகிக் கொண்டிருந்தாள்..

"ஒன்றா இருந்த ஞாபகத்த..
நெஞ்சோடு சேர்த்து வைச்சேன்..
தனியா இருக்கும் வலியை மட்டும்
தனியா அனுபவிச்சேன்.."

ரவிவர்மனால் தாங்கிக் கொள்ள முடியவில்லை.. மேடையின் மீது பாய்ந்து அவளை நெஞ்சோடு சேர்த்து அணைத்துக் கொள்ள வேண்டும் போல இருந்தது..

அவன் என்ன கேட்டான்..? காதலித்தால் கல்யாணத்திற்கு கட்டாயப்படுத்த வேண்டுமா என்று தானே கேட்டான்..? நிர்பந்தம் போல திடிரென்று கல்யாணப் பேச்சை எடுத்தால் அவன்தான் என்ன செய்வான்..? யோசிக்க அவகாசம் வேண்டாமா..?

இப்போது யோசித்த போது எதற்காக அவகாசம் கேட்டான் என்று வேதனையாக இருந்தது.. ஏதோ ஒரு வகையில் வீணாவின் மீது ஈர்ப்பு ஏற்பட்டதால்தானே அவளது காதலை ஏற்றுக்கொண்டான்..? அந்த ஈர்ப்பு என்றும் மறையாத ஒன்றாயிற்றே.. அவ்வாறு இருக்கும் போது அவளுடனான கல்யாணத்தையும் ஏற்றுக் கொண்டிருக்கலாமே.. ஏன் தவிர்த்தான்..?

இப்போது அவன் கேட்ட விடுதலையை அவள் கொடுத்து விலகி நின்று விட்டாள்.. அந்த விடுதலையால் மனம் மகிழ அவனால் முடிகின்றதா..? இதோ.. சற்று நேரத்தில் வீணா அங்கிருந்து கிளம்பிப் போய் விடுவாள்.. கம்பெனிக்கு வர மாட்டாள்.. கொடைக்கானலுக்குப் பறந்து விடுவாள்..

'மறுபடி எப்போது இவளைப் பார்ப்பேன்..?'

அவளது பிரிவை விரும்பாத அவன் மனம் முரண்டியது.. அவள் கையைப் பிடித்து நிறுத்திப் போகாதே என்று சொல்லி விட மனம் துடித்தது..

"பறவையின் சிறகுகள் பிரிஞ்சாத்தான்..
வானத்தில் அது பறக்கும்..
காத்திருந்தால்தான் இருவருக்கும்..
காதல் அதிகரிக்கும்.."

வீணா போய் விட்டாள்.. அவளது பாடல் வரிகள் மட்டும் அவன் காதுகளில் ஒலித்துக் கொண்டிருக்க அவனைத் திரும்பிப் பார்க்காமல் காரில் ஏறிப் பறந்து விட்டாள்.

கூட்டம் நிறைந்த அந்த திருமண மண்டபம் வெறிச்சோடிக் கிடப்பதைப் போல ரவிவர்மனுக்குத் தோன்றி வைத்தது.. வீணா இல்லாத வெறுமை மனதைத் தாக்கியதில் அவனும் கிளம்பி விட்டான்.. வீட்டிற்கு சீக்கிரமாகவே வந்து விட்ட மகனைப் பார்த்ததும் ஆச்சரியப்பட்டுப் போன தேவிகா..

"நீதானாடா ரவி..?" என்று கேட்டு விட்டு கையைக் கிள்ளிப் பார்த்துக் கொண்டாள்..

"நல்லவேளை..! அம்மா மயக்கம் போடலை.." திருப்தி பட்டாள் ராதிகா..

பதிலேதும் பேசாமல் மொட்டை மாடிக்குப் போன ரவிவர்மன் அங்கே கிடந்த வயர் கட்டிலில் படுத்து அண்ணாந்து வானத்தைப் பார்த்தான்..

இரைதேடி முடித்த பறவைகள் கூடுகளுக்குத் திரும்பிக் கொண்டிருந்தன.. அதுபோன்ற வாழ்க்கையை அவன் ஏன் மறுத்தான்..? உலக நியதிகளை உடைத்-தெறியும் மூர்க்கத்தோடு திருமணத்தை புறக்கணித்து விட்டானே.. திருமணமின்றி வீணா அவனுடன் வாழ வருவாள் என்று நினைத்தானா..? இல்லை.. வீணாவு-டனான அவனது காதல் தற்காலிகமானது என்று நினைத்திருந்தானா..?

யோசித்துப் பார்த்த போது எதைப்பற்றியும் யோசிக்கவில்லை என்பது ரவிவர்-மனுக்குப் புலப்பட்டது.

காதலிக்கிறாயா.. உன்னை எனக்கும் பிடித்திருக் கிறது.. ஓகே.. காதலிப்போம்.. ஆனால்.. காதலிக் கிறோமென்ற உரிமையினால் என்னைக் கட்டுக்குள் நிறுத்த நினைக்காதே.. நான் கட்டுக்குள் அடங்காதவன்..

இதுதான் அவனது நிலைப்பபாடாக இருந்தது.. காதலுக்கே இப்படி எனும்போது கல்யாணம் என்று வந்து நின்றால் அவனுக்கு மூச்சு முட்டிப் போகாதா..?

அதனால்தான் அவன் அலறி விட்டான்.. வீணாவை இழந்து விட்டான்.. இப்-போது தொலைந்து போன காதலை மீட்கும் வகை தெரியாமல் துழாவிக் கொண்-டிருக்கிறான்..

மாடிப்படிகளில் மெலிதான கொழுசொலி கேட்டது.

'ராதிகாவா..?'

அவன் முகத்துக்கு நேரே கவிழ்ந்த ராதிகாவின் முகம் நான்தான் என்றது.. அவள் கையில் காபிகப் இருந்தது..

"நான் காபி கேட்கலையே.."

எழுந்து உட்கார்ந்தான்.. அவன் பக்கத்தில் உட்கார்ந்த ராதிகா..

"இல்லைதான்.. பாஸ் அண்ணா மேரேஜ் ரிசப்னில நீ காபி, டிபனை மொக்-கியிருப்பதான்... ஆனா இது தேவிகாவுக்குத் தெரியனுமே... என் மகன் முகம் வாடிக்கிடக்கு.. தலை வலியோ என்னவோ.. சூடா காபி கொண்டு போய்க் கொடுன்னு துரத்தி விட்டுட்டாங்களே.." என்றாள்..

சூடான காபி ரவிவர்மனின் மன உளைச்சலுக்கு இதமாகத்தான் இருந்தது.. இந்தப் பெண்கள் அறிவாளிகள் என்று நினைத்துக் கொண்டான் ரவிவர்மன்.. சூட்சுமம் நிறைந்தவர்கள்.. அவர்கள் இல்லாத வாழ்வை ஆண்கள் வாழ்வது என்-பது சாத்தியமில்லாத ஒன்றுதான்.

"உன்னைப் பார்த்தா யாரையோ பார்க்கிறதைப் போல இருக்கு.." என்றாள் ராதிகா..

"ஏன் அப்படிச் சொல்கிற..?"

"நீ நீயாய் இல்லை.. உலகம் பிறந்ததும் எனக்காக.. ஓடும் நதிகளும் எனக்காகன்னு இஷ்டம் போல வாழ்ந்துக்கிட்டு இருந்தவன் இப்படி மொட்டைமாடியில வயர் கட்டிலில ஒற்றை ஆளாப் படுத்துக்கிட்டு வானிலை ஆராய்ச்சி பண்ணிக்கிட்டு இருக்கறியே.. என்ன ஆச்சு..? காதலில் விழுந்துட்டயா..?"

ராதிகாவின் ஆழ்ந்த கேள்வியில் உலுக்கி விடப் பட்டதைப் போல விழித்து வைத்தான் ரவிவர்மன்..

"பயமுறுத்தாதே.." என்றாள் ராதிகா..

"சும்மா கேட்டேன்.. உனக்காவது.. காதல் வருகிறதாவது.."

ராதிகா போய் விட்டாள்.. மெல்ல இருள் சூழ்ந்தது.. வெகுநேரம் இருளை வெறித்தபடி தனிமையில் படுத்திருந்த ரவிவர்மனின் மனதை ராதிகாவின் பேச்சு குடைந்தது.

ஏன்..? அவனுக்குக் காதல் வராதா..?

33

பொத்தி வைக்கப்பட்ட பூவின் வாசனை
எத்தனை காலம் நிலைத்திருக்கும்..?
வசியம் செய்யாத வசியக்காரனை
வரித்துவிட்ட மனம் பிழைத்தா இருக்கும்..?

முடிவேயில்லாமல் நீண்ட வான்வெளியை வெறித்த வண்ணம் ஏரிக் கரையில் நடந்து கொண்டிருந்தாள் வீணா.. கொடைக்கானலின் குளிர் அவள் அணிந்திருந்த ஸ்வெட்டரையும் ஊடுறுவித் தாண்டி உள்ளிறங்கி அவளைத் தாக்கியது.

ஏரியில் வாத்துக்கள் நீந்துவதைப் போல படகுகள் மிதந்து கொண்டிருந்தன.. தங்களுக்குள் பேசிச் சிரித்தபடி படகுகளில் வலம் வந்தவர்களைப் பார்க்கும் போது ஏக்கமாக இருந்தது.. பிசிறில்லாத வார்த்தைகளைப் பேசிச் சிரிக்க பிரச்னைகள் இல்லாத வாழ்வும் பாரம் சுமக்காத மனமும் இருக்க வேண்டும்..

விக்ரமை நினைத்துக் கொண்டாள்.. பாசமான அண்ணன்.. கொடைக்கானலுக்கு அவள் கிளம்பிய போது குவார்ட்டர்ஸ் வேண்டாமென்று சொல்லி அவனது நண்பனின் உறவினர் வீட்டில் பேயிங் கெஸ்டாக இருக்க வைத்தவன்..

"வினோத்தோட அத்தையும் மாமாவும் குழந்தை யில்லாதவங்க.. தனியா இருக்கிறாங்க.. அவர் ரிட்டயர்டு கர்னல்.. கைநிறையப் பென்சன்.. சொந்த வீடு.. வசதியா வாழ்கிறவங்க.. நீ அவங்க கூட தங்கியிருந்தா கலகலப்பா இருக்கும்ன்னு ஃபீல் பண்றாங்க.. அவங்களுக்கும் உதவி.. எங்களுக்கும் நீ தனியா இருக்காம பாதுகாப்பா இருக்கிறேங்கிற நிம்மதி.."

இலகுவாக பேசி அவளை சம்மதிக்க வைத்தான்.. குவார்டர்ஸை மறுப்பதால் கிடைக்கும் வீட்டு வாடகை அலவன்ஸை வினோத்தின் மாமாவிடம் கொடுத்து விடலாம் என்று வழி காட்டினான்.. வீணா சம்மதித்தாள்..

"கொடைக்கானல் போய் ரொம்ப நாளாச்சுல்ல.."

சுகந்தி சொல்லியதை சக்திவேல் ஆமோதிக்க.. அவளது குடும்பமே அவளுடன் கொடைக்கானலுக்கு

வந்து ஒருவாரம் தங்கியிருந்து வீணாவை கர்னல் சத்தியமூர்த்தியின் வீட்டில் விட்டு விட்டுச் சென்றது.

கவனிக்காததைப் போல பாசாங்கு காட்டியபடி சிறகுகளுக்கு அடியில் பொத்திப் பாதுகாக்கும் குடும்பத்தின் மேன்மையை ரவிவர்மன் ஏன் அறியாமல் போனான்..?

"அவன் குடும்பத்தில் ஒட்டினாத்தானே அறிந்து தொலைப்பான்..?"

பாஸ்கரன் ஆதங்கப் பட்டது நினைவுக்கு வந்தது.

"படிச்சதெல்லாம் ஆஸ்டலில.. லீவுக்கு வீட்டுக்கு வருவான்.. அப்பவும் அந்தக் கிளாஸ், இந்தக் கிளாஸ்ன்னு போயிருவான்.. மகன் போர்டிங் ஸ்கூலில படிக்கிறாங்கிற பெருமை.. எக்ஸ்ட்ராகரிகுலர்ல ஆர்வம் காட்டறாங்கிற சந்தோசம்.. அவன் கொஞ்சகொஞ்சமா குடும்பத்தை விட்டுப் பிரிஞ்சுக்கிட்டு இருக்காங்கிறதை அவன் குடும்பம் உணராமப் போயிருச்சு.. படிச்சுக்கிட்டு இருந்தப்பவே கேம்பஸ் இண்டர்வியூவில செலக்ட் ஆகிட்டான்.. அடுத்த வருசமே லண்டனுக்குப் பறந்துட்டான்.. அப்புறம் விழுப்புரம்தான்.. என்னத்தச் சொல்ல..?"

எதைச் சொல்வது..? ஒருநல்ல குடிமகனை உருவாக்கி விட்டார்கள்.. அவனைக் குடும்பத் தலைவனாக உருவாக்கவில்லையே..

"அவனோட தங்கை ராதிகாவை மட்டும் பக்கத்திலேயே வைத்துப் படிக்க வைத்தாங்க.. பெண் பிள்ளையாம்.. கைக்குள்ளேயே வைத்து வளர்க்கனுமாம்.. ஆண்பிள்ளையை மட்டும் தண்ணீர் தெளிச்சு விட்டுட்டாங்க.. அவன் வியாக்கினம் பேசிக்கிட்டு நிற்கிறான்.."

பெருமூச்சு விட்டாள் வீணா.. யாரைச் சொல்லி என்ன ஆகப் போகிறது.. விழுவது அவள் தலையில் என்றாகி விட்டது.. பாஸ்கரன் பாவம்.. அருமையான நண்பன்.. வீணாவின் வேதனையில் ரவிவர்மனை விட்டு விலக ஆரம்பித்து விட்டான்..

"அண்ணா.. அங்கே பாரேன்.."

படகில் போன குழந்தை கூச்சலிட்டது.. அவள் பக்கத்திலிருந்த சிறுவன் அவள் கைகளை இறுக்கிப் பிடித்தபடி பார்த்தான்..

விக்ரமும் இதுபோலதான்.. சின்ன வயதிலேயே தங்கை, தங்கையென்று உயிராய் இருப்பான்.. அப்படிப் பட்ட அண்ணனின் மண வாழ்விற்குதான் தடை கல்லாக நிற்கிறாள் வீணா..

"திலிபனின் சித்தப்பா மகளை வேண்டாம்ன்னு சொல்லிட்டியாண்ணா..?"

"ம்ம்ம்.."

"ஏன்..? அவங்களுக்கென்ன குறை..? அழகா இருக்காங்க.. கஸ்டம்ஸ் ஆபிசர்.."

"இதெல்லாம் இல்லைன்னு நான் சொல்லலையே.. வீணா.. எனக்கு இப்பக் கல்யாணம் பண்ணிக்கிற உத்சேமில்லை.. எனக்காக அவங்க ஏன் காத்திருக்-

கனும்..?"

"இப்பக் கல்யாணம் பண்ணாம எப்பப் பண்ணிக்கப் போற..?"

"நீ எப்பப் பண்ணிக்கிறயோ.. அப்பப் பண்ணிக்கறேன்.."

"அண்ணா.."

விபரம் இதுவென்று தெரியாமல் பேசிக் கொண்டிருந்த வீணா திடுக்கிட்டாள்.. அவளால் அவளுடைய அண்ணன் திருமணத்தை மறுக்கிறானா..?

"என் கல்யாணத்துக்கும் உனக்கும் என்ன சம்பந்தம்..? நான்தான் காதலில் விழுந்து தொலைத்து விட்டேன்.. நீ அப்படியில்லையே.."

"நீ என் தங்கை வீணா.. உன் முகத்தில் சிரிப்பிருக்கனும்.. சந்தோசமா என் கல்யாணத்தில

நீ முன்னால் நின்னு எல்லோரையும் வரவேற்கனும்.. கலகலன்னு துள்ளிக்கிட்டு கல்யாண மண்டபத்தை வளைய வரனும்... எனக்கு பெண்டாட்டியா வரப் போகிறவளை கேலி பண்ணிக்கிட்டே நாத்தனார் முடிச்சைப் போட்டு விடனும்.."

"இதெல்லாம் நான் செய்ய மாட்டேன்னா நினைக்கிற..?"

"செய்வ வீணா.. எங்களுக்காக செய்வ.. இயற்கையா உன்னிடம் சிரிப்பும் சந்தோசமும் இருக்காது.. சிரிப்பைத் தொலைச்சுட்டு நீ நிற்க நான் மட்டும் சிரிக்கனுமா..?"

"ப்ளீஸ் அண்ணா.. என்னைக் கஷ்டப்படுத்தாதே.. என் வாழ்க்கையில் கல்யாணம்ங்கிறது வருமா, வராதான்னே எனக்குத் தெரியலை.. கடைசிவரைக்கும் தனிச்சு நிற்கிற நிலைமை வந்தாலும் வரலாம்.. உன்னால் ரவிவர்மனை மறக்க முடியுமான்னு திலிபன் கேட்ட கேள்விக்கு முடியும்ன்னு என்னால் பதில் சொல்ல முடியலை.. காதல் எனக்குத் தளை போடுது.. குட்பை சொன்னா நல்லாயிருக்கும்ன்னு சொன்ன ரவிவர்மனின் வார்த்தைகளை மன்னிக்கவும் முடியலை.. நீ கேட்ட குட்பையை சொல்லிட்டேன்னு பிரிஞ்சு வந்திட்டேன்.. மனசு முழுக்க ரணமா இருக்குது.. நீ அந்த ரணத்தை அதிகப் படுத்தாதே அண்ணா.. என்னாலே நீ கல்யாணத்தைத் தள்ளிப்போட்டு தனியா நின்னா தினம்தினம் அது என்னை ரணமாக்கும் அண்ணா.."

"இப்படிப்பட்ட மன வலியோடு நீ தனியாய் நிற்க நான் மட்டும் வாழ்ந்தால் அது எல்லாத்தையும் விட கொடுமையா இருக்கும் வீணா.. என்னை ரணப்படுத்தும்.. நீ என்னோட ரத்தம் வீணா.. நீ துடிதுடிக்க நான் சிரிக்க முடியாது.. சந்தோசம் வந்தா அது நம்ம ரெண்டு பேருக்கும் சேர்ந்தே வரட்டும்.. இல்லேன்னா தனியா வாழ்ந்துட்டுப் போவோம்.. நமக்கென்ன வீணா.. அம்மாவும், டாடியும் இருக்காங்க.. நீ எதுக்காகவும் மனதைப் போட்டு உழட்டிக்காதே.. இப்போதைக்கு எல்லாத்தையும் தள்ளிப் போட்டுட்டு அவரவரின் வேலையைப் பார்ப்போம்.. ஆம் ஐ கரெக்ட்..?"

எதுவுமே நடக்காததைப் போல விடை பெற்றுச் சென்ற அண்ணனின் மீது பாசம் பொங்கியது வீணாவுக்கு.

இதுபோன்ற புரிதலும், அன்பும் ரவிவர்மனிடம் ஏன் இல்லாமல் போனது..?

அவனிடம் கேட்டால் அவையிரண்டும் எந்தக் கடையில் விற்பனையாகிறது என்று கேட்டு வைப்பான்..

மெலிதான பெருமூச்சோடு கர்னலின் வீட்டை நோக்கி நடந்தாள்.. பசுமையான மலைப் பிரதேசத்தின் அழகு அவள் மனதைக் கவரவில்லை.. சாலையோரமாக ஓடிய குதிரைகளின் மீதிருந்த சுற்றுலாப் பயணிகளின் உற்சாகக் கூக்குரல் அவளது செவிகளில் நுழையவில்லை.. இயந்திரம் போல வீடு வந்தவளை எதிர் கொண்டு வரவேற்ற உமா மகேஸ்வரி..

"வாக்கிங் போனா சீக்கிரமே வீட்டுக்குத் திரும்பனும்ங்கிற நினைப்பு வேணாமா...? இன்னும் காணோமேன்னு பதட்டமாக இருக்கில்ல.." என்று கடிந்து கொண்டாள்..

"ஆமாமாம்.. உன்னைக் காணோம்ன்னு இவ வாசலுக்கும் கிச்சனுக்குமா அலைந்த அலைச்சலில அரைச்சுற்று இளைச்சுட்டான்னா பார்த்துக்கயேன்.." மீசையை முறுக்கியபடி கிண்டலடித்தார் சத்திய மூர்த்தி..

"இவருக்கு எல்லாமே கேலிதான்.. நீ வாம்மா.."

தாய்மையுடன் வீணாவை அணைத்துக் கொண்ட உமாவிடம் ஒட்டுதலாகப் பதில் சொல்லியபடி உள்ளே போனாள் வீணா.. அவள் வந்த பின்னால் அந்த வீடே நிறைந்திருப்பதைப் போலத் தோன்றுகிறது என்று உமா மகேஸ்வரி சொல்வதில் உண்மை இருக்கிறது என்று நினைத்துக் கொண்டார் சத்தியமூர்த்தி.. குழந்தையில்லாத அந்த வயோதிகத் தம்பதிகளின் தனிமையை வீணா துரத்தி விட்டு விட்டாள்.. என்பதை அவள் அறிவாளா என்ற கேள்வி அவர் மனதில் எழுந்தது.. அத்தனை காலமாக அடைகாத்த தாய்ப்பாசத்தை முழுவதுமாக வீணாவின் மீது கொட்டித் தீர்த்துக் கொண்டிருந்தாள் உமாமகேஸ்வரி.. தடையேதும் சொல்லாமல் தள்ளி நிற்பதைப் போல தானும் அந்தப் பாசப் பிணைப்பில் இணைந்து கொண்டார் சத்தியமூர்த்தி..

திரிவேணி சங்கமம் கடலில் மட்டுமல்ல.. மனிதர்களின் வாழ்விலும் அவ்வபோது ஏற்படக்கூடும்..

மெல்ல.. வீணாவின் மனக்காயங்கள் ஆறத்துவங்கின.. ரவிவர்மனை மறக்காவிடினும் அவனது நினைவுகள் அவளது மன ரணத்தைக் கிளறுவதில்லை.. அவனுடன் கழித்த சந்தோசமான தினங்கள்கூட நினைவுக்கு வந்தன.. எப்போதாவது அவன் காதலுக்கு குட்பை சொல்ல முடிந்தால் நன்றாக இருக்கும் என்று சொன்னது நினைவுக்கு வரும்.. அப்போது மட்டும் அந்த வார்த்தைகளின் வீரியம் தாங்காமல் துடிதுடித்து தூக்கத்தைத் தொலைப்பாள்..

34

தீயினால் சுட்ட புண் ஆறிவிடும்
நாவினால் சுட்ட புண் ஆறவே ஆறாது..
அன்றைக்கே சொல்லிவைத்தார் பொய்யாமொழிப் புலவர்
அவர் சொன்ன எதைக் கேட்டோம்..?
இதைக் கேட்பதற்கு..

"மேம்.. இன்னைக்கு இன்ஸ்பெக்சன் இருக்கு.."

வீணா சீட்டில் உட்கார்ந்த மறுநொடியில் உள்ளே வந்த மித்ரா நினைவு படுத்தினாள்..

அவளும்தான் என்ன செய்வாள்..? பிஏவுக்குரிய கடமையை அவள் செய்தாக வேண்டுமே.. சென்னையி லிருந்து இன்ஸ்பெக்சன் குழு வந்து, கொடைக்கானலின் நட்சத்திர ஹோட்டலில் தங்கியுள்ளது.. எந்த நொடியிலும் அவர்கள் அலுவலகத்திற்குள் பிரவேசிக்கலாம் எனும் சூழ்நிலையில் அதைப் பற்றி மித்ரா நினைவு படுத்தியாக வேண்டுமே..

"இருக்கட்டுமே.. நாம கரெக்டா இருக்கிறப்ப இன்ஸ்பெக்சனை நினைத்து ஏன் பயப்படனும்..?"

"பயமில்லை மேம்.. அலர்ட்டா இருக்கிறேன்.."

"தட்ஸ் குட்.. எல்லா சீட்களிலும் இன்பர்ம் பண்ணிருங்க.. எந்த டிடெயில்லைசக் கேட்டாலும் விரல் நுனியில் வைத்துப் பதில் தரனும்.. ஓகே..?"

"ஓகே மேம்.. சொல்லிடறேன்.."

வீணா லேப்டாப்பை ஓப்பன் பண்ணி அன்றைய மெயில்களை ஆராய்ந்தாள்.. முக்கியமானவைகளுக்கு பதிலை டிக்டேட் பண்ண மித்ராவை அழைக்க நிமிர்ந்த போது புயல் வேகத்தில் உள்ளே வந்தான் அவன்..

"ஹாய்.. நாங்க சென்னையிலே இருந்து வந்திருக்கோம்.. ஹெச்.ஓ இன்ஸ்பெக்சன் அத்தாரிட்டி.. நாங்க கேக்கிற டிடெயில்லைசக் கொடுத்துக் கோ-ஆப்பரேட் பண்ணனும்.."

கை நீட்டினான்... பதிலுக்கு கை நீட்ட முடியாமல் விதிர்த்து நின்றாள் வீணா..

அவள் முன்னே நின்றவன்.. ரவிவர்மன்..!

'இவனா..?'

இயல்பாக கை குலுக்க முடியாமல் உடலெங்கும் தீப்பரவியதைப் போல ஆனது அவளுக்கு..

"ஹௌ ஆர் யு வீணா..?"

நலம் விசாரித்தபடி ரவிவர்மனைத் தொடர்ந்து வந்த பாஸ்கரனைக் கண்டதும் அவளது சுவாசம் சீரானது..

"ஃபைன் பாஸ்கரன் சார்.. ஹௌ ஆர் யு அண்ட் யுவர் வொய்ப்..?" இயல்பாக பேச முடிந்தது.

"அவளுக்கென்ன..? நல்லா இருக்கா.. என்ன ஒன்னு.. முன்னைப் போல ஊரைச் சுத்த முடியலை.. வேலை முடிஞ்சா வீட்டுக்கு ஓட வேண்டியிருக்கு.."

அலுத்துக் கொள்வதைப் போலச் சொன்னவனின் முகத்தில் சந்தோசம் அப்பியிருந்தது.. சுகமான அலுப்பு இது என்று நினைத்துக் கொண்டாள் வீணா.. தளைகளில் மாட்ட வைக்கப் படுவதிலும் ஓர்விதமான சுகம் இருக்கத்தான் செய்கிறது... ரசித்து அனுபவிப்பவர்களுக்குத்தான் அது புரியும்.. நிச்சயமாக ரவிவர்மனைப் போன்ற பிரகிருதிகளுக்குப் புரியவே புரியாது..

"இவ்வளவு கஷ்டமா இருந்தா மேரேஜை அவாய்ட் பண்ணிட்டு சந்தோசமா லைஃபை என்ஜாய் பண்ணியிருக் கலாமே.."

ரவிவர்மனை ஜாடையாகப் பார்த்தபடி குத்தலாகச் சொன்னாள்.. அவனோ யாரோ ஒருவனை அவள் சொல்லிக் காட்டுவதைப் போல முகத்தை வைத்துக் கொண்டு அவளையே பார்த்தபடி நின்றிருந்தான்..

'இப்படிப் பார்த்துப் பார்த்துத்தான் என் மனசை முறிச்சான்..' முகம் கடுத்தாள் வீணா..

"வெல்கம் டு தி கொடைக்கானல் பிரான்ச் ஆபிஸ் பாஸ்கரன் சார்.. உங்களுக்காக ஸ்டார் ஹோட்டலில் ரூம் புக் பண்ணியிருந்தோம்.. வசதியா இருந்ததா..?"

ரவிவர்மனைத் தவிர்த்து விட்டு பாஸ்கரனிடம் பேசத் துவங்கினாள்.. நீட்டிய கையைப் பற்றி அவள் குலுக்காததில் தோள்களைக் குலுக்கிக் கொண்டவன் அதனால் பாதிக்கப் படாதவனைப் போல அங்கிருந்த சேரை இழுத்துப் போட்டு உட்கார்ந்து கால்மீது கால் போட்டு தோரணையாக சாய்ந்து அவளைப் பார்த்தான்..

கொடைக்கானலுக்கு வந்திருப்பதே அவளைப் பார்வையிடத்தான் என்பதைப் போல அவன் காட்டிய அலம்பலில் பல்லைக் கடித்தாள் வீணா.. மனசெல்லாம் அவனுடன் கழிந்த அந்த நாள்களுக்குப் போய்த் தொலைத்ததில் அவள் மனது பூகம்பமானது.

அதைப்பற்றிய சிந்தனையே அவனுக்கில்லை போல.. குசும்பு நிறைந்த பார்வையுடன் அவள் மனதை கொள்ளையடிக்க முயன்று கொண்டிருந்தான்.. அவனுடைய அனைத்து தகிடுதத்தங்களையும் அறிந்து வைத்திருப்பவள் அவள்.. அந்தக் கள்வனின் கண்வீச்சிற்கு கொள்ளை போகத்தான் அவள் காத்திருக்கிறாளா..?

'பட்டதெல்லாம் போதும்..'

கலங்கிய விழிகளை மறைத்தபடி மித்ராவை அழைத்தாள்.. வந்திருக்கும் விருந்தினர்க்கு சூடான டீ கொண்டு வரச் சொன்னாள்.. சென்னை ஆபிசைப்பற்றிப் பாஸ்கரனிடம் விசாரித்தாள்.. சுடச்சுட டீ வந்து விட்டது.

"கொடைக்கானல் குளிரில கொதிக்கிற வெர்நீர் கூட சில்லுன்னு ஆகிருது.." என்றபடி 'டீ'யை ரசித்துக் குடித்தான் பாஸ்கரன்..

ரவிவர்மனுக்கு சொல்லால் சொல்வதற்கு எதுவும் இல்லை போல.. அவன் இமைக்காமல் வீணாவின் விழிகளுக்குள் தீர்க்கமாக பார்த்தபடி டீயை உறிஞ்சிக் குடித்தபடி அவள் மனதிலிருந்த கடந்த காலக் காதலின் நினைவுச் சுவடுகளைத் தட்டியெழுப்பும் முயற்ச்சியில் இருந்தான்.. பகைமையுடன் முறைத்த வீணாவின் பார்வையை அவன் லட்சியமே செய்யவில்லை.. வெண்ணிலா முற்றத்திலே இசைத்த வேங்குழல் நாதத்தின் நினைவலைகளுக்கு அவளை இழுத்துச் செல்ல முயன்றது அவன் பார்வை..

சிந்தாநதிச் சுழலைவிட கடுமையான சுழலைக் கொண்ட காதலின் சுழலுக்குள் சிக்கிக் கொள்ள அவள் விரும்பவில்லை..

அவள் காயப்பட்டவள்.. வாழ்வை முன்னிருத்திய வளிடம் யுத்தத்தை முன்னிருத்தி அவள் மனதை இரு கூறாக வெட்டி வீசியெறிந்தவன் அவன்..

"எப்படியிருக்க வீணா..?"

தூக்கிவாரிப் போட்டது வீணாவுக்கு.. வந்திருப்பது ரவிவர்மன் என்று தெரிந்தவுடன் அவனுடன் எப்படிப் பேச வேண்டும் என்று மனதுக்குள் பயிற்சி எடுத்துக் கொண்டிருந்தாள் அவள்.. அவனுடன் பேசுவதைத் தவிர்க்க முடியாது.. ஒட்டுதலுடன் பேசவும் முடியாது.

முகம் தெரியாத அன்னியன் ஒருவன் இன்ஸ் பெக்சனுக்காக வந்திருந்தால் எப்படிப் பேசுவாளோ அப்படிப் பேச வேண்டும் என்று அவள் ஒத்திகை பார்த்துக் கொண்டிருந்த போது ஆயிரமாயிரம் காலமாக சேர்ந்து வாழ்ந்த காதலுடன் ஆழ்ந்த குரலில் அவன் கேட்ட விதத்தில் கொதித்துப் போனாள்..

"இன்னும் சாகலை.."

நறுக்குத் தெளித்ததைப் போன்ற பதில்.. முகம் கருத்துப் போனான் ரவிவர்மன்.. அதுவும் போதாதென்று பாஸ்கரனிடம் திரும்பியவள்..

"கொடைக்கானல் பிரான்ச் இன்ஸ்பெக்சனுக்கு ரெடியா இருக்கு சார்.. நீங்க வேலையை ஆரம்பிச் சுட்டிங்கன்னா பெட்டரா இருக்கும்.. ஸ்டாபெல்லாம்

நீங்க எந்த டிடெயிலைக் கேட்டாலும் தருகிறதுக்கான அலர்ட்னெஸ்ஸோட இருக்காங்க... வேலையை ஆரம்பிச்சுட்டிங்கன்னா அவங்க பெட்டரா ஃபீல் பண்ணுவாங்க.." என்றாள்..

வீணாவின் நிமிர்வைப் பற்றி அறிந்தவன்தான் ரவிவர்மன்.. முதல் சந்திப்பிலேயே அவனை உண்டு இல்லையென்று ஒரு கை பார்த்தவள்தானே..

பழைய நினைவில் இதழோரம் குறுஞ்சிரிப்புடன் எழுந்தான் ரவிவர்மன்.. பேண்ட் பாக்கெட்டுகளில் கைகளை நுழைய விட்டு படு ஸ்டைலாக நின்றவனின் தோற்றம் வீணாவை ஈர்த்தது..

'இப்படி மயக்கி மயக்கித்தான் சாகடிச்சான்..'

அதீத காதல் உண்டாக்கும் வேதனையை விட கொடூரமானது எதுவும் இல்லை.. அந்தத் துயரில் உழன்ற வீணாவுக்கு அவனை அடித்துக் கொன்று புதைக்கும் வெறி கிளர்ந்தது.. அதை உணர்ந்தவனைப் போல அவனும் ஊடுறிவி இறங்கிய அவள் பார்வையை சந்திக்க முடியாமல் முகம் திருப்பிக் கொண்டான்..

"பெண் மயக்கத்தை துரத்துகிற வித்தை தெரிஞ்சவன் படு லக்கி மேன்.." துளைக்கும் பார்வையோடு பாஸ்கரனிடம் சொன்னான் ரவிவர்மன்..

பிசிறில்லாமல் எப்படி இவனால் தெளிவாக பேச முடிகிறது என்று ஆச்சரியம் கொண்டான் பாஸ்கரன்..

ரவிவர்மனே உலகம் என்று சுற்றிச்சுற்றி வந்தவள் எட்டிக்காயைப் பார்ப்பதைப் போல விரோதமாக பார்த்தபடி விலகி நிற்கிறாள்.. அதனால் சிறிதளவும் பாதிக்கப்படாமல் பெண் மயக்கத்தைப் பற்றிப் பேச இவனால்தான் முடியும் என்று பொறாமையும் கொண்டான்..

"அடேங்கப்பா.. நீ பெண் மயக்கத்தை துரத்தாதவன்தான் போடா டேய்.. வந்த வேலையைப் பார்க்கலாம்.. வாடா.."

எரிச்சலுடன் அழைத்த நண்பனிடம் மறுப்பாக தலையசைத்த ரவிவர்மன்..

"இல்லை பாஸீ..! நான் பெண் மயக்கத்தை ஜெயித்தவனில்லை தீராக்கிறக்கம் என் கிறக்கம்.." என்று ஆழ்ந்த குரலில் சொன்னான்..

வார்த்தைகளுக்கு வலிக்கும் என்பதைப் போல மென்மையான உச்சரிப்புடன் பேசுபவன் ரவிவர்மனா என்று மயக்கம் போட்டு விழத் தெரிந்த பாஸ்கரன் சுவரைப் பிடித்து சமாளித்து நின்று..

"இப்ப நீ பேசறதிலதான் எனக்கு மயக்கம் மயக்கமா வருதுடா ரவி.. எதுக்கும் என் கையைக் கொஞ்சம் கிள்ளித் தொலைடா.. இது கனவா.. நனவான்னே தெரியலை.." என்று புலம்பித்தள்ளினான்..

சட்டென்று அறையை விட்டு வெளியேறிய வீணாவின் முகத்தில் என்ன இருந்தது..? ஆசையா..? இல்லை கோபமா..?

35

தொடுவானில் தொலைந்து போன
நினைவுகளின் சுவடைத் தேடும் பயணம்
முதலுமில்லாதது.. முடிவுமில்லாதது..
தொலையாமல் தொலைய வைப்பது..

"வண்ணம் கொண்ட வெந்நிலவே..!
வானம் விட்டு வாராயோ.."

உருகிப் பாடுவது ரவிவர்மன்தானா என்று இமை கொட்டிக் கொட்டி விழித்-தான் பாஸ்கரன்.. இமைகள் வலித்ததுதான் மிச்சம்.. ஆச்சரியங்களின் மொத்த உருவமான ரவிவர்மன் பாஸ்கரனின் பக்கம் கூடத் திரும்பாமல் பாடிக் கொண்டி-ருந்தான்..

கொடைக்கானலின் ஊசியிலை மரங்களைக் கொண்ட வனப்பகுதி.. சரிவுகள் நிரம்பிய மலைப்பிரதேசம்.. வெற்றிகரமாக இன்ஸ்பெக்சன் முடிந்ததைக் கொண்-டாட அலுவலகத்தில் இருந்த அனைவரும் கொடைக்கானலைச் சுற்றக் கிளம்பி-யிருந்தார்கள்..

பேச்சும், சிரிப்பும் அரட்டையுமாக வந்தவர்கள் கால் வலித்ததும் அங்கே கிடந்த பாறைகளில் வாகாக உட்கார்ந்து கொண்டு பாட்டு மன்றம் ஆரம்பித்து விட்டார்கள்.

ரவிவர்மனின் முறை வந்தபோது அலட்சியமாக உதட்டைச் சுழித்தபடி முகத்-தைத் திருப்பிக் கொண்டாள் வீணா..

'இவன் பாட்டையே ரசிக்க மாட்டான்.. பாட்டா பாடப் போறான்..?'

அவளது கணிப்பு பொய்த்துப் போனது.. ரவிவர்மன் பாடினான்.. சும்மாவும் பாடவில்லை.. உயிரை உருக்கி கேட்பவர்களின் மனதையும் உருக்கிப் பாடி வைத்-தான்..

"வண்ணம் கொண்ட வெந்நிலவே..!
வானம் விட்டு வாராயோ..
விண்ணிலே பாதை இல்லை..

உன்னைத் தொட ஏணியில்லை.."

பேச்சு, சிரிப்புகளற்ற மௌனம் அங்கே சூழ்ந்து நின்றது.. வீணாவைப் பார்த்த பார்வை விலகாமல் அவன் பாடிய தொனியில் அவள் மனம் நடுங்கியது.. அடர்ந்த மரத்தின் கீழ் நின்று பாடிக் கொண்டிருந்தான் அவன்.. மேடைப் பாட-கனின் லாவகத்தோடு ஸ்வரம் அமைத்துப் பாடினான்.. தலைக்குக் குளித்து நீண்ட கூந்தலை தோள்களின் இருபக்கமும் விரிய விட்டு நிற்கும் யட்சிணியின் காருண்-யத்தோடு நிழல் கொடுத்து நின்ற மரத்தின் கீழ் நின்றவனின் முகத்தில் எல்லையற்ற தேஜஸ் தெரிந்தது.. கடற்கரை மணலில் கிளிஞ்சல்களைப் பொறுக்கிய மனபார-மற்ற வீணாவைத் தேடித் துடித்தது அவன் இதயம்.. அதை விழிகளில் அவன் பிரதிபலித்ததில் அசையாமல் நின்றாள் அவள்..

"பக்கத்தில் நீயுமில்லை..

பார்வையில் ஈரமில்லை..

சொந்தத்தில் பாதையில்லை..

சுவாசிக்க ஆசையில்லை.."

அவளது அன்பைத் தேடும் அநாதையாக தேம்பியது அவன் குரல்.. கன்னங்-கள் ஈரமானதில் திடுக்கிட்டுப் போன வீணா அவசரமாக முகம் திருப்பி அவனறி-யாத வண்ணம் முகம் துடைத்துக் கொண்டாள்..

"கண்டு வந்து சொல்வதற்கு

காற்றுக்கு ஞானமில்லை.

நீலத்தை பிரிந்து விட்டால்

வானத்தில் ஏதுமில்லை.."

தாள முடியவில்லை வீணாவுக்கு.. இவன் என்னைக் கொன்று தின்ன வந்-திருக்கிறான் என்று மனதுக்குள் சினந்தாள்.. என் உணர்வுகளுடன் விளையாடு-கிறான்.. புதைந்திருக்கும் காதலைத் தோண்டியெடுத்து அதில் என்னை வீழ்த்தி எரித்துக் குளிர் காய நினைக்கிறான்..

அவன் பக்கத்தில் நிற்கக்கூட அவளுக்கு பயமாக இருந்தது.. அந்தராத்மா-வைத் தட்டியெழுப்பும் அவன் குரலில் தடுமாறி அவள் அவனிடம் சரணடையும் அவலம் நேர்ந்து விடலாம்..

சற்றுத் தள்ளிப் போய் நின்றாள்..

"தள்ளித் தள்ளி

நீயிருந்தால்..

சொல்லிக் கொள்ள

வாழ்க்கையில்லை.."

அவனது குரல் அவளை அழைத்தது.. ஏண்டா இப்படி என்னை சாகடிக்கிறாய் என்று அவளது இதயம் கூவியது..

இதற்காகவா கொடைக்கானலுக்கு வந்து சேர்ந்தாய்..? இன்ஸ்பெக்சன் என்பது பாசாங்கா..? நீ நினைத்திருந்தால் கொடைக்கானல் வருவதைத் தவிர்த்திருக்கலாமே.. பிரான்ச் இன்ஸ்பெக்சனுக்கு பெர்சனல் மேனேஜர் போதுமே.. ஜெனரல் மேனேஜர் எதற்கு..? ஒட்டுப்புல்லாய் ஒட்டிக்கொண்டு என்னை வெட்டிப் போட வந்தாயா..? உன் முகம் பார்க்க பயந்து ஓடி ஒளிந்தவளின் நிலையைக் கண்டு எள்ளி நகையாட வந்தாயா..?

இல்லையென்று பாடலில் உருகினான் அவன்..

"நங்கை உந்தன் கூந்தலுக்கு

நட்சத்திரப் பூப்பறிப்பேன்..

நங்கை வந்து சேரவில்லை..

நட்சத்திரம் வாடுதடி.."

அவன் வாடிப் போயிருந்தான்.. பழைய ரவிவர்மனாக எவரையும் எடுத்தெறிந்து பேசுகிறவனாக இல்லாமல் சிந்தித்துப் பேசினான்.. கம்பீரம் குறையாமல் அவள் விழிகளில் காதலைத் தேடிக் கொண்டிருந்தான்..

வறண்டு போன நிலம் திடிரென்று சுழன்றடித்த மழையில் நனைந்து போகவில்லை.. எத்துனை மழையடித்தாலும் அத்துனை மழைத்துளிகளையும் உள் வாங்கி வறட்சி குறையாமல் வெம்மையாகவே இருந்தது.

வீணா வெட்டுப்பட்டவள்.. அதன் வலியறிந்தவள்.. காயம் பட்டவளின் மணரணத்தை ஆற்றும் திறன் எவருக்கும் இல்லை.. ரவிவர்மன் தேடிய காதலைத்தர அவள் பழைய வீணாவாக இல்லையே..

"கன்னி உன்னைப் பார்த்திருப்பேன்..

கால்கடுக்க காத்திருப்பேன்..

ஜீவன் வந்து சேரும்வரை

தேகம்போல் நான் கிடப்பேன்.."

ஏக்கத்துடன் அவன் பாடிய போது எதற்காக இந்த ஏக்கம் என்று பாய்ந்து தழுவ அவளால் முடியவில்லை.. அவன் படும் பாட்டைப் பார்க்கவும் அவளுக்கு சகிக்க வில்லை..

"தேவி வந்து சேர்ந்து விட்டால்

ஆவி கொண்டு நான் நடப்பேன்.."

இறைஞ்சலுடன் அவன் பாடலை முடித்த போது எல்லோரும் கை தட்டிப் பாராட்டினார்கள்.. வீணாவைத் தவிர..

தொலைதூரத் தொடுவானில் இழந்ததைத் தேடுவதைப் போல லயித்திருந்தது அவள் பார்வை..

அவளது முகத்தில் இளக்கத்தைத் தேடி ஏமாந்து போனான் ரவிவர்மன்.. அவள் மீதான தீராத கிறக்கத்தை அறியாமல் ஒதுங்கி நிற்கிறாளே என்று அடித்-

துக் கொண்டது அவன் மனம்.. விலகலை அவன்தான் கேட்டான்.. இந்தா.. பிடித்துக்கொள்.. என்று வள்ளலைப் போல கேட்டதும் விலகலை பரிசளித்து விட்டு அவன் முன்னால் வராமல் மின்னலைப் போல அவள் மறைந்து போன பின்னால்தான் அவன் தொலைத்தது அவனுடைய வாழ்க்கையை என்று உணர்ந்தான்..

எதனால் அவள் மீது தீராத கிறக்கம் கொண்டான் என்ற காரணத்தைத் தேடி ஓய்ந்து விட்டான்.. கானகத்தில் தொலைந்து போன காரணம்தான் பிடிபடவில்லை..

வீணாவின் விழியோடு விழி கலந்து துழாவியது அவன் பார்வை.. அசைவற்று அவள் நின்றாள்..

ரவிவர்மாவின் ஓவியம் ஒன்று முகத்தில் சிறிதளவு கூட சலனமில்லாமல் அவன் கண் பார்த்து நின்றதைப் போல இருந்தது அவன் விழியோடு விழி கலக்க அவள் நின்றிருந்த காட்சி..

அந்த நொடியின் நிகழ்வை நினைவில் இருத்திக் கொள்ள வேண்டும் என்று அவர்கள் இருவருமே மனதுக்குள் துடித்தார்கள்.. அவன் அதை மறைக்க யத்தனிக்காமல் முகத்தில் வெளிப்படுத்தினான்.. அவளோ முகத்தில் சலனமில்லாமல் அகத்தில் அலைகளின் அதிர்வுகளோடு நின்றிருந்தாள்..

நகராத மணித்துளிகள்..! சிந்தத் துடித்துச் சிந்தாமல் வீணாவின் இமைகளுக்குள் சிறைபட்ட கண்ணீர், வெளியேறாமல் உள்ளேயே முடங்கிப் போன பெருமூச்சு..!

வானகத்தைத் தொட முனைந்த யூகலிப்ட்ஸ் மரங்கள் தலையை ஆட்டி அவர்களைக் குனிந்து பார்த்தன.. வெப்பத்தை வடிகட்டித் தணித்துத் தந்த மிருதுவான சூரியஒளி தன்னை இன்னும் கொஞ்சம் மிருதுவாக்கி அவர்களின் கன்னங்களைத் தொட்டன.. முதலில் தன்னிலைக்குத் திரும்பி விலகி நடந்தாள் வீணா..

36

வெகு தூரத்தில் சென்றுவிட்ட உன்முகம்
என் மன தீரத்தில் தினம் தினம் நனைவதை
நிருபணம் செய்திட வழி என்ன..?
என் நினைவுகள் வருவது உன் பின்னால்..

"அவன் முன்ன மாதிரி இல்லைங்க வீணா.. மாறிட்டான்.." என்றான் பாஸ்கரன்..

"ஸோ வாட்..?" அலட்சியமாக கேட்டாள் வீணா..

"உங்க கோபத்தில நியாயமிருக்குங்க.. மனசு மாறுங்க.. அவனை மன்னிச்சு ஏத்துக்கங்கன்னு நான் சொல்ல மாட்டேன்.. இது ஃபோர்ஸ் பண்ணிச் சேர்த்து வைக்கிற விசயமில்லை.. பட்.. அவன் உண்மையாவே மாறிட்டான்ங்கிறதை நீங்க தெரிஞ்சுக்கனும்.. அதனால் தான் சொன்னேன்.."

மௌனமாக இருந்தாள் வீணா.. விரல்களோடு விரல்களைக் கோர்த்துக் கோர்த்துப் பிரித்துக் கொண்டிருந்தாள்.. கலங்கிய குட்டை போல அவளது மனம் இருந்தது.. தெளிவாக யோசிக்க முடியாமல் சிந்தை முழுவதும் அவன் சொன்ன வார்த்தைகளே நிரம்பியிருந்தன.

'பிரண்ட்ஷிப்புக்கு குட்பை சொல்கிறதைப் போல காதலுக்கும் குட்பை சொல்ல முடிந்தா பெட்டராயிருக்கும்.'

எவ்வளவு தெளிவாகப் பேசினான்.. அந்த வார்த்தைகளால் அவள் மனது உடைந்து சிதிலப்படக் கூடும் என்று ஓர்நொடி கூட அவன் யோசிக்கவில்லையே..

"நான் தெரிஞ்சுக்கிட்டு ஆகப் போகிறது எதுவுமில்லை பாஸ்கரன் சார்.. அவர் வாழ்வை டிசைட் பண்ற உரிமை அவருக்கிருக்கு.. தட் ஸேம் டைம்.. என் வாழ்வு இப்படித்தான் இருக்கனும்னு டிசைட் பண்ற உரிமை எனக்கும் இருக்கு.."

"இல்லேன்னு சொல்லையே.. எனக்கு அவனைப் பற்றியும் தெரியும்.. உங்களைப் பத்தியும் தெரியும்.. நீங்க அவனை வெறுக்கலாம்.. தள்ளி வைக்கலாம்.. மறக்க மாட்டிங்க.. உங்களால் அது முடியாது.."

அதிர்ந்து போனாள் வீணா.. அவளது மனதை தெளிவாக படம் பிடித்ததைப் போல பாஸ்கரன் சொல்லி வைக்கிறானே..

"இதில் ஆச்சரியப்பட என்னங்க இருக்கு..? உங்க நேச்சர் அது.. ரவி அப்படியில்லைங்க.. மனம் போன போக்கில அலைஞ்சவன்.. அவனுக்கெல்லாம் காதல் வரும்ன்னு நான் நினைத்துக்கூடப் பார்த்ததில்லை.."

"அவருக்கு காதல் வரலை சார்.. எனக்குத்தான் அவர்மேல் காதல் வந்தது.. என் காதலை அவர் அக்செப்ட் பண்ணிக்கிட்டார் தட்ஸ் ஆல்.."

வேதனையுடன் சொன்னாள் வீணா.. துக்கம் அவளது தொண்டையை நிரடியது.. பாஸ்கரனுக்கும் வேதனை யாகத்தான் இருந்தது.. வீணாவைப் போன்ற மென்மையான பெண்ணின் காதல் கிடைத்தும் அதைத் தக்க வைத்துக் கொள்ளாமல் தானும் தோற்று அவளையும் தோற்க வைத்து விட்ட நண்பனை நினைத்து மனம் சினந்தாள்..

"அவன் மனசும் புண்பட்டிருக்கு வீணா.. நேத்து அவன் பாடின பாட்டைக் கேட்டிங்கள்ல..? சென்னையிலும் இப்படித்தான்.. பித்துப் பிடிச்சவனைப் போலச் சுத்திக்கிட்டு இருக்கான்.."

"வேண்டாம் சார்.. இந்தப் பேச்சை இப்படியே விட்டிருங்க.. எல்லாம் முடிஞ்சுருச்சு.." விரக்தியுடன் சொன்னாள் வீணா..

"முடிஞ்சுருச்சுன்னு நினைச்சு விட்டுவிடக் கூடிய விசயமில்லைங்க இது.. நீங்க அருமையான பெண்.. அவளை மறக்காமல் தவிக்கிறதில ஆச்சரியமில்லை.. அவனும் அப்படித் தவிக்கிறானேங்க.. உங்களை மறக்க முடியாமல் அலையறானே.."

"அதெல்லாம் சும்மா சார்.. கொஞ்ச நாள் அப்படியிருப்பார்.. போகப் போக மறந்துட்டு அவர் போக்கில வாழ ஆரம்பிச்சிருவார்.."

"இல்லேங்க வீணா.. அவன் அப்படிச் செய்ய மாட்டான்.. அவனைப் பத்தி இன்னமும் நீங்க புரிஞ்சுக்கலை.."

"புரிஞ்சுக்கிட்ட வரை போதும் பாஸ்கரன் சார்.. அதான் எல்லாம் முடிஞ்சிருச்சுன்னு சொன்னேனே.."

"முடிவுன்னு நாம நினைக்கிறது ஆரம்பமாகவும் இருக்கலாம் வீணா.. நாங்க வந்த வேலை முடிஞ்சிருச்சு.. கிளம்பறோம்.. சென்னைக்கு வந்தா வீட்டுக்கு வாங்க.. தீபா உங்களைப் பத்தி கேட்டுக்கிட்டே இருப்பா.."

'என்ன கேட்பாள்..?' வீணாவின் மனம் குறுகுறுத்தது.

'உனது நண்பனின் காதலி எப்படியிருக்கிறாள் என்று கேட்பாளா..?'

காதலில் வென்றுவிட்ட பாஸ்கரனின் மனைவி மீது அவளுக்குள் பொறாமை பொங்கியது..

'கொடுத்து வைத்தவள்..'

பாஸ்கரனைப் பார்த்து நட்புடன் சிரித்தாள்.. அவன் கம்பீரமானவன் அல்ல.. ரவிவர்மனைப் போல வேலையில் திறமைசாலியும் அல்ல.. ஆனால் காதலித்தவளை ஏமாற்றாதவன்.. காதலுக்கு குட்பை சொல்லாதவன்.. காதலித்தவளின் கரம்பிடித்தவன்..

'இவன் நல்லாயிருக்கனும்..'

அவளது விழிகளில் தெரிந்த ஆசிர்வாதத்தைப் பாஸ்கரனால் உணர்ந்து கொள்ள முடிந்தது.. சோகத்தின் மறு பிம்பமாக.. தூசு படிந்த ஓவியம் போல இருந்தவளைப் பார்த்தவனின் மனம் வருந்தியது..

"போய் வருகிறேன்.." என்றான்..

மெதுவாக தலையசைத்தாள் வீணா.. அவன் போய் விட்டான்.. அடுத்து ரவிவர்மன் விடைபெற வருவானோ என்று அவள் மனம் அடித்துக் கொண்டது.. நேரம் கடந்து கொண்டே இருந்தது.. ரவிவர்மன் வரவில்லை.. நண்பகல் உணவு வேளையில் அவளது அறைக்குள் வந்த மித்ராவிடம்..

"சென்னையில் வந்திருந்த இன்ஸ்பெக்சன் டீம் கிளம்பிப் போயிட்டாங்கல்ல.." என்று அக்கறையில்லாத வளைப் போலக் கேட்டு வைத்தாள்..

"அவங்க அப்பவே போயிட்டாங்களே மேம்.." என்றாள் மித்ரா..

'சொல்லாமலே போயிட்டானா..?' அதிர்வுடன் கூடிய மனவலி ஏற்பட்டது வீணாவுக்கு..

மித்ரா நீட்டிய பேப்பர்களில் இயந்திரம் போலக் கையொப்பம் இட்டுக் கொண்டிருந்தவளின் மனதில் புயலடித்தது..

'இவன் மாறி விட்டான்னு பாஸ்கரன் சொன்னானே.. இவனா மாறுவான்..? கிழக்கே உதிக்கிற சூரியன் கூட மேற்கில் உதிச்சிரும்.. இவன் மட்டும் மாறாம அப்படியே இருப்பான்..'

மித்ரா போய் விட்டாள்.. மதிய உணவுக்காக வீட்டுக்குப் போனாள் வீணா.. காத்திருந்த உமா மகேஸ்வரி இவளைக் கண்டதும் உற்சாகமாகி பரிமாறி விட்டுத் தனக்கும் தட்டைப் போட்டுக் கொண்டு உட்கார்ந்தாள்..

"அங்கிள் எங்கே ஆண்ட்டி..?" பார்வையில் துழாவினாள் வீணா..

எப்போதும் அவர்கள் மூவரும் சேர்ந்துதான் சாப்பிடுவார்கள்.. அதன் மூலம் வீணாவின் மனதிலிருந்த தனிமையுணர்வும் மறைந்தது.. அந்த வயோதிக தம்பதிகளின் வாழ்வில் உயிர்ப்பும் வந்தது.. அன்று ஏன் சத்தியமூர்த்தி சாப்பிட வரவில்லை..?

"இந்த வினோத் பய இருக்கானே.. அவனுக்கு ஒரு பிரண்டாம்.. கொடைக்கானலைச் சுற்றிப் பார்க்க வந்திருக்கானாம்.. அவன்கூட காலையில் வெளியே போனர்தான்.. இன்னும் வரலை.. நீ சாப்பிடு.." தாய்மையுடன் உபசரித்தாள் உமாமகேஸ்வரி..

மதிய உணவுக்குப் பின் அலுவலகம் திரும்பியவளுக்கு வேலையே ஓடவில்லை.. மனமெல்லாம் சோர்ந்து போயிருந்தது.. வாடிய முகத்தைக் கண்ட மித்ராகூட "ஆர் யு ஆல்ரைட் மேம்.." என்று விசாரித்து விட்டாள்..

'இதை ஒன்றை எல்லோரும் கேட்டு விடுவார்கள்..' அலுப்பாக இருந்தது வீணாவுக்கு..

அடுத்தது காட்டும் பளிங்கு போன்ற முகத்தை வைத்துக் கொண்டு என்னதான் செய்வது..? இப்போ தெல்லாம் அடிக்கடி இது போன்ற கேள்விகளை எதிர் கொள்ள நேரிடுகின்றது என்று நினைத்துக் கொண்டாள்..

சீக்கிரமாவே வீட்டுக்குத் திரும்பி விட்டவள் உமா மகேஸ்வரியிடம்..

"ஃபீவரிஷா இருக்கு ஆண்ட்டி.. ரெஸ்ட் எடுக்கனும்.." என்று சொல்லிவிட்டு அறைக்குள் அடைந்து கொண்டாள்..

சூடான காபியும் மாத்திரையுமாக வந்த உமா மகேஸ்வரியின் கரிசனத்தில் நெஞ்சம் நெகிழ்ந்தவளுக்கு அவள் மடியில் படுத்து அழ வேண்டும் போல இருந்தது.. அடக்கிக் கொண்டு மாத்திரையை விழுங்கி காபி குடித்து விட்டுக் கட்டிலில் படுத்தாள் அவளையுமறியாமல் அயர்வு ஆட்கொண்டதில் உறங்கி விட்டாள்..

ஆழ்ந்த உறக்கத்தில் இருந்தவளை நெற்றியில் படிந்த கரத்தின் ஸ்பரிசம் எழுப்பி விட்டது.. லேசாக கண் விழித்தவளின் பார்வையில் புகைபோல ரவிவர்மன் தெரிந்தான்..

'ச்சை..! கனவு..!'

புரண்டு படுத்தவள் தலையணையென்று மடியில் படுத்து இடுப்பை இறுக்கிக் கொண்டு உறக்கத்தில் அமிழப் போனாள்.. அவளது முதுகை வருடிய கரத்தின் தொடுகை அவளுக்குப் பழக்கமான தொடுகையாக இருந்ததில் உறக்கம் பறக்க அவசரமாக எழப் போனாள்..

"என்ன அவசரம்..? உறக்கம் வந்தால் உறங்கு.."

பரிவுடன் வந்த வார்த்தைகளில் அவளுக்கு மிச்சம் மீதியிருந்த கொஞ்ச சந்தேகமும் பறந்து போய் விட்டது. அவளது தோள் வருடிய அவனது தொடுகையை அவளது உடல் ஏற்று சிலிர்த்ததில் மனம் அதிர்ந்தாள்.

வார்த்தைகளால் விவரிக்க முடியாத வர்ணஜாலங்கள் அவனது தொடுகையில் உண்டானது.. அதை ஏற்றுக் கொண்ட அவளது உடலின் சிலிர்ப்பில் அவளுக்கு கோபம் உண்டானது.

'இவன் எப்படி இங்கே வந்தான்..?'

அவன் கையைத் தட்டிவிட்டு எழுந்து நின்றவளின் கைவிரல் வாசலை நோக்கிச் சுட்டிக் காட்டியது.

"போயிருங்க.. இங்கேயிருந்து போயிருங்க.."

37

யாமத்தில் யாழ் மீட்டி
காத்திருந்தேன் நிலா முற்றத்தில்..
வைகறையில் எனை மறந்து - நீ
தேரேறி வேறு தேசம் சென்றாய்..

"வீணா..?"

"என் பெயரைச் சொல்லகூட உங்களுக்கு உரிமையில்லை.. எவ்வளவு தைரியமிருந்தால் நான் இருக்கும் வீட்டைக் கண்டுபிடித்து என் ரூமுக்கே வந்து நிற்பீங்க.. இது யாரோட வீடு தெரியுமா..? கர்னலோட வீடு."

"அப்படியா..?"

அவன் உதட்டைச் சுழித்து விழிகளை விரித்த தினுசு ஹைய்யோ பயமாயிருக்கே என்று நடிப்பதைப் போல இருந்தது.

வீணாவுக்கு வந்த கோபத்தில் சப்தம் போட்டு சத்தியமூர்த்தியைக் கூப்பிட்டு விடலாமா என்று யோசித்தாள்.. அவர் வந்தால் ஏற்படப் போகும் விபரீத பின்விளைவுகள் அதைச் செய்ய விடாமல் அவளைத் தடுத்து நிறுத்தி வைத்தன.

"கன் வைச்சிருக்காரா..?" கனகாரியமாக அவன் விசாரித்தான்.

"சுட்டு விடுவாரா..?" விசாரணையைத் தொடர்ந்தான்.

"ஆமாம்.. ஆமாம்.. ஆமாம்.." கையில் கிடைத்த தலையணையைத் தூக்கி அவன் மீது எறிந்தாள்..

"கேட்ச்.."

லாவகமாக அதைத் தடுத்துப் பிடித்துக் கட்டிலின் மீது போட்டு விட்டு அவளையே பார்த்தவனின் முகத்தில் இருந்த சிரிப்பிற்கு காரணம் புரியாமல் திகைத்தாள்.

"ஓகே.. போயிடறேன்.."

அவளுக்காக போவதைப் போலச் சொல்லி விட்டு இடத்தைக் காலி செய்தான்.. படபடக்கும் நெஞ்சைப் பிடித்தபடி கட்டிலில் உட்கார்ந்து விட்டாள்.. அவன் தொட்ட கன்னம் இன்னமும் ஈரமாக அவனது விரல்களின் ஸ்பரிசத்தை உணர்த்-

திக் கொண்டே இருந்ததில் கண்களை மூடி அந்த சுகத்தில் லயித்தாள்.

ஒருவழியாக படபடப்பு அடங்கி அவன் தொட்ட நினைவுகளில் இருந்து மீண்டு அறையை விட்டு வெளியே வந்தாள். ஹாலில் டி.வி ஓடிக் கொண்டிருந்தது. ஆளே இல்லாத ஹாலில் யாருக்காக டி.வி ஓடிக் கொண்டிருக்கிறது என்ற நினை-வுடன் சுற்று முற்றும் பார்த்தாள்.. டைனிங் ஹாலில் பேச்சுக் குரல்கள் கேட்டன.. சத்தியமூர்த்தியும் உமா மகேஸ்வரியும் சிரிக்கச் சிரிக்க மூன்றாவதாய் ஒரு குரல் பேசிக் கொண்டிருந்தது.

'வினோத்தோட பிரண்ட் ஒருத்தன் வந்திருக்கிறதா ஆண்ட்டி சொன்னாங்-களே.. அவனா இருக்குமோ..?'

அவள் மட்டும் செல்லம் கொஞ்சிக் கொண்டிருந்த வீட்டில் வேறொருவனும் வந்திருப்பதை அவள் ரசிக்க வில்லை.. டைனிங் ஹாலுக்குப் போக மனமில்லாமல் ஹாலில் உட்கார்ந்து விட்டாள்..

"வீணா.."

உமா மகேஸ்வரியின் அழைப்பில் வேறு வழியில்லாமல் எழுந்து போனாள்.. அங்கே கர்னல் சத்திய மூர்த்தியுடன் பேசிக் கொண்டிருந்தவனைக் கண்டதும் மயக்கமே வந்து விட்டது.

'இவனா..?'

கீழே விழுந்து விடாமலிருக்க டைனிங் டேபிளை இறுக்கமாகப் பற்றிக் கொண்டு நிலைமையைச் சமாளித்தாள்.

"வந்துட்டியா வீணா.. இப்ப தலைவலி எப்படியிருக்கும்மா..? ஃபீவரா ஃபீல் பண்றேன்னு உமா சொன்னா.. இன்ஸ்பெக்சன்னு ரெஸ்டே இல்லாம வேலை செஞ்ச களைப்பா இருக்கும்.. ரெஸ்ட் எடுத்தாச் சரியாகிரும்ன்னு நான் சொன்-னேன்.. ஆம் ஐ கரெக்ட்..?" வாத்சல்யத்துடன் கேட்டார் சத்தியமூர்த்தி..

"நீங்க எப்பவுமே கரெக்ட்தானே அங்கிள்.."

சென்னைக்குப் போகாமல் இங்கே என்ன அலுவலுக்காக தேங்கி நிற்கிறான் என்ற நினைவோடு சத்தியமூர்த்திக்குப் பதில் சொல்லியபடியே அங்கே தெனா-வெட்டாக உட்கார்ந்திருந்த ரவிவர்மனை முறைத்தாள்.. பழகியவர்களின் வீட்டைப் போல உரிமையுடன் சட்டமாக அவன் அங்கு உட்கார்ந்திருப்பதில் அவளுக்குள் ஆச்சரியம் வந்தது.

வீணாவின் பார்வையைக் கவனித்த சத்தியமூர்த்தி..

"அடடே.." என்றார்..

'எதுக்கு இந்த அடடே..'

ரவிவர்மன் வீணாவின் பெயரைச் சொல்லிக் கொண்டு அந்த வீட்டில் நுழைந்-திருக்கிறானோ என்ற சம்சயம் வீணாவுக்கு..

அவளுடைய காதலைப்பற்றி சத்தியமூர்த்தியின் குடும்பம் தெரிந்து கொள்வதா என்றிருந்தது அவளுக்கு.. காதலில் வெற்றி பெற்றிருந்தால் சொல்லிக் கொள்ளலாம். தோல்வியில் முடிந்த காதலின் முகவரியைப் பற்றி இந்த வயதிலும் காதலுடன் வாழ்ந்து கொண்டிருக்கும் அந்த அருமையான தம்பதிகள் தெரிந்து கொள்ள வேண்டுமா..?

அத்துடன் அவனுக்கும் அவளுக்குமான காதலில் 'குட்பை'யை வேண்டியவனுக்கு அவளுடைய பெயரைச் சொல்லவும் உரிமை கொண்டாடவும் என்ன அருகதையிருக்கிறது..?

"இந்தத் தம்பியை உனக்கு அறிமுகப் படுத்த மறந்துட்டேன் பார்த்தியா..?" சத்தியமூர்த்தியின் முரட்டுச் சிரிப்பில் அப்பாடா என்று நிம்மதியானாள்.. அவன் அவள் பெயரைச் சொல்லி உள்ளே நுழையவில்லை..

"எங்க வினோத்தோட பிரண்டும்மா.. ரவிவர்மன்னு பேரு.. சென்னையில் வேலை பார்க்கிறார்.."

'எந்தக் கம்பெனியில் என்பது உங்களுக்குத் தெரியுமா அங்கிள்..'

எரிச்சலுடன் அவன் முகத்தைப் பார்த்தாள்.. குளுமையாக இருந்தது.. அவள் பார்வையைச் சந்தித்தவனின் பார்வையில் வழிந்த காதல் அவளை இம்சை செய்தது.. கட்டையைத் தூக்கி அடிக்கலாமா என்ற வெறி வந்தது.

'பெரிய காதல் மன்னன்..! ரோமியோ போல லுக் விடறான்.. ஊருக்கு ஒருத்தன் இவனைப் போல காதலிச்சா போதும்.. உலகத்திலே 'வேலண்டைர்ஸ் டே'யே இல்லாம ஒழுஞ்சுரும்..'

"வேலை பார்த்து மூளை சூடாகிருச்சாம்.. குளிர வைக்க குளிர்ச்சியான மலைப்பிரதேசத்துக்கு ரெஸ்ட் எடுக்கப் போன்னு டாக்டர் சொன்னாராம்.. மலைகளின் இளவரசியான கொடைக்கானலுக்குப் போடா.. அங்கே எங்க மாமா வீடிருக்குன்னு வினோத் சொன்னானாம்.. எனக்குப் போன் போட்டான்.. கரும்பு தின்னக் கசக்குமா..? வீடு நிறைஞ்சிருந்தா எனக்கும் உங்க அத்தைக்கும் சந்தோசம்தாண்டா.. அனுப்பி வைன்னு சொல்லிட்டேன்.. இன்னைக்கு காலையில தம்பி கொடைக்கானலுக்கு வந்து சேர்ந்திருட்டாரு.. நீ ஆபிஸ் போன கொஞ்ச நேரத்திலயே வீட்டுக்கு வந்திட்டாரு.. ஊரைச் சுத்திப் பார்க்க வெளியில போயிட்டு ஈவினிங்தான் வீட்டுக்கு வந்தோம்.. நீ டயர்டா படுத்துத் தூங்கிக்கிட்டு இருக்கேன்னு உமா சொன்னா.. நைட் டின்னர்ல இன்ட்ரொடுயூஸ் பண்ணி வைக்கலாம்ன்னு விட்டுட்டேன்.. உட்காரும்மா.. சாப்பிடலாம்.. உமா தட்டைப் போடு.."

"இருக்கட்டும் அங்கிள்.. ஆண்ட்டியும் நானும் சேர்ந்து சாப்பிட்டுக்கறோம்.."

"நாலு பேரும் ஒன்னாத்தான் சாப்பிடப் போறோம் வீணா.. அதுதான நம்ம வழக்கம்..? இதுக்கு முதல மூணு பேரா உட்கார்ந்து சாப்பிட்டோம்.. இன்னைக்கு மூணு நாலாகியிருக்கு.."

என்னவோ பலத்த நகைச்சுவையைச் சொல்லி விட்டதைப் போலக் கடகட-வென்று சிரித்து வைத்தார் சத்தியமூர்த்தி.. 'கடனே'யென்று சிரிப்பதைப் போல பாசாங்கு செய்தபடி உட்கார்ந்தாள் வீணா.. நான்கு பேரும் பரிமாறிக் கொண்டே சாப்பிட்டதில் அவள் பக்கமாக குருமாக் கிண்ணத்தை நகர்த்தி வைத்து உபசரித்-தான் ரவிவர்மன்.

'நான் கேட்டேனா..?' முறைத்தாள்.

இது என் கடமை என்பதைப் போல அவன் முகத்தை வைத்துக் கொண்டான். ஒரு நொடி குருமாக் கிண்ணத்தைத் தூக்கி அவன் தலையில் கவிழ்த்தால்

என்ன என்ற வேகம் அவளுக்குள் கிளர்ந்தது.. பக்கத்தில் சத்தியமூர்த்தியும் உமாவும் இருக்கிறார்களே என்று அடக்கிக் கொண்டாள்.. கை கழுவ அவள் வாஷ் பேசினுக்குப் போனபோது பின்னாடியே வந்த ரவிவர்மனிடம்.

"கொழுப்பா..?" என்று அடிக்குரலில் சீறினாள்..

"ஆமாண்டி.." கை கழுவினான் அவன்..

"ஹலோ.. மரியாதையாய் பேசனும்.." அவளது உடல் நடுங்கியது.

"இல்லேன்னா என்னடி செய்வ..?" நிதானமாக கேட்டான்.

"என்ன..? பொய் நாடகம் போட்டு நானிருக்கிற வீட்டுக்குள்ள வந்து எதைச் சாதிக்கலாம்ன்னு திட்டம் போட்டிருக்கீங்க..?"

"எதையும் சாதிக்கனும்னு வரலை.. உன்னை விட்டுப் போக முடியலை.. உன் பக்கத்திலே இருக்கனும்னு வந்திருக்கேன்.."

அவளையே பார்த்தபடி அவன் சொன்னதில் நிலை குலைந்து விட்டாள்.. ரவி-வர்மன் பொய் சொல்ல மாட்டான். அவனுக்கு பொய் வராது.. இனிப்பான பொய்-களின் பக்கம் என்றைக்குமே அவன் நின்றதில்லை.. கசப்பான உண்மைகளைக் கட்டிக் கொண்டு அழுபவன் அவன்.

அப்படியென்றால் அவன் மனதில் காதலின் சுவடுகள் அழுத்தமாகப் பதிந்தி-ருக்கிறதா..?

'பட்..' அவன் குட்பை கேட்ட தினத்தின் நினைவில் அவள் மனம் இறுகிப் போனது..

"இந்த டயலாக்கை வேற எவளாவது ஒரு கேணச்சி இருப்பா.. அவகிட்டப் போய் சொல்லுங்க.. உண்மைன்னு நம்பி ஏமாற நான் பழைய வீணா இல்லை.." படபடத்தாள்.

"ஈஸிட்..? அப்புறம் ஏண்டி நான் சென்னைக்கு கிளம்பிட்டேன்னவுடன் உனக்-குக் காய்ச்சல் வந்தது..?"

அவள் விழிகளுக்குள் உற்றுப் பார்த்தபடி அவன் கேட்டான்.. பிடிபட்டு விட்ட உணர்வுடன் அவள் மலங்க மலங்க விழித்ததில் அவள் மீதான பிரியம் அதிகரித்-தது.

'இவளுக்கு நடிக்கத் தெரியாது.'

படபடத்த அவளது பட்டாம்பூச்சி இமைகளின் மீது மென்மையாக முத்தமிட்டான்.. பதறிப் போய் அவன் மார்பில் கை வைத்துத் தள்ளிவிட்ட வீணா பதட்டத்துடன் டைனிங் ஹாலைப் பார்த்தாள்.. ஆழ்ந்து பேசிக் கொண்டிருந்த சத்தியமூர்த்தியும் உமாவும் அவர்களைக் கவனிக்கவில்லை..

38

தணல்வீசும் என் மன வெப்பம் தணிய
குளிர் காற்றை வீச முனைகிறாய்..
இது குளிர்ந்து போகும் தணலல்ல..
நீ கனல் மூட்டிய கொடுந்தணல்..!

"ஏன் அண்ணா இப்படிச் செஞ்ச..?"

அலையடிக்கும் மனதோடு அன்று இரவு விக்ரமுக்குப் போன் போட்டுக் கேட்டாள் வீணா..

அவளது உடல் நடுங்கிக் கொண்டிருந்தது.. இமைகளில் படிந்த ரவிவர்மனின் ஈர உதடுகள் கிளப்பி விட்ட கிளர்ச்சியில் அவள் சாம்பலாகிக் கொண்டிருந்தாள்.. அவன் வேண்டும் என்று துடிக்கும் மனது.. குட்பை கேட்டான் என்பதை நினைவுறுத்தியது அறிவு..

இவை இரண்டுக்கும் நடுவே அவள் போராடிக் கொண்டிருந்தாள்..

"நீ சொல்லாம வினோத் அவரோட பிரண்டுன்னு இவனை இன்ட்ரொடியூஸ் பண்ணி வைத்திருக்க மாட்டார்ண்ணா.. கர்னல் அங்கிள் வீட்டுக்கு அனுப்பி வைச்சிருக்க மாட்டார்.. நீ சொல்லித்தான் வினோத் இதைச் செய்திருக்கார்.. எனக்குத் தெரியும்.. ஏன் இப்படிச் செஞ்ச..?" குமுறினாள் வீணா..

மறுமுனையில் பெருமூச்சுக் கேட்டது.. சில நொடிகள் கழித்து மென்மையாக விக்ரம் பேசினான்.. சின்னத் தங்கையை மடி சாய்த்து முடி கோதுவதைப் போன்ற பிரியத்துடன் வெளிப்பட்ட அவனது பேச்சு..

"வேற என்ன செய்யலாம்ன்னு நீயே சொல்லு வீணா..? ரவிவர்மன் வேண்டாம்ன்னு நீ முடிவு பண்ணின.. ஓகே.. திலிபனை செலக்ட் பண்ணியிருக்கனுமா வேண்டாமா..? அவன்கிட்ட ரவிவர்மனை மறக்க முடியலைன்னு சொல்லிட்ட.. இதுதான் உன் நிலைமை.. இதை நீதான் சொன்ன வீணா.. நாங்க யாரும் உன் மனசில இந்தக் கருத்தைத் திணிக்கலை.."

"அதுக்காக.. அவனை என் கண் முன்னால நடமாட வைப்பியா..? இதை நீயாண்ணா செய்யற..?"

"நான்தான் செய்கிறேன்.. உனக்கு அவன் மேல வெறுப்புன்னு சொல்லு.. உன் நிழலைக்கூட நெருங்க விடாம துரத்தியடிக்கிறேன்.. அப்படியில்லையே வீணா.. அவன் மேல பித்தா இருக்கியே.."

"அண்ணா.. அவன் என் காதலுக்கு குட்பை கேட்டவன்.."

"மன்னிப்புக் கேட்கிறான்.. உன் தங்கையை மறக்க முடியலைங்கிறான்.. காதலுக்கு குட்பை சொல்ல முடியாதுன்னு புரிஞ்சுக்கிட்டதாச் சொல்றான்.. அவனோட வாழ்க்கை நீதான்ங்கிறான்.. தவறை திருத்திக்க வாய்ப்பு வேண்டும்ங்கிறான்.. உன்னை விட்டுப் பிரியறது.. அவன் உயிரை விட்டுப் பிரியறதைப் போலன்னு சொல்றான்.. அவன் கண்ணில பொய்யில்லை வீணா.. வேசம் போடலை.."

"ம்ம்ம்.. அவன் பொய் சொல்ல மாட்டான்.. வேசம் போடவும் மாட்டான்.. அந்தக் கருமங்களாலேதானே அவன் மேலே காதலே உண்டாச்சு.."

"உனக்கே தெரியுது.. உண்மை சொல்கிறவனுக்கு ஒரு வாய்ப்புக் கொடுக்கனும்னுதானே தங்கையின் கூடப் பிறந்த அண்ணன் நினைப்பான்..? அதான்.. அவன் கேட்ட ஹெல்ப்பைச் செஞ்சேன்.. கர்னலோட வீட்டுக்கு அவனை அனுப்பி வைச்சிருக்கேன்.. உன்னை மீறி எதுவும் நடந்துராது.. கூடவே அங்கிளும், ஆண்ட்டியும் இருக்காங்க.. உன் மனது மாறினா நல்லதுதானே..?"

"இது ஆறாத காயம் பட்ட மனசுன்னா.. மாறாது.."

"காயத்தை உண்டாக்கியவன் மருந்தோட வந்திருக்கான்.. காயம் குணமாக சான்ஸ் இருக்கும்மா.."

விக்ரம் போனை வைத்து விட்டான்.. எந்த நம்பிக்கையில் இதைச் சொல்கிறான் என்ற விசனம் அவளுக்குள் வந்தது.. தலையனையில் முகம் புதைத்தவள் அந்த யோசனையுடன் தூங்கிப் போனாள்.. அடித்துப் போட்டதைப் போன்ற ஆழ்ந்த தூக்கத்திற்குப் பின்னால் விழித்துக் கொண்டவள் காலைக் காப்பிக்காக உமா மகேஸ்வரியைத் தேடிப் போனாள்..

தெளிந்த முகத்துடன் வந்தவளை உற்றுப் பார்த்த உமா மகேஸ்வரியின் முகத்தில் வியப்பிருந்தது.

"புதுசாப் பாக்கறதைப் போலப் பாக்கறிங்க.. இது வீணாதானான்னு அடையாளம் பார்க்கறிங்களா..?"

சிரித்தபடி காபியை உறிஞ்ச ஆரம்பித்தாள்.. அவளைப் பார்த்தபடி காலை டிபனுக்கான ஆயத்தங்களில் இருந்த உமாமகேஸ்வரி..

"நல்லாத் தூங்கினியாம்மா..?" என்று கேட்டாள்..

"ம்ம்ம்..?" தலையைச் சரித்து அவளைப் பார்த்தாள் வீணா..

ஏன் இப்படிக் கேட்கிறாள் என்ற தொனி அந்த 'ம்ம்ம்' ல் ஒலித்தது.

"இத்தனை நாளா இந்தத் தெளிவு உன் முகத்தில் இருந்ததில்லை வீணா.. நைட்டில தூக்கம் பிடிக்காம நீ ஹாலில உலாத்திக்கிட்டு இருப்ப.. காலையில உன்

முகம் வீங்கி சுணக்கமா இருக்கும்.. ரொம்ப நாளைக்குப் பின்னால நேத்துத்தான் நீ நிம்மதியாத் தூங்கினதைப் போல எனக்குத் தோணுது.."

வீணாவின் கை நடுங்கியதில் காபி கப் கீழே விழத் தெரிந்தது.. நடுக்கத்துடன் காபிக் கப்பை சமையல் மேடையில் வைத்தாள்.. உமா மகேஸ்வரி சொல்லிய செய்தியில் இருந்த உண்மை அவளைச் சுட்டது.

கொடைக்கானலுக்கு வந்த நாளிலிருந்து முந்தைய தினம்வரை அவள் நிம்மதியாக உறங்கியதாக சரித்திரமே இல்லை.. தூக்கமற்ற இரவுகளுடன் விடிய விடிய நடை பழகி விட்டு விடியலின் அருகாமையில் கோழித் தூக்கம் போடுவாள்..

அப்படிப்பட்டவள் எப்படி நிம்மதியாக தூங்கினாள்..? எதனால் முதல்நாள் இரவில் ஆழ்ந்த உறக்கம் அவளை ஆக்ரமித்தது..? விக்ரம் சொன்ன செய்தியினாலா..? ரவிவர்மன் அவளுக்காக கொடைக்கானலிலேயே தேங்கி நின்று விட்டான் என்பதினாலா..?

எதனால் அவள் நிச்சலனமான மனதுடன் தூங்கினாள்..?

"இன்ஸ்பெக்சன் முடிஞ்சிருச்சில்ல.. அதனால இருக்கும்.."

காரணத்தைத் தேடிச் சொல்லி விட்டு தோட்டத்துக்குப் போனாள்..

"குட்மார்னிங்.." என்று அங்கே வந்து நின்றான் ரவிவர்மன்.

கால்களை இறுக்கிப் பிடித்த அரை டிராயரும், டிசர்ட்டுமாக இருந்தவனின் கவர்ச்சியில் மயங்கிப் போனாள் வீணா.. ஜாகிங் போகப் போகிறவனுக்கு அவளிடம் என்ன பேச்சு வேண்டிக் கிடக்கிறது என்று மனது அவனைத் திட்டித் தீர்த்தது.

'மயக்கப் பார்க்கிறானா..?'

"நான்தான் மயங்கிப் போயிருக்கேன்.."

அவள் மனதைப் படித்தவனாகச் சொல்லிக் கடுப்பேற்றினான் ரவிவர்மன்.. போதாக் குறைக்கு..

"உன்னிடம் மயங்குகிறேன்..
உள்ளத்தால் நெருங்குகிறேன்..
எந்தன் உயிர் காதலியே..!
இன்னிசை தேவதையே..!"

என்று பாடவும் ஆரம்பித்தான்.. அழகான குரல் லயத்தில் ஆழ்ந்து போனவளுக்கு எத்தனை அழகான பிசிறில்லாத குரல் இவனுக்கு என்ற ஆச்சரியம் ஏற்பட்டது.

அவனைக் காதலித்த அந்த நாள்களில் ஓர்முறை கூட அவன் பாடி அவள் கேட்டதில்லை.. அவளை வசியப்படுத்தும் எந்தவொரு முயற்சியிலும் அவன் இறங்கியதில்லை.. அவளை மயக்கும் விதத்தில் பேசியதில்லை..

இதுபோன்ற அவனது குண இயல்புகளினாலேயே ஈர்க்கப் பட்டாள் வீணா.. இப்படியும் ஒரு முட்டாள் இருப்பாளா என்று மற்ற பெண்களை ஆச்சரியப்பட

வைத்தாள்.

அப்படிப்பட்டவளின் மனத்தைத்தான் முறித்துப் போட்டான் ரவிவர்மன்.. காதல் கனிந்து கல்யாணத்தில் முடிய இருந்ததை உருக் குலைத்தான்.. அவள் மனதை சிதைத்தான்.

அவனது பாடலில் உருகியிருந்த மனம் இறுகியது.. அவள் முகத்தையே பார்த்துக் கொண்டிருந்தவனுக்கு அது புரிந்து விட்டது.

"ஒரு நாள் வெறுத்தேன்..

மறுநாள் சிரித்தேன்..

உனை நான் கொல்லாமல்

கொன்று புதைத்தேன்..

மன்னிப்பாயா..? மன்னிப்பாயா..?"

அவளது பார்வையோடு பார்வை கலக்க அவன் பாடியதில் அவளது மன இறுக்கம் தளர்ந்தது.. மெல்லத் திறக்கவா என்று கேட்டது மனக்கதவு.. சரியென்று சொன்னால் மனதுக்குள் சில்லென்ற குளிர் காற்று பரவக் கூடும்.. அவள் மனதில் இருக்கும் புழுக்கத்தை அது விரட்டியடிக்கக் கூடும்.

சரிசொல்லி விடலாமா என்று அவள் மனதில் ஓர் எண்ணக்கீற்று உதித்தது-தான் அதிசயம்.. இது வீணாவா..?

"மன்னிக்க மாட்டாயா..?

நீ யொரு மேதை..!

நானொரு பேதை..!

நான் செய்த பாவங்கள்

உன் நெஞ்சில் காயங்கள்

கண்ணீரில் மாறாதா..?

கோபம் தீராதா..?

மன்னிக்க மாட்டாயா..?

கொஞ்சம் மனமிரங்கி.."

பாடியபடியே அவளை நெருங்கியவன் அவள் முகத்தை கைகளில் ஏந்தி நெற்றியில் இதழ் பதித்தான்.. செயலற்றுப் போன வீணா தொய்ந்து போய் நின்ற தருணத்தைப் பயன்படுத்திக் கொண்டு மார்பில் சாய்த்தான்.. அவளது முதுகில் பரவிப் படர்ந்த கரங்கள் அவளை இறுக்கி அவள் முகத்தை அவன் மார்பில் புதைத்துக் கொண்டன..

நெடுநாள் கழித்துக் கிடைத்த ஆலிங்கனத்தில் அசையாமல் நின்று விட்டாள் வீணா..

39

காதல் எனும் பெரு நெருப்பு..!
கார்மேகமாய் மழைபொழிய வா..!
அதன் கங்குகளை மழைநீர் நனைத்து
வெப்பத்தைத் தணிக்கும் போது நானும் தணிந்திருப்பேன்..

"என்னண்ணா சொல்ற..?"

"யெஸ் வீணா.. கஸ்டம்ஸ் ஆபிசரைத்தான் கல்யாணம் பண்ணிக்கனுமா..? பேங்க் ஆபிசரைக் கல்யாணம் பண்ணிக்கக் கூடாதா..?"

"உனக்கு திலிபனின் சித்தப்பா மகளைப் பிடித்திருந்தது.."

"இல்லைன்னு சொல்லலையே.. இப்ப ராதிகா வைத்தான் பிடிக்குது.."

'ஏன்..? அவள் ரவிவர்மனின் தங்கை என்பதினாலா..?'

வீணாவுக்கு கண்களை இருட்டிக் கொண்டு வந்தது.. ஒருபக்கம் ரவிவர்மன் அவளது மனதிடத்தைக் குறைத்துக் கொண்டிருந்தான்.. மறுபக்கம் விக்ரம் திடீர் திடிரென பல முடிவுகளை எடுத்து வீணாவைக் கலங்கடித்துக் கொண்டிருந்தான்..

எவருக்கும் தலை வணங்காத ரவிவர்மன் அவள் முன்னால் மண்டியிட்டான்.. மன்னிப்புக் கேட்டான்.. அவளில்லாத வாழ்வை நினைத்துக் கூடப்பார்க்க முடியாதென்றான்..

இப்போது விக்ரம் ராதிகாதான் அவனுடைய வாழ்க்கை என்கிறான்..

"ரவிவர்மன் முக்கியமான ஒரு தகவலைக் கேட்டு பேக்ஸில் அனுப்பச் சொல்லியிருந்தான்.. அவன் வீட்டுக்குப் போனேன்.. அருமையான குடும்பம்.. இவன் மட்டும்தான் விதி விலக்கா விதண்டாவாதம் பிடிச்சவனா இருக்கான்.. அவனோட குடும்பத்தார் தங்கம்ன்னா தங்கம்.. அப்பழுக்கில்லாத இருபத்திநாலு கேரட் தங்கம்மா.."

"அவங்க எப்படிப்பட்டவங்கன்னு நான் கேட்டேனா..? யாரோ எப்படியோ இருக்கிறாங்க.. எனக்கென்ன..?"

வாய்தான் சொல்லியது.. மனமோ ரவிவர்மனின் குடும்த்தைப் பற்றிய விவரங்களை அறிந்து கொள்ள துடித்தது.

அவனுடைய குடும்பத்தாரைப் பற்றி அவன் சொன்னதேயில்லை என்ற நினைவில் மனம் கசந்தது.. இன்ன பெயர்.. இன்னார் என்று மட்டும்தான் சொல்லியிருக்கிறான்.. அவர்கள் இப்படிப் பட்டவர்கள் அது இது என்று எந்த விவரத்தையும் அவன் பகிர்ந்து கொண்டதேயில்லை..

"வீட்டிலயும் ஒட்டாமல்தான் இருந்து வைப்பானாம்.. வள்ளு வள்ளுன்னு விழுவானாம்.. அவனோட தங்கை சொன்னாங்க.. எப்படிப்பட்ட அழகுங்கிற..! வாவ்..! குத்து விளக்குச் சுடர் போல பாந்தமான அழகு.. அதைவிட அவங்களோட ஹியுமர் சென்ஸ் இருக்கே.. ரவிவர்மனைக் கிண்டலடிக்கிறதுன்னா அவங்களுக்கு அல்வா சாப்பிடறதைப் போல.. அதுக்கே அவங்களுக்கு ஆரத்தி காட்டிக் கும்பிடனும்.. அவன் குணத்தை அக்கு வேறு ஆணி வேறு பிய்த்து பிய்த்து வைத்து நக்கல் செய்கிறாங்க.. சிரித்து சிரித்து வயிறே புண்ணாகிருச்சு.. ஹா.. ஹா.."

விக்ரம் மனம் விட்டுச் சிரித்தான்.. வீணாவுக்கும் ஆச்சரியமாக இருந்தது.. ரவிவர்மனைப் போன்ற பிரகிருதிக்கு சிரிக்கச் சிரிக்கப் பேசும் தங்கையா..? விக்ரம் பொய் சொல்கிறானா..?

'சேச்சே.. இருக்காது..'

விக்ரம் பொய் சொல்ல மாட்டான்.. அவன் குணமும் ஏறத்தாழ ரவிவர்மனின் குணத்தைப் போலதான்.. ரவிவர்மனைப் போல வியாக்கினம் பேச மாட்டான்.. வீண் பிடிவாதம் பிடிக்க மாட்டான்.. மற்றவர்களின் மனதைப் புண்படுத்த மாட்டான்.. மற்றபடி நேர்மையில் ரவிவர்மனும் விக்ரமும் ஒரே நேர்கோட்டில் தான் இருந்தார்கள்..

"ஒருதடவை பார்த்ததிலேயே காதலில் விழுந்துட்டயா..? நம்ப முடியலையே.."

"காதல்ன்னு சொல்ல மாட்டேன்.. ஒர்விதமான அட்ராக்சன்.."

"இந்த அட்ராக்சன் திலிபனின் தங்கை மேல் வரலையா..?"

"இல்லை வீணா.. ஹானெஸ்டாத்தான் ஆன்சர் பண்றேன்.. திலிபனின் சித்தப்பா மகள் அழகா இருந்தாங்க.. கஸ்டம்ஸ்ல ஆபிசரா இருந்தாங்க.. திலிபனுக்கு உன்னைப் பெண் கேட்டாங்க.. ஒன்றுக்குள்ள ஒன்றுன்னு ஓகே சொன்னேன்.."

"அப்படியே இருந்துட்டுப் போகட்டுமே.."

"இல்லைம்மா.. உனக்குப் புரியாது.. அந்தப் பெண்ணை மேரேஜ் பண்ணிக்கிட்டா நாள பின்ன குடும்ப விசேசங்களுக்கு அண்ணன்ங்கிற முறையில திலிபன் வந்து போக வேண்டியிருக்கும்.. அது நல்லாயிருக்காது.."

'உண்மைதானே..' ஊமையாகிப் போனாள் வீணா..

அவளுடைய அண்ணன் அவளுக்காக யோசித்துச் செயல்படுகிறான் என்பதில் அவளது மனம் நெகிழ்ந்தது.. அப்படிப்பட்ட அண்ணனுக்காக அவள் என்ன செய்திருக்கிறாள்.. எதுவுமில்லை என்பதை நினைத்துப் பார்த்தவளின் மனம் கனத்தது.

எப்போதும் அவன் வழியில் தடைகல்லாகத்தான் அவள் இருந்திருக்கிறாள்.. இப்போதும் அதைத்தானே செய்து தொலைக்கிறாள்..?

"இப்போ மட்டும் என்ன வாழுதாம்..? நீ ராதிகாவைக் கல்யாணம் பண்ணிக்கிட்டா நாள பின்ன நடக்கப் போகிற குடும்ப விசேசங்களில அவங்களுக்கு அண்ணனா ரவிவர்மன் வந்து நின்னு தொலைப்பானே.. இது மட்டும் பரவாயில்லையா..?"

"அதை அப்ப பார்த்துக்கலாம்.."

"புரியலை.."

"கல்யாணம்ன்னு வந்தப்பவே ராதிகா கண்டிசன் போட்டாச்சு.. அவங்களோட அண்ணனுக்கு கல்யாணம் நடந்தாத்தான் இவங்க பண்ணிப்பாங்களாம்.. உன்னைப் பற்றித் தெரிந்திருக்குமான்னு தெரியலை.. அவங்க அண்ணனோட முசுட்டு முகத்துக்கும் ஒருத்தி கிடைச்சுருவாளான்னு கேக்கறாங்க.. காதலா..? எங்க அண்ணனா..? நோ சான்ஸ்.. இந்த மூஞ்சியை யார் காதலிப்பாங்கன்னு சொல்றாங்க.. ஹா.. ஹா.."

'ஏனாம்..? ரவிவர்மனின் மூஞ்சிக்கு என்ன குறைச்சலாம்..?'

வீணாவுக்கு ரோசம் பொத்துக் கொண்டு வந்தது.. ஜாகிங் போகிறேன் பேர்வழியென்று கவர்ச்சி காட்டி அவளைக் கட்டிப்பிடித்து அவன் பண்ணிய மன்மத லீலைகள் ஞாபகத்தில் வந்ததில் உடல் சூடேறியது..

'அவனா அழகில்லை..?'

அவனைவிட யார் அழகு என்று சண்டை போட மனம் துடித்தது.. அடக்கிக் கொண்டாள்.. அவனே வேண்டா மென்று ஆகிவிட்ட பின்பு அவனுக்காக வரிந்து கட்டிக்கொண்டு சண்டைக்குப் போனால் பார்ப்பவர்கள் அவளை 'கேணை..'யென்று சொல்லி விட மாட்டார்களா..?

"என்ன வீணா.. பதிலையே காணோம்.. லைனில் தானே இருக்கிற..?"

"எல்லாம் இங்கேதான் இருக்கேன்.. நீ சொல்லு.."

"ஒன்றை ஒப்புக்கிட்டுத்தான் ஆகனும்மா.."

"எதையாம்..?"

"திலிபனோட தங்கையை விட ராதிகா அழகா இருக்காங்க.."

இருக்காமல் என்ன செய்வாள்..? ரவிவர்மனின் தங்கையாயிற்றே.. இவனுடைய திருத்தமான முகமும் வடிவான உடலமைப்பும் தங்கைக்கும் வாய்த்திருப்பதில் ஆச்சரியப்பட என்ன இருக்கிறது..?

வீணாவுக்கு ராதிகாவைப் பார்க்க வேண்டும் போல இருந்தது.. சொல்லவில்லை.. சொன்னால் அதையே கெட்டியாக பிடித்துக் கொண்டு விக்ரம் காய் நகர்த்த ஆரம்பித்து விடுவான்..

"ஒருத்தரைவிட ஒருத்தர் பெட்டரா இருந்தா மனசை மாத்திக்குவியா அண்ணா..?"

"இல்லை வீணா.. மனசு மாறின பின்னாலே கிடைச்சிருக்கிறவங்க பெட்டரா இருக்கிறாங்கன்னுதான் சொன்னேன்.. திலிபனின் தங்கைக்கு அழகு குறைவுன்னா நான் அவங்களை அவாய்ட் பண்ணினேன்..?"

விக்ரமின் கேள்வியில் நாக்கைக் கடித்துக் கொண்டு குற்ற உணர்வுடன் போனை வைத்து விட்டாள்..

அந்த வார இறுதியில் கோக்கர்ஸ் வாக்கில் நடந்து விட்டு வரலாமென்று கர்னல் சொன்னார்.. சரியென்று கூடப் போனாள்.. ரவிவர்மன்தான் காரை ஓட்டினான்.. நடக்க ஆரம்பித்ததும் கர்னலும் உமாமகேஸ்வரிக்கும் இளமை திரும்பி விட்டது.. கைகோர்த்தபடி தாழ்ந்த குரலில் பேசியபடி அவர்கள் முன்னால் போய் விட்டார்கள்.. தனிமையில் நடந்த வீணாவுக்கு ஜோடி ஜோடியாக காதலுடன் பேசியபடி கை கோர்த்துச் செல்பவர்களைப் பார்த்துப் பொறாமையாக இருந்தது.. சரிவில் தெரிந்த பள்ளத்தாக்கின் பசுமையை வெறித்தபடி நடந்தவளின் கைவிரல்களுடன் ரவிவர்மனின் கைவிரல்கள் கோர்த்து இறுக்கிப் பிடித்தன.. விதிர்த்துத் திரும்பியவளின் காதில்..

"என்னை விட்டால் யாருமில்லை..

கண்மணியே..! உன் கையணைக்க..

உன்னை விட்டால் வேறொருத்தி..

எண்ணமில்லை நான் காதலிக்க.."

என்று பாடி வைத்தான் அந்தக் கள்வன்..

நொடிப்பொழுதில் வீணாவின் மனதிலிருந்த தனிமையுணர்வு மறைந்து போனதை நடுக்கத்துடன் அவள் உணர்ந்தாள்.. அவளது விரல்களில் இருந்து மின்சாரம் இடம் பெயர்ந்து அவளுடலுக்குள் பாய்வதைப் போல இருந்தது.. ஜிவ்வென்று அவளை ஆக்ரமித்த உணர்வுகள் இம்சை செய்ததில் வீணா அதிர்ந்தாள்.. இது விடுபட முடியாத தளையென்று அச்சம் கொண்டாள்..

அவளது விரல்களில் இருந்து விடுபட்ட ரவிவர்மனின் கை அவளது தோளின் மீது படிந்து இறுக்கிக் கொண்டதில் அவள் மனதில் எழுந்தது நிச்சயமாக கோபமில்லை..

அவன் கை வளைவின் அணைப்பில் அடங்கி நடப்பதை அவள் மனம் விரும்பியது.. அவளது திடம் முற்றிலும் அழிவதற்குள் அவனை விட்டு விலகி தொலை தூரத்திற்கு ஓடிவிட வேண்டும் என அவள் துடித்துப் போனாள்..

40

உறுத்தாத ஊழ்வினையும்
வறுத்தாத வாழ்வினையும்
வரமாக கொண்டவர் யார்..?
இறைமடி மீது துயில்பவர் யார்..?

எந்தப்பக்கம் போனாலும் அடைபட்ட கதவு.. வீணாவுக்கு மூச்சுத் திணறியது.. ஒரே வீட்டில் ரவிவர்மனை எதிர்கொள்வதென்பது எளிதான ஒன்றாக இருக்கவில்லை.. சந்தர்ப்பம் கிடைத்த போதெல்லாம் அதை நழுவ விடாமல் கெட்டியாகப் பிடித்துக் கொண்டான்.. அவளைத் தொட்டுத் தழுவினான்.. வார்த்தைகளில் வெளிப்படும் எதிர்ப்பையும் வெறுப்பையும் அவளது உடல் வெளிப்படுத்தாமல் அவனுடன் ஒன்றி விடும் போது நகைத்தான்..

செய்வதறியாமல் தவித்தாள் வீணா.. அவளது உடலும் மனமும் அவன்தான் வேண்டும் என்று தாபத்துடன் குழைவதை அவன் அறிந்து வைத்திருந்தான்.. அவனை வீணாவால் மறக்க முடியாது என்ற ஒன்றே அவனுக்குப் போதுமானதாக இருந்தது.. அவள் அவனுடையவள் என்பதில் நிச்சயமாக இருந்தான்..

அந்த நிச்சயத்தை வீணா விரும்பவில்லை.. உயிருக்குயிராய் காதலிப்பவளிடம் குட்பை சொல்லச் சொன்னவன் அவன் என்பதை அவளால் மறக்க முடியவில்லை.. அவனை மறக்க முடியாமல் அவள் தவிப்பதைப் போலவே, அவன் சொன்ன அந்த வார்த்தைகளையும் மறக்க முடியாமல் துடித்தாள்..

அந்த வார்த்தைகளை மறந்து அவனுடன் ஒன்றி வாழ்ந்துவிட அவளால் முடியுமா..?

வீணா மருகிக் கொண்டிருந்தபோது சென்னையி லிருந்து கோடை விடுமுறையைக் கழிக்க வந்தோமென்று அவளது குடும்பத்தினரும் ரவிவர்மனின் குடும்பத்தினரும் கார்களில் வந்து இறங்கினார்கள்..

"சொல்லவே இல்ல.." வீணா திகைத்தாள்..

"சொன்னா ஓடிப் போயிருவீங்கன்னு நினைச் சாங்களோ என்னவோ.." ராதிகா சிரித்தாள்..

பலநாள் பழகியவளைப் போல இயல்பாக அவள் பேசிப் பழகியதில் அவளைப் பற்றி விக்ரம் சொல்லிய அத்தனையும் நூறு சதவிகிதம் உண்மை என்பதை உணர்ந்தாள் வீணா..

ராதிகா அழகாக இருந்தாள்.. திலிபனின் சித்தப்பா மகளை விடவும் அழகு.. சிரிக்கச் சிரிக்கப் பேசினாள்.. சின்ன ஜோக்குகளுக்குக்கூட விழுந்து விழுந்து சிரித்தாள்.. அவள் வந்தபின்பு வீடே களை கட்டி விட்டது என்று கர்னல் சொன்னதில் வீணாவிற்கு பொறாமை வரவில்லை.. ஆமோதிப்பாய் தலையை அசைத்தாள்.. ராதிகா அப்படித்தான் இருந்தாள்.. அனைத்தையும் விட அவள் நொடிக்கொரு முறை ரவிவர்மனை வாரிய விதம்தான் வீணாவின் குடும்பத்தினர்க்கு பிடித்திருந்தது..

'அந்த அளவுக்கு இவன் என் குடும்பத்தை சோதிச்சிருக்கான்..' பல்லைக் கடித்தாள் வீணா..

எலக்ட்ரிக் ஸ்டோர் வைத்திருக்கும் லோகநாதனிடம் தாசில்தாரான சக்திவேல் கெத்துக் காண்பிக்க.. மீன் வளத்துறையிடம் ஆசிரியையான சுகந்தி ஒட்டிக் கொண்டாள்.. தேவிகாவும் அவளும் பால்யகாலத்து சிநேகிதிகளைப் போலக் கோந்து இல்லாமலே ஒட்டிக் கொண்டார்கள்..

ஒன்றுபட்ட எண்ணங்களின் அலைவரிசை ஒரே திசையில் இழுத்துச் செல்லும் அல்லவா..? சுகந்தியின் எண்ணங்களும் தேவிகாவின் எண்ணங்களும் ஒரே அலைவரிகையில் பயணிப்பதை வெகு விரைவில் இருவரும் கண்டு பிடித்து விட்டார்கள்..

எதைச் சொன்னாலும் "நானும் அப்படித்தான் நினைச்சேன்.." என்று ஆச்சரியம் கொள்ளும் தேவிகாவிடம் வாழ்வின் அழகியலை உணர்ந்து ரசிக்கும் தன்மையிருந்தது.

அப்படியிருந்தும் ஏன் ரவிவர்மன் முரண்பாடு களுடனான குணங்களுடன் இருக்கிறான்..?

தேவிகாவிடம் கேட்டபோது அவள் வருத்தத்துடன் புன்னகைத்தாள்.

"இரண்டு கைகளையும் தட்டினாத்தான் சத்தம் வரும் சுகந்தி.. எங்க வீட்டில ரவியோட அப்பாவும் கொஞ்சம் முசுடுதான்.. உங்க வீட்டில அப்படியில்ல.. அண்ணா உங்க ரசனையோட இசைந்து போகிறார்.. பிள்ளைகளும் உங்க ரெண்டு பேரோட வார்ப்பா வளர்ந்துட்டாங்க.. எங்க வீட்டில ராதிகா என்னைக் கொண்டு வளர்ந்துட்டா.. ரவி அவங்கப்பாவை விடவும் முரட்டுத்தனமா ஆகிட்டான்.. என்ன செய்கிறது..?"

கண்கள் குளமாக தாயின் பரிதவிப்போடு பேசியவளின் கையை ஆறுதலாகத் தட்டிக் கொடுத்தாள் சுகந்தி..

"விடுங்க தேவிகா.. உங்க மகன் இந்த வயசிலயே ஒரு பெரிய கம்பெனியில ஜெனரல் மேனேஜரா உயர்ந்திருக்கார்.."

"ம்ம்ம்..."

"அதிக அளவில படிச்சிருக்கார்.."

"இருந்தும் என்ன பண்ண சுகந்தி..? வாழ்க்கையிலே தோத்துப் போய் நிற்கிறானே.. வீணாவைப் போல அழகான பெண் கிடைச்சும் கை நழுவ விட்டிருக்கான்னா நான் எங்கே போய் முட்டிக்கிறது..? சொல்லுங்க.."

இப்போது வருத்தத்துடன் மௌனமாகிப் போவது சுகந்தியின் முறையானது..

ராதிகாவின் ஆர்வமான பார்வை விக்ரமை வட்டமிட்டது.. அவள்மீது அவன் ஈர்ப்பைக் காட்டுகிறான் என்பதே அவளுக்கு ஆச்சரியமாக இருந்தது.. அடிக்கடி அவனுடன் வாக்கிங் போவதாக பெயர் பண்ணிக் கொண்டு தனிமையில் பேசலானாள்..

"ஏன் ஐ.பி.எஸ் ஆபிசர் சார்..?"

"கால் மி விக்ரம்.. ஐ.பி.எஸ் ஆபிசர்ங்கிறது என்னோட வேலை மட்டும்தான்.."

"என்னங்க இது..? இவளோ பெரிய போலிஸ் ஆபிசர்கூட கேசுவலா பேசிக்கிட்டு நடக்கிறேன்ங்கிறதே ஒரு போதையாய் இருக்கு.. இது கனவா நனவான்னு உறுதிப் படுத்திக்கத்தான் அடிக்கடி ஐ.பி.எஸ் ஆபிசர் சார்ன்னு கூப்பிட்டுக்கறேன்.. அது பொறுக்கலையா உங்களுக்கு..?"

"ஹா.. ஹா.."

"ஹப்பா..! என்ன ஒரு சிரிப்பு..! உங்ககிட்ட ஒன்னு கேட்கனுமே.."

"என்ன..? ஒன்னுங்கிறதைத்தான் கேட்க நினைச்சேன்னு சொல்லப் போறிங்களா..?"

"என்மேல எப்பேற்பட்ட நம்பிக்கை உங்களுக்கு.. நான் அப்படித்தான் கேட்பேங்கிற அசைக்க முடியாத நம்பிக்கையோட பேசறிங்களே.. நான் கொடுத்து வைத்தவதான் போங்க.."

"ரவிவர்மனோட தங்கை இப்படித்தான் கேள்வி கேட்பாங்கங்கிற எண்ணம்தாங்க.. வேற என்ன..?"

"கெட்டிக்கார ஆபிசர்தான்.. நான் வேற கேட்ட கிரிங்க.. அவன் போற ரூட்டில நான் போறதில்லை.."

"பிழைச்சேன்.. கேக்க வந்ததைக் கேளுங்க.."

"உங்ககிட்ட எந்த சந்தேகத்தைக் கேட்டாலும் தீர்த்து வைச்சுடுவீங்களாமே..?"

"அப்படின்னு யார் சொன்னது..?"

"பழைய தமிழ் சினிமாக்கள்தான்.."

"அதையெல்லாம் நம்பாதீங்க.. அந்தக் கால மெல்லாம் மலையேறி போயாச்சு.. இப்பக் கண்ணுக்கு முன்னால நடந்தாலும் அது, இதுன்னு ஆயிரம் என்கொயரி

பண்ணிட்டுத்தான் கேஸையே எடுத்துக்குவோம்.. பொழுது விடிஞ்சு பொழுது போகிற வரைக்கும் போலிஸோட மென்னியைப் பிடிக்க ஆயிரம் பிரச்னைகள் காத்துக்கிட்டு இருக்குதுங்க.. இதில டீன் ஏஜ் பொண்ணுகளோட சந்தேகத்தைத் தீர்த்து வைக்க நேரத்துக்கு எங்கே போகிறது..?"

"எங்கேயும் போக வேணாம்.. இப்பக் கிடைச்சிருக்கிற நேரத்தை யூஸ் பண்ணிக்கலாமே.. அது என்ன.. சந்தடி சாக்கில என்னை டீன் ஏஜ் பொண்ணுன்னு சொல்றீங்க.. எந்த டீன் ஏஜ் பொண்ணுக்கு பேங்கில ஆபிசர் வேலையைப் போட்டுக் கொடுத்திருக்காங்களாம்.."

"அப்படியொன்று இருக்கில்ல..?"

விக்ரமின் பார்வை பாதாதிகேசம் முதல் அவளை அளந்து குறுகுறுக்க வைத்தது.. கொடைக்கானலின் குளிர் பொழுதில் இளங்காளை ஒருவன் இப்படிப் பார்த்து வைத்தால் கன்னிப் பருவத்திலிருப்பவள் தடுமாற மாட்டாளா..?

ராதிகா தடுமாறினாள்.. வெட்கத்துடன் கூடிய அவளது தடுமாற்றத்தை விக்ரம் ரசித்தான்.. அவனுக்கு அவளைப் பிடித்திருந்தது.. அவளைப் பிய்த்துத் தின்பதைப் போலப் பார்த்தபடி..

"பார்த்தா டீன் ஏஜ் பொண்ணு போலதான் தெரியறீங்க.." என்று ஜொள்ளினான்..

"அடேங்கப்பா.. நீங்க இப்படிக்கூடப் பேசுவீங்களா..?"

"உங்க அண்ணன் மட்டும்தான் பேசுவாரா..? நான் பேச மாட்டேனா..? ஆளை மயக்க எனக்கும் தெரியும்.."

வரிசைப் பற்கள் தெரிய இமை சிமிட்டி அவன் சிரித்த சிரிப்பில் அவள் மயங்கித்தான் போனாள்.. அந்த மயக்கத்தை கண்களில் பிரதிபலித்தவளை உல்லாசமாகப் பார்த்தபடி..

"என்னிடம் ஏதாவது சந்தேகத்தைக் கேட்டுத் தெளிவு படுத்திக்க நினைச்சீங்களா..?" என்று கேட்டான்.

"ம்ம்ம்.." அவள் முணுமுணுத்தாள்..

"என்ன சந்தேகம்..?"

"ஒருத்தர் என்னை சைட் அடிக்கிறாரோன்னு சந்தேகம்.."

கீழ்பார்வையில் அவனை அளந்தபடி கூறியவளின் விழிகளில் மின்னிய கள்ளத்தனம் அவனைக் கவர்ந்தது..

"சந்தேகமே வேணாம்.. நான் உன்னை சைட்டடிக்கிறேன் ராதிகா.. நீங்க அழகாயிருக்கீங்கன்னு தோணுது.. உங்களைக் காதலிக்கனும் போல இருக்கு.. இதெல்லாம் நடந்துரும்ன்னு நான் நினைக்கிறேன்.. நீங்க என்ன நினைக்கறிங்க..?"

"அலைபாயுதே சினிமாவை உல்டா பண்றீங்கன்னு நினைக்கிறேன்.."

"ஹா.. ஹா.."

வாய்விட்டு சிரித்தவன் அவள் பக்கத்தில் வந்து விழிகளுக்குள் உற்றுப் பார்த்தான் மென்மையாக சொன்னான்..

"ஐ லவ் யு ராதிகா.."

"நானும்.."

இமைகளை மூடிச் சொன்னவளின் கண்கள் பனித்திருந்தன..

41

திருமணம் என்பது சொர்க்கத்தில்
நிச்சயிக்கப் படுகிறது என்றால்..
உன் கைவிரல் தொட்டு நான் காதல் சொன்ன..
இந்தப் பசும்புல்வெளியே நமது சொர்க்கம்..

கர்னலின் வீட்டுத் தோட்டத்தில் வட்டமாக நாற்காலிகளைப் போட்டு நடுவே வட்ட வடிவமான மேஜையைப் போடு தேநீர் அருந்தியபடி அவர்கள் பேச ஆரம்பித்தார்கள்.. வீணாவின் பக்கமாக சரிந்த ராதிகா..

"அப்படியே வட்ட மேஜை மாநாடு போலவே இருக்கில்ல.." என்றாள்..

இவளால்தான் எத்துனை இலகுவாக பேசிச் சிரிக்க முடிகிறது என்று பொறாமையாக இருந்தது வீணாவுக்கு..

ராதிகாவின் சிறகுகள் வெட்டப்படவில்லை.. இறுக்கிக் கட்டப்படவில்லை.. சுதந்திர வானில் சிறகடித்துப் பறக்கிறாள்.. அவளால் நினைத்ததைப் பேசிச் சிரிக்க முடியும்.. வீணா அப்படியல்லவே..

ரவிவர்மனைப் பார்த்தாள்.. தீவிரமான காதலனாக அவள் முகத்தையே பார்த்தபடி தேநீர் அருந்திக் கொண்டிருந்தவன் அவளது பார்வையைக் கண்டதும் இமை மூடித் திறந்தான்..

'போடா..' வீணா முகம் திருப்பிக் கொண்டாள்..

"சொல்லுங்க லோகநாதன்.. நம்ம சக்திவேல் அவருடைய மகனுக்கு உங்கள் மகளை கல்யாணம் பண்ணி வைக்க விருப்பப்பட்டு பெண் கேட்கிறார்.. நீங்க என்ன சொல்கிறீங்க..?"

பெரியவராய் லட்சணமாய் திருமணப் பேச்சை ஆரம்பித்து வைத்தார் சத்தியமூர்த்தி.. திடுக்கிட்டுப் போனாள் வீணா.. இவ்வளவு விரைவாக திருமணப்

பேச்சு ஆரம்பமாகக் கூடும் என்று அவள் நினைத்தும் பார்க்கவில்லை.. ராதிகாவை விக்ரம் மணந்து கொள்வதில் அவளுக்கு மகிழ்ச்சிதான்.. ராதிகா அவளுடைய அண்ணியாக வருவதில் சந்தோசம்தான். இது அத்துடன் நிற்காதே.. அடுத்ததாக வீணாவின் திருமணத்தில் வந்து நிற்குமே..

பெரியவர்களின் எண்ணம் அதுவாகத்தான் இருக்கும் என்று அவள் யூகித்-தாள்.. சத்தியமூர்த்தி அனைத்தையும் அறிவார்... அவரது வழிகாட்டுதலில்தான் சதுரங்க விளையாட்டின் காய்கள் நகர்த்தப் படுகின்றன..

"கரும்பு தின்னக் கசக்குமாங்க..? பெரியவங்க நீங்க.. உங்களுக்கு தெரியாதது ஒன்றும் இல்லை.. என் பெண்ணுக்கு அழகான ஐ.பி.எஸ் ஆபிசர் மாப்பிள்ளை கிடைப்பார்ன்னு நான் கனவிலேயும் நினைச்சதில்லைங்க.. இந்தச் சம்பந்தம் கிடைக்கக் கொடுத்து வைச்சிருக் கனுமே.." பரவசப்பட்டுப் போனார் லோகநாதன்.

இதுதான் என்று முன்னரே அறிந்திருந்தாலும் சத்தியமூர்த்தியின் வாயால் அதைக் கேட்கும்வரை உறுதியில்லாமல்தான் இருந்தது..

சக்திவேல் காண்பித்த 'கெத்து' அப்படி.. இவராவது என் மகளைக் கட்டுவதா-வது என்ற அவநம்பிக்கை லோகநாதனின் மனதில் கொடி கட்டி பறந்தது.. அப்ப-டியில்லாமல் சம்பந்தம் உறுதியானதில் வாயெல்லாம் பல்லாக மாறிப்போனார்..

"அப்புறம் என்ன சக்திவேல்.. பெண்ணைப் பெற்றவர் சம்மதம் சொல்லியாச்சு.. எப்ப நிச்சயதாம்பூலம் மாத்தி நாள் குறிக்கப் போறிங்க..?"

அடுத்தது இதுதான் என்று அறிவாள் வீணா.. சக்திவேலின் பதில் என்னவாக இருக்கும் என்பதை அவளது மனம் ஒப்பித்தது.. சக்திவேலும் அதைத்தான் சொன்னார்..

"நாளைக்கேகூட நிச்சயம் பண்ணிரலாம்.. அதில பாருங்க.. கல்யாண வயசில தங்கை இருக்கிறப்ப எனக்குக் கல்யாணமான்னு என் மகன் கேட்கிறான்.."

'அங்கே சுத்தி இங்கே சுத்தி இதிலதான வந்து நிற்பீங்க...'

எழுந்து போய் விடலாமா என்று நினைத்தாள் வீணா.. அவளுடைய குடும்பம் மட்டும் இருந்திருந்தால் நினைத்ததை செய்திருக்கலாம்.. அங்கே சத்தியமூர்த்தியும் உமாமகேஸ்வரியும் இருந்தார்கள்.. ரவிவர்மனின் குடும்பமும் இருந்தது.. வீணா-வுக்குப் பிரச்னை ரவிவர்மனோடுதான்.. அவனுடைய குடும்பத்தோடு அல்ல.. பாசம் நிறைந்த தேவிகாவையும், கண்ணியமான லோகநாதனையும், தோழமையு-டன் பழகும் ராதிகாவையும் அவள் உதாசீனம் செய்வதா..?

பல்லைக் கடித்துக் கொண்டு தொலை தூரத்தைப் பார்த்தாள்.. வானமும் நில-மும் ஓர் புள்ளியில் இணைந்த மையத்தை நோக்கிப் பயணப்படத் துடித்தது அவள் மனம்.

"விக்ரம் சொல்றதிலயும் ஒரு நியாயம் இருக்கில்ல..? என்ன செய்யலாம்..?" சத்தியமூர்த்தி யோசிப்பதைப் போல பாவனை செய்தார்..

அப்பட்டமான அந்தப் பாசாங்கில் தலையில் கை வைத்தாள் வீணா.. நாடக-மெல்லாம் கண்டேன் உந்தன் பாசாங்கு நடிப்பிலே என்று பாட வேண்டும் போல இருந்தது.

"இப்படிச் செய்யலாமா..?" சத்தியமூர்த்தி விரல் சொடுக்கினார்..

எப்படிச் செய்யப் போகிறார் என்று வீணாவுக்குத் தெரியாதா என்ன..? அவள் இந்தக் குழந்தையும் சாக்லெட் தின்னுமா என்பதைப் போல ஒன்றும் தெரியாத சின்னப் பப்பாவாக உட்கார்ந்திருந்த ரவிவர்மனை முறைத்துப் பார்த்தாள்.. அது-தான் சாக்கென்று அவன் புருவங்களை உயர்த்தி 'என்ன..?' என்று ரகசியமாக வினவிவைத்தான்.

'உனக்குத் தெரியாதா..?'

எரிச்சலுடன் திரும்பிக் கொண்டவளுக்கு இவன் எப்படி அடங்கி ஓர் இடத்தில் செய்து வைத்த சிலை போல உட்கார்ந்திருக்கிறான் என்ற ஆச்சரியம் ஏற்பட்டது.

'இவன் ஓரிடத்தில் அடங்கி உட்காருபவனா..?'

அந்த ஊர்சுற்றி அடக்க ஒடுக்கமாக உட்கார்ந்திருந்தான்.. சும்மாவும் உட்கா-ராமல் வீணாவை பருகு பருகென பார்த்துக் கொண்டு உட்கார்ந்திருந்தான்.. ஒரு காலத்தில் அவனுடைய சிறு பார்வைக்காக ஏங்கியவள்தான் வீணா.. அவளுக்-காக சில நிமிடங்களை அவன் ஒதுக்க வேண்டும் என்று போராடியவள்..

இன்று அவள் முகத்தையே பார்த்தபடி அவன் உட்கார்ந்திருக்கிறான்.. வேலையை மறந்து விட்டு அவளிருக்கும் வீட்டிற்கு வந்து தங்கி இருபத்தி நான்கு மணி நேரமும் அவளையே சுற்றிச் சுற்றி வருகிறான்..

வீணாவின் மனம்தான் மாறிவிட்டது.. இளக்க மில்லாத இரும்பைப் போல இறுகிவிட்டது..

"ஏன் லோகநாதன்.. உங்களுக்கும் கல்யாண வயசில மகன் இருக்கிறார்.. பெண் கொடுத்துப் பெண் எடுத்துருங்களேன்.."

என்னவோ அறிமுகமே இல்லாத வீணாவுக்கும் ரவிவர்மனுக்கும் கல்யாணம் பேசுவதைப் போல அவர் பேசிவைக்க.

"ஆஹா.." என்றார் லோகநாதன்..

"பழம் நழுவிப் பாலில் விழுந்தைப் போலயில்ல இருக்கு.. என்ன தேவிகா..?" அவர் மனைவியைக் கேட்க..

"ஆமாங்க.. அழகான மருமகள் வந்தா வேணாம்ன்னா சொல்லப் போறோம்.. எப்போ எப்போன்னு ஆரத்தித் தட்டோட இல்ல காத்திருக்கேன்.." என்று மகிழ்ந்து போனாள் தேவிகா..

அப்போதே வீணாவின் கைபிடித்து வீட்டுக்கு அழைத்துச் சென்றுவிடப் போவ-தைப் போல அவள் பார்த்த பாசப்பார்வையில் கதிகலங்கிப் போனாள் வீணா.. இது என்ன துன்பம் என்று மருகினாள்.. அவள் மருமகளாக வலதுகாலை எடுத்து வைத்து செல்லத் துடிக்கும் புகுந்த வீடு அவளை அழைக்கிறது.. அவள் விலகி ஓட வேண்டிய சூழல் ஏன் வந்தது..?

'எல்லாம் இவனால்..' கசப்புடன் ரவிவர்மனை பார்த்தாள்..

"நீயென்னடா சொல்ற..?" ரவிவர்மனை லோகநாதன் கேட்க..

"கல்யாணம்ன்னு ஒன்று நடந்தா அது வீணாவோடு தான் எப்பவோ நான் முடிவு பண்ணிட்டேன்ப்பா.." என்றான் அவன்..

'கடவுளே...!' இமை மூடித் துடித்தாள் வீணா..

"நல்லதாப் போச்சு.. அப்ப இரண்டு கல்யாணத்தையும் நிச்சயம் பண்ணி நாள் குறிச்சிரலாம்.." உற்சாகமாக லோகநாதன் பேச ஆரம்பிக்க.. பொறுக்க முடியாமல் குறுக்கிட்டாள் வீணா..

"அங்கிள்.. ப்ளீஸ்.."

"என்னம்மா..?"

"எனக்கு இந்தக் கல்யாணத்தில் விருப்பமில்லை.."

தேவிகாவின் முகம் பார்க்க முடியாமல் சங்கடத்துடன் சொன்னாள்..

அங்கே நிசப்தம் நிலவியது.. தேவிகா தழைந்த குரலில்..

"ஏம்மா.. என் மகனுக்கு என்ன குறைச்சல்..? பெரிய படிப்பெல்லாம் படிச்சி-ருக்கான்.. வெளிநாட்டுக் கம்பெனியில ஜெனரல் மேனேஜரா இருக்கான்.. லண்-டன்ல எல்லாம் வேலைபார்த்தவன்.. நாங்களும் உங்க குடும்பத்தைப் போல வசதி-யானவங்கதாம்மா.." என்றாள்..

வீணாவுக்கு அழுகையே வந்து விட்டது.. விக்ரம் அவளைக் காப்பாற்றினான்..

"ஆண்ட்டி.. அவளுக்கு பிடித்தமில்லைன்னா ஏதாவது காரணமிருக்கும்.. யாரும் அவளை ஃபோர்ஸ் பண்ண வேண்டாம்.. வீணா கல்யாணம் பண்ணிக்-கிறதா இருந்தா ராதிகாவை நான் கல்யாணம் பண்ணிக்கறேன்.. இல்லேன்னா எனக்கும் கல்யாணம் வேணாம்.. நீங்க உங்க பெண்ணுக்கு வேற மாப்பிள்ளை பாருங்க.."

"ஏணாம்..?" முறைத்தாள் ராதிகா..

"ஐ ஆம் ஸாரி.. நோ அதர் வே.."

"பஸ்..! பஸ்..! யாரும் இங்கே கல்யாணத்துக்கு பறக்கலை.. வீணாவுக்கும் எனக்கும் ஒரே வயதுதான்.. இவங்க கல்யாணத்தை அவாய்ட் பண்ணி தனியா வாழ நினைக்கிறப்ப நான் நினைக்கக் கூடாதா..? கை கொடுங்க வீணா.. இன்-னையில இருந்து நாம் கூட்டணி போட்டுக்கறோம்.."

"ராதிகா.."

"வட்ட மேஜை மாநாடு இத்துடன் முடிஞ்சிருச்சு.."

குதூகலத்துடன் அறிவித்த ராதிகாவை ஆழ்ந்து பார்த்த விக்ரமின் விழிகளில் காதல் பொங்கி வழிந்தது.. அதை சொந்தத்துடன் பார்த்த ராதிகாவை ஆச்சரியத்-துடன் பார்த்தாள் வீணா..

'இவளை வேண்டாம்ன்னு சொல்லியிருக்கான் என் அண்ணன்.. வேற மாப்-பிள்ளையை பாருங்கன்னு சொல்லியிருக்கான்.. அதைப்பத்தின ரோசம் கொஞ்சம் கூட இல்லாம எப்படி இவளாலே 'ஈ'ன்னு பார்க்க முடியுது..? வருத்தமே இல்-

லையா..?'

"என்ன வீணா இப்படிப் பார்க்கறீங்க..? இவளுக்கு ரோசமே இல்லையான்னு தோணுதா..?"

"சேச்சே அதெல்லாமில்லை ராதிகா.."

"காதலில் ரோசத்துக்கு இடம் கிடையாதுங்க.. உங்க அண்ணன் எனக்கு வேற மாப்பிள்ளை பார்க்கச் சொன்னார் தான்.. அவருக்கு வேற பெண்ணைப் பார்க்கச் சொன்னாரா..?"

"ராதிகா..!"

"ம்ம்ம்.. இதுதான் காதல்.. எங்கண்ணன் ஒரு வியாக்கினம் பிடிச்சவன்.. தேவதை போல நீங்க அவனைக் காதலிச்சும் காதலை கைநழுவ விட்டுட்டு தேடிக்கிட்டு இருக்கான்.. அவன் உங்க காதலுக்கு குட்பை கேட்டது கட்டுப்பட மாட்டேங்கிற திமிரில.. வேற பெண்ணைக் காதலிக்கிறதுக்காக இல்லை.. அவனோட வாழ்நாளில ஏதாவது ஒரு பெண்ணோட வார்த்தைக்கு கட்டுப் பட்டி-ருப்பான்னா அது உங்க வார்த்தைக்குத் தான்.. தாய் சொல்லைக் கேட்டதில்ல.. தங்கை சொல்லை மதிச்ச தில்ல.. அவன் குணம் தெரிஞ்சுதானே காதலிச்சீங்க..? அவனாலே உங்களைத் தவிர வேற ஒருத்தியை மனசாலே கூட இனி நினைச்சுப் பார்க்க முடியுமா..?"

முடியாது என்பது வீணாவுக்கும் தெரியும்.. அதே சமயத்தில் அவன் சொன்ன 'குட்பை'-யை மறக்கவும் அவளால் முடியவில்லையே..

42

உன் வார்த்தைகள் முள் வார்த்தைகள்தான்..
நெருஞ்சி முள்கள் நெருடித் துன்புறுத்தினாலும்
உன் நிழல் தேடி என் நெஞ்சம்
அலை மோதும் நிலை எதனால்..?

"பருவமே..!

புதிய பாடல் பாடு.."

மேடையில் பாடகர்கள் பாடிக் கொண்டிருந்தார்கள்.. இசையின் ரசிகர்கள் ஆழ்ந்து கேட்க மற்றவர்கள் சலசலத்துக் கொண்டிருந்தார்கள்.. கொடைக்கானலின் வனப்பகுதியை ஒட்டியிருந்த எஸ்டேட் அது.. கர்னல் சத்தியமூர்த்தியின் நண்பர்தான் அதன் உரிமையாளர்.. நண்பரின் மகனுக்கு மும்பையில் திருமணம்.. கொடைக்கானலில் வரவேற்பு.. குடும்பத்துடன் வந்து விட வேண்டும் என்று நண்பர் வீடுதேடி வந்து அழைத்தார்.. எனது குடும்பம் நீங்கள்தான் என்று வீட்டிலிருந்த ஒட்டு மொத்த நபர்களையும் இழுத்துக் கொண்டு சத்தியமூர்த்தி கிளம்பி விட்டார்.. மாற்றம் தேவை என்பதால் மற்றவர்களும் மறுக்காமல் அவருடன் வந்திருந்தார்கள்..

மெல்லிசை மனக் கதவைத் தட்டியது.. தவித்துப் போன வீணா வரவேற்பு நடந்த தோட்டத்திலிருந்து விலகி மலைச்சரிவில் நடந்தாள்.. யோசனையுடன் நடந்ததில் எஸ்டேட் பங்களாவை விட்டு விலகி வெகு தூரம் வந்து விட்டதை அவள் உணரவில்லை.. சரிவின் முடிவில் அவள் காலடி எடுத்து வைத்தபோது ஒரு இரும்புக்கரம் அவளது வளைக்கரத்தைப் பிடித்துத் தடுத்து நிறுத்தியது..

"முட்டாளா நீ..? கண்களை என்ன பிடறியிலா வைத்திருக்க..? கீழே பார்.. கிடுகிடு பள்ளத்தாக்கு.." ரவிவர்மன் சீறினான்..

அவன் கைபிடியில் இருந்த தனது கரத்தை விடுவிக்க முயன்றபடி கீழே பார்த்தாள் வீணா.. கிடுகிடு பள்ளத்தாக்கு இருந்தது.. விழுந்தால் எழும்பு கூட மிஞ்சாது.. முதுகுத் தண்டு ஜில்லிட்டது.

"விடுங்க என் கையை.."

திமிறியபடி நகர்ந்தவளை அவன் இந்தப்பக்கம் தள்ளியபோது கால் தவறி பள்-ளத்தாக்கில் சரிந்து விட்டான்.. பதறிப்போன வீணா..

"ரவி.." என்று உயிர் துடிக்க அலறினாள்..

அவர்கள் நின்று கொண்டிருந்த பாறை விளம்பின் அடியில் நீட்டியிருந்த மரக்-கிளையைப் பற்றிக் கொண்டிருந்தவனின் கரத்தை பாறையின் மீது படுத்து சரிந்து பற்ற முயன்றாள் வீணா.. ரவி அவள் கையைத் தட்டி விட்டான்..

"வேண்டாம்.. விட்டு விடு.. இதுதான் எனக்கான முடிவு.."

"ஐயோ.."

"உன்னால் என்னை மன்னிக்க முடியாது.. நான் சொன்ன வார்த்தையை மறக்-கவும் முடியாதுங்கிறப்ப பிழைத்து வந்து என்ன செய்யப் போகிறேன்..?"

"வேண்டாம்.. அப்படிச் சொல்லாதீங்க.."

"எனக்கு மூச்சு முட்டுச்சுடி.. கையில பிரம்பை வைச்சுக்கிட்டு நீ என்னை மிரட்டறதைப் போலவே இருந்துச்சு.. காதலிக்கிறதினாலதானே இந்தப் பாடுப-டுத்தறான்னு கோபம் வந்துருச்சு.. நீ மட்டும் உன்னை வேற ஒருத்தன் பெண் கேட்டு வந்திருக்கிறான்னு விசயத்தை ஒப்பன் பண்ணி முழுசாச் சொல்லிட்டு என்ன செய்யலாம்னு கேட்டிருந்தேன்னு வை.. கல்யாணம் பண்ணிக்கலாம்னு சொல்லி நானே உன்னைப் பெண் கேட்டு வந்திருப்பேன்.. அப்படிச் செய்யாம திடிர்ன்னு உன் பேரண்ட்ஸ் முன்னாலே கொண்டு போய் நிறுத்திக் கல்யாணப் பேச்சை ஆரம்பிச்சதும் எனக்குத் தலைகால் புரியாம கோபம் வந்துருச்சு.."

"காதலோட அடுத்த ஸ்டெப் கல்யாணம்தானே..?"

"அதிலிருந்து தப்பிக்க நான் நினைக்கலையே.. கழுத்தில் கத்தியை வைத்த-தைப் போல நெருக்கடி கொடுக்கனுமான்னுதானே கேட்டேன்.. கேட்க நினைச்சது இதைத்தான்.. வாயில வந்த வார்த்தைகள் வேற மாதிரி வந்து தொலைச்சிருச்சு.. என் வீட்டில வேற பெண் பார்த்தா நான் ஓகே சொல்லிருவேனா..? முடியாதுன்-னுதானே சொல்வேன்..? அதைத்தானே நீயும் செய்தே.. என்னைக் காதலிச்சுட்டு வேற ஒருத்தனைக் கல்யாணம் பண்ணிக்க முடியுமா..? அதுக்காக உன்னைக் கொண்டாடனும்னு நினைச்சே பாரு.. அதுதான் தப்பு.. இது உனக்கும் எனக்கு-மான கடமை.. இதுக்கு அப்ரிசியேசன் எதுக்கு..? ஆர்ட்டிபிஷியலா இல்லை..?"

ரவிவர்மன் பிடித்திருந்த கிளை ஒடியத் துவங்கியது.. அலறினாள் வீணா..

"ஓ.. நோ.. என் கையைப் பிடிச்சுக்கங்க.."

"வாக்குக் கொடு.. உன் கையை நான் பிடிச்சா கடைசி வரைக்கும் விடமாட்-டேன்.. அதுக்கு என்னை நீ கல்யாணம் பண்ணிக்கனும்.. மன்னிக்கனும்.. என் கூட வாழனும்.."

"அதைப் பேசற நேரமா இது..?"

"இதுதான் கரெக்ட் டைம்.. பிழைச்சு வந்தா உன் புருசனா வரனும்.. இல்லைன்னா போய்ச் சேர்ந்திரனும்.."

"நீங்கதான் சுதந்திரத்தைக் கேட்டிங்க.. காதலுக்கு குட்பை சொல்லச் சொன்னீங்க.. மறந்துருச்சா..?"

"மறக்கலைடி.. எனக்கு அந்த சுதந்திரம் வேண்டாம்.. நீ போடற தளைதான் வேணும்னு உன்கிட்ட பலதடவை கெஞ்சிட்டேன்.. உனக்கு அது மறந்துருச்சா..?"

"ரவி.."

"ஒன்னே ஒன்னுதான்.. எல்லாத்தையும் மறந்துட்டு என்னை நீ ஏத்துக்கிறதா இருந்தா உன் கையைப் பிடிக்கிறேன்.. இல்லேன்னா.."

ரவிவர்மன் சொல்லிக் கொண்டிருக்கும் போதே கிளை முற்றிலும் ஒடிந்து விழ.. அவன்..

"குட்பை.." என்றான்..

"இல்லை.. நான் உங்களை விட மாட்டேன்.." வீணா தாவி அவன் கையை இறுகப் பற்றினாள்..

பாறையின் மீதிருந்த அவள் விழிகளில் தெரிந்த துடிப்பையும் தவிப்பையும் கண்ணீரையும் பார்த்த ரவிவர்மனுக்கு வாழ்வென்றால் இதுவல்லவோ வாழ்வு என்று தோன்றியது..

அவனுக்காக ஒருத்தி துடிக்கிறாள், தவிக்கிறாள், பதறுகிறாள், அலைபாய்கிறாள், கண்ணீர் விடுகிறாள்..

இதைவிட வேறு என்ன வேண்டும்..?

"மறந்துட்டேன் ரவி.. எல்லாத்தையும் மறந்துட்டேன்.. எனக்கு நீங்க வேணும் ரவி.. ப்ளீஸ்.. மேலே வாங்க.."

ரவிவர்மன் அவள் கையைப் பற்றி முன்னேறி.. பாறையின் விளிம்பைப் பிடித்துத் தொற்றிப் பாறை யிலேறினான்..

ஆசுவாசமாய் இருவரும் சரிந்தார்கள்.. வீணாவின் மீது விழுந்த கையை அவள் தட்டி விடவில்லை.. அவள் முகம் முழுவதும் பதிந்த அவனது ஈரமுத்தங்களை மறுக்கவில்லை.. அவள்மீது பரவிப் படர்ந்து போர்வை போல அவன் மூடியபோது விலகவில்லை.

இருவரும் கை கோர்த்து மெதுவான குரலில் பேசியபடி எஸ்டேட்டின் தோட்டத்திற்குள் நுழைந்தார்கள்.. ரவிவர்மனின் மனதிலிருந்த எரிச்சல் மறைந்து இதம் பரவியிருந்தது.. அருகிலிருந்த வீணாவைப் பார்த்தான்.. முதன் முதலாக அவனிடம் காதல் சொன்ன போது முகத்தில் உதித்த வெட்கத்தின் சாயல் துளிக்கூட குறையாமல் இருந்தாள்..

கொஞ்சம் கூட மெருகு குலையாமல் குத்து விளக்கின் சுடர் போல இருந்தவளின் முகத்திலிருந்த விசனம் தொலைந்து வெளிச்சம் பரவியிருந்தது..

ஆதிகால அழகென்பது அழிவில்லாதது.. சுடர் விட்டுப் பிரகாசிக்கக் கூடியது.. அவள் அத்தகைய பேரழகியாக இருந்தாள்.. தோட்டத்தில் நிலவிய ஒளி வெள்ளத்திற்குக் காரணம் விளக்குகளா இல்லை அவளா என்று அவனால் அவதானிக்க முடியவில்லை.

அவள் கைபிடித்து உதடுகளில் பதித்து அவன் முத்தமிட்டபோது அவள் மனதிலிருந்த காயங்கள் முற்றிலுமாக ஆறிவிட்டன.. அவளது மன ரணத்தை ஆற்றி காதலனின் முழு இலக்கணமாக மாறி விட்டான் ரவிவர்மன்..

"அகரம் இப்போ சிகரமாச்சு..

தகரம் இப்போ தங்கமாச்சு..

காட்டு மூங்கில் பாட்டுப் பாடும்

புல்லாங்குழல் ஆச்சு.."

மேடையில் பாடல் ஒலித்தது.. தற்செயலாக திரும்பிப் பார்த்த ராதிகா வியப்பில் விழிகள் விரிய விக்ரமின் கையை சங்கேதமாகத் தட்டித் திரும்பிப் பார்க்கச் சொல்லி விழிகளால் சமிக்ஞை செய்தாள்..

"சங்கீதமே சன்னதி..

சந்தோசம் சொல்லும் சங்கதி.."

விக்ரமின் முகம் ஒளிர்ந்தது.. அவன் சுகந்தியின் கையைத் தட்டினான்.. திரும்பிப் பார்த்த சுகந்தி ஒருவர் முகத்தை ஒருவர் பார்த்தபடி அசையாமல் ரவிவர்மனும் வீணாவும் விழிகளோடு விழிகள் கலக்க நின்றிருப்பதைக் கண்டாள்..

"பசியாற பார்வை போதும்..

பரிமாற வார்த்தை போதும்..

கண்ணீரில் பாதி காயங்கள் ஆறும்.."

சுகந்தியின் கண்களில் கண்ணீர் வழிந்தது.. தாய் மனம் அமைதி கொண்டது..

"தலைசாய்க்க இடமா இல்லை..?

தலைகோத விரலா இல்லை..?

இளங்காற்று வரவா இல்லை..?

இளைப்பாற இடமா இல்லை..?"

வீணா ரவிவர்மனின் தோள் மீது தலை சாய்த்தாள்.. அவளது முடி கோதினான் அவன்.. சுகந்தியின் பார்வை கண்டு அந்தத்திசையில் பார்த்த சக்திவேல் இமைக்க மறந்து பிரமித்தார்.. ரவிவர்மனா அது..?

"நம்பிக்கையே நல்லது..

எறும்புக்கும் வாழ்க்கை உள்ளது.."

இத்துணை கனிவுமிக்கவனாக ஒரு போதும் தன் மகனைக் கண்டிராத தேவிகாவுக்கு மயக்கம் வரும் போல இருந்தது.. தயார் நிலையிலிருந்த ராதிகா ஜூஸ் தம்ளரை தேவிகாவின் வாயில் திணித்து மகளுக்கான கடமை யாற்றினாள்..

லோகநாதன் நெஞ்சைப் பிடிக்க முயன்றபோது..

"ஒருத்தரைத்தான் பார்க்க முடியும்.." என்று கறாராக மறுத்து விட்டாள்.. லோகநாதன் நெஞ்சிலிருந்து கையை எடுத்தார்..

கை கோர்த்தபடி வந்தவர்களை இரு குடும்பங்களும் வரவேற்று மகிழ்ந்தன.. சத்தியமூர்த்தியும் உமாமகேஸ் வரியும்தான் இந்த பிணைப்புக்குக் காரணம் என்று ஒருமித்த குரலில் நன்றி சொன்னார்கள்..

சென்னையில் பிரம்மாண்டமாக ஒரே மேடையில் இரு திருமணங்கள் நடந்து முடிந்தன.. மாலையில் வரவேற்பு நடந்தது.. சத்தியமூர்த்தியும் உமா மகேஸ்வரியும் அவர்கள் வீட்டுக் கல்யாணம் போல ஓடியாடி வேலை செய்து கொண்டிருந்தார்கள்.. வந்தவர்களை அவர்கள் உபசரிக்க, அவர்களை தேவிகாவும் சுகந்தியும் மாற்றி மாற்றி உபசரித்துக் கொண்டிருந்தார்கள்.. இரண்டு காபி, இரண்டு ஜூஸ் என்று எதையெடுத்தாலும் இரண்டிண்டாக விழுங்கி வைத்ததில் வயோதிகத் தம்பதியினருக்கு அஜீரணம் ஏற்பட்டு விடும் போல ஆகிவிட்டது..

மேடையில் நின்றிருந்த இரண்டு புது ஜோடிகளும் தங்களுக்குள் கிசுகிசுத்தபடி புது உலகில் புகுந் திருந்தார்கள்.. மெல்லிசை நிகழ்ச்சி களை கட்டிக் கொண்டிருந்தது..

"கார்காலம் வந்தாலென்ன..?
கடும்கோடை வந்தாலென்ன..?
மழைவெள்ளம் போகும்..
கரை ரெண்டும் வாழும்.."

தவழ்ந்து வந்த பாடலில் ரவிவர்மனின் மனம் கொடைக்கானலுக்குப் போனது..

"காலங்கள் போனாலென்ன..?
கோலங்கள் போனாலென்ன..?
பொய்யன்பு போகும்
மெய்யன்பு வாழும்.."

மெய்யன்பென்றால் என்னவென்பதை புரிந்து கொண்டிருந்த ரவிவர்மனின் விரல்கள் வீணாவின் விரல்களை ஆதுரத்துடன் பற்றிக் கொண்டன.

முள்மரத்தை எவர் நேசிப்பார்..? இவள் நேசிக்கிறாளே..

"அன்புக்கு உருவம் இல்லை..
பாசத்தில் பருவம் இல்லை..
வானோடு முடிவும் இல்லை..
வாழ்வோடு விடையும் இல்லை.."

அவனை நேசத்துடன் பார்த்த வீணாவின் விழிகள் அன்பைப் பொழிந்தன.. அதீதமான அந்த அன்பில் நனைந்த ரவிவர்மன் இதற்கா விடை கொடுக்க முனைந்தேன் என்று தன்னையே நொந்து கொண்டான்.

"இறையென்பது உண்மையே..

நம்பிக்கையே உங்கள் கையிலே.."

சுகந்தியின் நெஞ்சம் ததும்பியது.. அழகியலை பிள்ளைகளுக்கு உணர்த்தி வளர்த்தவள் அவள்.. அதன் பிம்பமாக உருவெடுத்திருந்த வீணாவின் வாழ்வு பட்டுப் போய் விடவில்லை.. என்பதில் கடவுளுக்கு அவள் நன்றி சொன்னாள்..

இரண்டு ஜோடிகளும் அவரவர் இல்லங்களுக்குக் கிளம்பினார்கள்.. மகளைப் பிரிந்த பெற்றோர் மருமகளின் வரவில் மகிழ்ந்தார்கள்.. சத்தியமூர்த்தியும், உமா மகேஸ்வரியும் சென்னையில் சிலநாள்கள் தங்கியிருக்க ஒப்புக் கொண்டு இரு வீடுகளிலும் சீராடினார்கள்..

மேகங்கள் நகர்பவைதான்.. வண்ணமில்லாத வைதான்.. வடிவமில்லாதவைதான்.. ஆனால் அவைகள் தான் கார்மேகங்களாக உருமாறி மழை பொழிந்து

பூமியைக் காக்கின்றன.. மேகங்கள் நகரட்டும்.. அவை வறட்சியைப் போக்கி மக்களை வாழ வைக்கப் போய் கொண்டிருக்கின்றன..

- முற்றும் -

நூலாசிரியர்

செந்தமிழும் வசப்பட்டு கைகளில் சொற்கள் அருவியாய் கொட்டும் பேறு பெற்றவர் திருமதி.முத்துலட்சுமி ராகவன் அவர்கள். இவர் தமிழ் எழுத்துலகில் என்றைக்கும் நிலைத்து நிற்கும்படியான புதினங்களை எழுதி அனைவர் மனதையும் கொள்ளைகொண்டவர் . இவர் எழுத்துக்கள் ஒன்றே போதும் இவர் பெருமையைக் கூற. 2009ம் ஆண்டு முதல் புதினங்களை எழுதத் தொடங்கிய இவர் சிறுவயது முதல் எழுதுவதில் ஆர்வம் கொண்டவராகத்தான் இருந்தார். காலப்போக்கில் மெல்லத் தொடங்கிய இவரது எழுத்துப்பணி, 2009 ஆம் ஆண்டு அச்சேறி அனைரையும் கட்டி இழுத்தது. இவர் எழுத்துநடையை அவ்வளவு எளிதில் யாராலும் கடந்துவிடமுடியாது. மென் உணர்வுகளை உருக்கமாக, மனதை நெகிழவைக்கும் விதமாக தன் எழுத்துக்களில் இவர் கையாண்டிருப்பார்.. இவர் கதைகள் ஒவ்வொன்றும் ஒரு விதம் அனைத்தும் புதுவிதம், மேலும், ரசிக்கவைத்து, அதில் இளைப்பாறி, அந்தக்கதாப்பாத்திரமாகவே நாம் மாறி, உணரவைத்து நம் மனதை மெழுகாய் உருக வைக்கும் விதத்தில் இருக்கும். சுமார் 200 நாவல்களை இந்த குறைந்த வருடங்களில் இவர் எழுதியிருப்பதைப் பார்த்து நிச்சயம் பிரமிக்காமல் இருக்க முடியாது. அத்தனையும் நல்முத்துக்கள். இதில் பலபாகங்கள் கொண்ட நூல்களும் உள்ளன. எழுத்தோடு பதிப்பகத்துறையிலும் தடம் பதித்து நூற்றுக்கணக்கான புத்தகங்களை பதிப்பித்துக் கொடுத்திருக்கிறார் இவர். கூடவே மாதாந்திர நாவல்களையும் பதிப்பித்துக் கொடுத்திருக்கிறார் பலருக்கும். இவர் சமீபத்தில் 2021 மே மாதம் இந்த பூவுலகை விடுத்து வானுலகம் எய்தியிருந்தாலும் இவர் எழுத்துக்களும், இவர் விட்டுச் சென்ற தடங்களும் காலத்தால் அழியாதைவையாக சிரஞ்சீவியாக நம்முடன் உலா வரும் என்பதில் ஐயமேதுமில்லை.

www.ingramcontent.com/pod-product-compliance
Lightning Source LLC
LaVergne TN
LVHW100242051026
849517LV00006B/1965
* 9 7 9 8 8 8 9 5 1 8 3 4 1 *